# ரகசிய விதிகள்

சுபா

சூரியன் பதிப்பகம்

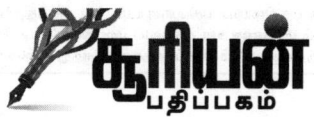

ISBN: 978-93-85118-86-9

Title :
RAGASIYA VITHIGAL


© SUBA

சூரியன் பதிப்பகம்
வெளியீடு: 133

நூல் தலைப்பு:
**ரகசிய விதிகள்**

நூல் ஆசிரியர்:
**© சுபா**

அட்டை ஓவியம்:
**அரஸ்**

முதற்பதிப்பு:
**ஜூலை 2017**

விலை:
**ரூ.200/-**

சூரியன் பதிப்பகம்

229, கச்சேரி ரோடு, மயிலாப்பூர்,
சென்னை – 600004.
விற்பனைப் பிரிவு தொலைபேசி :
044 4220 9191 **Extn:** 21125
மொபைல்: 72990 27361
இமெயில் : **kalbooks@dinakaran.com**

| | | |
|---|---|---|
| பதிப்பாளர் மற்றும் ஆசிரியர் | : | **ஆர்.எம்.ஆர்.ரமேஷ்** |
| ஆசிரியர் குழு | : | **கே.என்.சிவராமன்** |
| | | **பிரபுசங்கர், யுவகிருஷ்ணா** |
| சீஃப் டிசைனர் | : | **பி.வேதா** |

இந்தப் புத்தகத்தின் எந்த ஒரு பகுதியையும் பதிப்பாளரிடமிருந்து எழுத்துபூர்வமான முன் அனுமதி பெறாமல் மறுபிரசுரம் செய்வதோ, அச்சு மற்றும் மின்னணு ஊடகங்களில் மறுபதிப்பு செய்வதோ காப்புரிமைச் சட்டப்படி தடை செய்யப்பட்டதாகும். புத்தக விமர்சனத்துக்கு மட்டும் இந்தப் புத்தகத்திலிருந்து மேற்கோள் காட்ட அனுமதிக்கப்படுகிறது.

# ஜோதிடர் சுபா!

**வெ**குஜன எழுத்தாளர்கள் எந்தளவுக்குச் சமூக நிகழ்வுகளுடன் ஒன்றியிருக்கிறார்கள் என்பதற்கு இந்த 'ரகசிய விதிகள்' மிகச் சிறந்த உதாரணம். போலவே வெகுஜன எழுத்தாளர்கள் எந்தளவுக்கு எதிர் கால சம்பவங்களை நிகழ்காலத்திலேயே அறிவிக்கிறார்கள் என்பதற்கும்.

'குங்குமம்' வார இதழில் இந்தத் தொடர் வெளிவரத் தொடங்கிய சமயத்தில் சிலை திருட்டுக்குப் பின்னால் இருக்கும் மனிதர்கள், விஷயங்கள், காரணங்கள் குறித் தெல்லாம் பெரும்பாலான மக்கள் அறியாமலேயே இருந்தார்கள்.

தகவல்களாக மட்டுமே தெரிந்திருந்த இந்தக் குற்றச் செயலைக் குறித்து முதன் முதலில் விரிவாக இத்தொடரில் எழுத்தாளர்(கள்) சுபா எழுத ஆரம்பித்தார்(கள்). இதன் பிறகு நடந்தது சரித்திரம்.

ஆம். அப்படித்தான் இதைப் பதிவு செய்ய முடியும். 'ரகசிய விதிகள்' பத்து அத்தியாயங்கள் கடந்த நிலையில் தமிழகம் முழுக்க ஹாட் டாப்பிக்காக 'சிலை திருட்டு' மாறியது. ஏராளமான பெரிய மனிதர்கள் கைது செய்யப் பட்டார்கள். விசாரணைக்கு உட்படுத்தப்பட்டார்கள். அனைத்து நாளிதழ்களின் தலைப்புச் செய்தியாக இதுவே மாறியது.

இதையேதான் சுபா முன்கூட்டியே கணித்து தொடரின் மையமாக வைத்திருந்தார்!

நாற்பது ஆண்டுகளுக்கும் மேலாக சுவாரஸ்யமும் சமூகப் பொறுப்பும் குறையாமல் எழுதிவரும் சுபாவின் மகுடத்தில் பதிந்த இன்னொரு வைரம், 'ரகசிய விதிகள்'.

'குங்குமம்' வாசகர்களிடம் பரவலான வரவேற்பைப் பெற்ற இத்தொடர், இப்போது நூல் வடிவம் பெறுகிறது. காலம் கடந்து நிற்கக்கூடிய படைப்புகளில் இதுவும் ஒன்று என்பதை இன்றைய காலமே நிரூபித்திருக்கிறது!

– ஆசிரியர்

# சொல்ல நினைத்தது...

**பொ**துவாகவே எங்களுக்கு ஊடகத்துறையின் உள்ளே எட்டிப் பார்க்கப் பிடிக்கும். கதைகள் எழுதுவதோடு நில்லாமல், மக்கள் குறை கேட்டு அரசின் செவிகளுக்கு எடுத்துச் செல்லும் பணி, பயணக் கட்டுரைகள், நேர்காணல்கள், ஆன்மிகச் சுற்றுலா என்று பல பத்திரிகைகளுக்கு நாங்கள் ஊடகவியலாளர்களாகப் பணியாற்றியதால் ஊற்றெடுத்த ஆர்வம் ஒரு காரணமாக இருக்கலாம்.

விகடனுக்காக / ஒரு வார இதழுக்காகப் பாரதமெங்கும் உள்ள கோயில்களுக்குச் சென்று, ஆன்மிகத் தொடர் ஒன்று எழுதினோம்.

கர்நாடகாவில் பல நூற்றாண்டுகளுக்கு முன்பு கட்டப்பட்ட ஒரு குறிப்பிட்ட கோயில் அற்புத அமைப்புடன் இருந்தாலும், முறையான பராமரிப்பு இன்றி சோம்பிக் கிடந்தது. அங்கே விஷ்ணுவின் சந்நிதியில் பீடம் மட்டும் இருந்தது. மூலவரின் சிற்பமில்லை.

காரணம் கேட்டோம். அதிர்ந்தோம். "அது திருடு போயி பல வருஷம் ஆச்சு..."

சில கோயில்களில் உற்சவ மூர்த்தியைத் திருடிப் போன கதைகளைப் படித்திருக்கிறோம். ஆனால், மூலவரையே கொள்ளையடித்துச் செல்ல முடியும் என்றால், நம் கோயில்களில் பாதுகாப்பு ஏற்பாடு எவ்வளவு குறைபாடுகள் கொண்டிருக்க வேண்டும்?

அங்கு மட்டும் அல்ல, பல கோயில்களில் கண் காணிப்புக் கேமிராக்கள் கூட நிறுவப்படவில்லை என்பதை அறிந்தோம்.

கடவுள் சிற்பமென்பது வெறும் கல்தானே என்று பகுத்தறிவு பேசியவர்கள் கூட, பகுத்தறிவைப் பரப்ப உண்மையாய் முனைந்த பெரியாரின் பிறந்தநாள், நினைவு நாட்களின்போது, அவருடைய சிலைக்குப் பூமாலை அணிவித்து, உதிரிப் பூக்களைத் தூவி, கண்களை மூடி கைகூப்பி வணங்குவதைப் பார்க்கும்போது,

இங்குச் சிற்ப வழிபாடு ரத்தத்திலேயே ஊறியிருப்பதைப் புரிந்துகொள்ள முடியும்.

இந்தியப் பாரம்பரியத்தின் மேன்மையையும், விலையிட முடியாத தொன்மையையும் பிரதிபலிக்கும் கோயில் சிற்பங்கள் தொடர்ந்து காணாமல் போகின்ற செய்தி மனதில் வலியாகத் தங்கிவிட்டது.

சொந்த வீட்டிலேயே ஒருவன் திருடத் துணிந்துவிட்டால், வாசல் கதவை எவ்வளவு தாழ் போட்டுப் பூட்டினாலும் என்ன? நம் தேசத்தின் பாரம்பரியத்தைக் கொள்ளையடித்து வெளிநாட்டுக்கு விற்பவரும், சொந்த வீட்டில் கொள்ளையடிப்பவர்தானே?

ஒரு வங்கியைக் கொள்ளையடிக்கச் செல்பவர்கள், வங்கியுடன் வேறு எந்தத் தொடர்புமின்றி, மாதச் சம்பளத்துக்கு பணிக்கு வந்த அப்பாவிக் காவலரைக் கொலை செய்வது எவ்வளவு அபத்தமோ, அவ்வளவு அபத்தம், கோயில் சிற்பத்தைக் கொள்ளையடிக்க வருபவர்கள் அங்கு பணிபுரியும் பூசாரியைக் கொலை செய்து காரியத்தை முடித்துக்கொள்வது.

இதுவும் எங்களை உறுத்திக்கொண்டிருந்த ஒரு விஷயம்.

சமூக அவலங்களைத் தட்டிக் கேட்பதோடு நில்லாமல், உயிரைப் பணயம் வைத்து களத்தில் இறங்கி, குற்றங்களைக் களைய முற்படும் இளைஞர்களை மையப்படுத்தி ஒரு கதை எழுதத் திட்டமிட்டிருந்தபோது, ‘குங்கும’த்திலிருந்து தொடர் எழுத வாய்ப்பு வந்தது. தொலைக்காட்சித் துறையில் பணியாற்றும் நாயகனைச் சுற்றிப் பின்னக்கூடியதாக கதை உருவானது.

சுயலாபத்துக்காக நாட்டுப்பற்றின்றி, நோட்டுப்பற்று கொண்டு, கோயில் சிற்பங்களைக் கொள்ளையடித்து வேற்று தேசங்களுக்கு விற்கும் கயவர்களின் தோலுரிக்கவும் இக்கதையில் வாய்ப்புண்டா என அலசினோம்.

தொடர் வெளியாகிக்கொண்டிருந்த நேரத்தில், சிற்பக் கொள்ளையில் ஈடுபட்ட பெரிய மனிதர்களும், கோடிக்கணக்கில் மதிப்பிடக்கூடிய சிற்பங்கள் சிலவும் சென்னையில் சிக்கி செய்திகளில் தொடர்ந்து அடிபட்டது, கதைக்குக் கூடுதல் சுவாரசியம் சேர்த்தது.

ஒரு கதை சொல்லும்போது, அதில் உண்மைகளின் பின்னணியும் வேண்டும், சொல்லும் விதத்தில் வேகமும் வேண்டும் என்று முனைவது எங்கள் வழக்கம். இந்தத்

தொடரையும் அந்த விதத்திலேயே முயற்சி செய்தோம். எந்த அளவுக்கு வெற்றி பெற்றோம், அல்லது பெறத் தவறினோம் என்பதை இப்புத்தகத்தின் வாசகர்களே தீர்ப்பெழுத வேண்டும்.

கதையைப் பற்றி இதற்கு மேல் நாங்கள் பேசுவதை விட, கதைதான் பேச வேண்டும்.

இக்கதையைத் தொடராக எழுத வாய்ப்பளித்து, சிறப் பான முறையில் வெளியிட்ட 'குங்குமம்' வார இதழுக்கு முதல் நன்றி. தொடரின் ஒவ்வோர் அத்தியாயத்துக்கும் மிக அற்புதமாக வண்ண ஓவியங்களால் மெருகேற்றிய திரு. அரஸ் அவர்களுக்கு மீண்டும் நன்றி. சிறப்பாக புத்தக வடிவம் தந்து பதிப்பித்திருக்கும் 'சூரியன்' பதிப்பக நிர்வாகத்துக்கு நன்றி.

எல்லோரையும் விட, வாங்கி வாசிக்கும் ஒவ்வொரு வாசகருக்கும் சிரம் தாழ்ந்த நன்றி.

With love,

**சுபா**

ஆத்மா இல்லம்,
37, Canal Bank Road,
Kasthuriba Nagar, Adyar,
Chennai 600 020.

**சமர்ப்பணம்:**
பல நூற்றாண்டுகளாக அற்புதமான
கலைப்படைப்புகளைப் படைத்துவிட்டு,
தங்கள் பெயர்களைக் கூட பொறித்துவிட்டுச்
செல்லாத சிற்பிகள் அனைவருக்கும்...

# 1

அன்றைக்கு அமாவாசை. சற்று முன்பு வரை பெய்த மேகங்களும் கரைந்து போயிருந்தன. நிலாவும் இல்லாது போனதால், வானத்தில் பொத்தலிட்டிருந்த நட்சத்திரங்கள் துல்லியமாகத் தென்பட்டன. முந்தின இரவுக்கும் முன்பாக புது டெல்லியிலிருந்து புறப்பட்டிருந்த கிராண்ட் ட்ரங்க் எக்ஸ்பிரஸ் களைப்பும் ஈர அழுக்குமாக நெல்லூர் ரயில் நிலையத்தில் நுழைந்தது. பிளாட்ஃபாரத்தில் தொங்கிய வட்ட கடிகாரம், இரவு மணி இரண்டு நாற்பது என்று முட்களைக் கைவிரித்திருந்தது.

ரயிலின் இரும்புச் சக்கரங்கள் தண்டவாளங்களில் எழுப்பிய 'க்ரீச்' ஒலி கேட்டு, அங்கங்கே பெஞ்சுகளில் சுருட்டிப் படுத்திருந்த சிவப்புச் சட்டை போர்ட்டர்கள் மட்டும் உறக்கம் கலைந்து எழுந்தனர். மற்றபடி, ரயில் நிலையமே அந்த நள்ளிரவில் தூங்கி வழிந்துகொண்டிருந்தது. நிறைய பெட்டிகளுடன் பயணிகள் யாராவது இறங்குகிறார்களா என்று போர்ட்டர்களின் தூக்கக் கண்கள் தேடின. இரண்டாம் வகுப்பிலிருந்து ஒற்றைப் பெட்டியுடன் இறங்கிய சுமார் இருபத்தைந்து வயது இளைஞனை அவர்கள் அலட்சியம் செய்தனர்.

மாலை முழுவதும் பெய்த மழையின் மிச்சம், பிளாட்ஃபாரத்தின் மீது போடப்பட்ட சரிவான கூரையிலிருந்து நீர்த் துளிகளாகச் சொட்டிக் கொண்டிருக்க... காற்றில் குளிர் இருந்தது. அந்த இளைஞன் வற்புறுத்திக் கலைத்த தூக்கத்திலிருந்து

முழுமையாக விடுபடாதவனாக, சற்றே களைப்புடன் தள்ளாடி வாசலுக்கு வந்தான்.

சூழ்ந்துகொண்ட ஒன்றிரண்டு ஆட்டோ ரிக்ஷா ஓட்டுநர்களையும், டாக்ஸி ஓட்டுநர்களையும் அவன் ஆராய்ந்துகொண்டிருக்க...

ரயில் நிலையத்துக்கு வெளியில் குடையுடன் நின்றிருந்த ஒருவன், தன் கையிலிருந்த சிறு டார்ச் வெளிச்சத்தை அந்த இளைஞனின் மீது பாய்ச்சினான். இளைஞன் கண்கள் கூச, நிமிர்ந்து பார்த்தான். குடையைப் பிடித்திருந்தவன் கையில் அவசரமாக எழுதப்பட்ட ஒரு பெயர்ப்பலகை தென்பட்டது. 'குனாலன்' என்று எழுத்துப் பிழையுடன் அது தமிழில் வரவேற்றது. இளைஞன் ஆச்சரியமானான். குடை பிடித்திருந்தவனை நெருங்கினான்.

"நான்தான் குணாளன்" என்றான்.

காத்திருந்தவன் குணாளனின் பெட்டிக்காகக் கையை நீட்டினான். "உங்களுக்கு ஆபீஸ்ல வண்டி அனுப்பியிருக்காங்க சார்..." என்றான், குடையை மடக்கிப் பிடித்தபடி. அவனுடைய குரல் சற்று கனமாக இருந்தது.

"எனக்கா... ஆபீஸ் வண்டியா..? ஆச்சரியமா இருக்கு..!"

"நைட் மூணு மணிக்கு வந்து இறங்கிட்டு, எந்த ஹோட்டல்னு தேடிப் போவீங்கன்னு உங்க செக்ஷன் ஆபீஸர்தான் வண்டி அனுப்பினாரு. நம்ப கவர்ன்மென்ட் கெஸ்ட் ஹவுஸ்ல ரூம் காலியாதான் இருக்கு. அங்க ரெண்டு, மூணு நாள் தங்கிக்கிட்டு, அதுக்குப் பிறகு வேற ரூம் தேடிக்கட்டும்னு சொன்னாரு..." என்று அவனிடமிருந்து பெட்டியைப் பிடுங்கினான்.

"இவ்வளவுதானா சார் லக்கேஜ்..?"

"ஒத்தை ஆளுக்கு வேற என்னப்பா லக்கேஜ்..?"

பெட்டியுடன் அவன் விறுவிறுவென நடக்க, குணாளன் தூக்கம் முற்றிலுமாகத் தொலைந்தவனாக அவனை வேகமாகத் தொடர்ந்தான்.

"இங்க இருக்கறவங்கல்லாம் தெலுங்குதான் பேசுவாங்கன்னு நினைச்சேன்... நீ நல்லா தமிழ் பேசற..?"

"இங்க எல்லாமே தமிழ் பேசுவாங்க சார்... நமக்குத் தாய் மொழியே தமிழ்தான் சார்..." என்றபடி, ஒதுங்கி நின்ற அம்பாசிடர் காரின் டிக்கியைத் திறந்து லக்கேஜை வைத்தான்.

குணாளன் காரில் அமர்ந்ததும், வண்டி புறப்பட்டது.

"நீங்க மட்டும்தான் வந்திருக்கீங்க... உங்க குடும்பம்லாம் பின்னால வருதா சார்..?"

குணாளன் சிரித்தான். "குடும்பம்லாம் எதுவும் இல்லப்பா...

நான் தனி ஆளு!"

"ஓ... கல்யாணம் ஆகலையா சார்..?"

"ம்ஹூம்..."

"அப்பா, அம்மா, அண்ணன், தங்கை அவங்க எல்லாரும் குடும்பம்தானே சார்..?"

"எனக்கு யாரு அப்பா, யாரு அம்மான்னே தெரியாதுப்பா..."

"என்ன சார் சொல்றீங்க..?"

"நான் மும்பையில ஒரு அநாதை ஆசிரமத்துல வளர்ந்தவன். அதை நடத்தினவங்க தமிழ்க்காரங்க. அவங்க தயவுலதான் ஸ்கூல் படிப்பு முடிச்சேன். ஸ்காலர்ஷிப்ல காலேஜ் முடிச்சேன். நாக்பூர்ல ஒரு ஸ்கூல்ல வேலை கிடைச்சுது. அங்க ஒரு வருஷம் குப்பை கொட்டினேன். அப்புறம்தான் கவர்மென்ட்ல கிளார்க் வேலைக்கு அப்ளை பண்ணேன். தமிழ்நாட்டுல கெடைச்சா நல்லா இருக்கும்னு ஆசைப்பட்டேன். நெல்லூர்ல போஸ்டிங் போட்டிருக்காங்க..."

"இதுவும் நல்ல ஊர்தான் சார்..."

"புதுசா வேலைல சேர்றவனுக்கு வண்டி அனுப்பும்போதே தெரியுதே..."

"கெஸ்ட் ஹவுஸ்க்கு கொஞ்சம் தொலைவு போகணும் சார்! பாவம்... நைட் சரியா தூங்கியிருக்க மாட்டீங்க! கண்ணை மூடி தூங்கிட்டு வாங்க... இடம் வந்ததும் சொல்றேன்!"

"தேங்க்ஸ்ப்பா..."

குணாளன் கண்களை மூடிக்கொண்டான். எத்தனை நேரம் அப்படி இருந்தான் என்று தெரியவில்லை. திடீரென்று ஒரு குலுக்கலில் விழிப்பு வந்தது. வெளியில் பார்த்தால், பொட்டு வெளிச்சம்கூட இல்லை. முரடான பாதையில் கார் குலுங்கியபடி போய்க்கொண்டிருந்தது. மணிக்கட்டைத் திருப்பி வாட்ச்சைப் பார்த்தான். மணி மூன்று ஐம்பது. கிட்டத்தட்ட அறுபது நிமிடங்களுக்கு மேல் பயணம் செய்திருந்தார்கள்.

"கெஸ்ட் ஹவுஸ் ரொம்ப தள்ளியிருக்கா, தம்பி..?"

"கவர்மென்ட் குவார்ட்டர்ஸ்லாம் நல்ல எடத்துல எங்க சார் பிடிக்கறாங்க..? ஊருக்கு ஒதுக்குப்புறமா இருந்தாலும், கெஸ்ட் ஹவுஸ் வசதியா இருக்கும் சார்... உங்களுக்கு சாப்பாடுகூட எடுத்து வெக்கச் சொல்லியிருக்கு சார்!"

முண்டும் முடிச்சுமாக இருந்தது மண் சாலை. தேங்கியிருந்த மழைநீரை அவ்வப்போது வாரியிறைத்துக்கொண்டு, கார் தத்தித் தத்திப் பயணம் செய்தது. திடீரென்று ஒரு குலுக்கலுடன்

நின்றுவிட்டது.

"என்னாச்சு..?"

"எஞ்சின்ல அப்பப்ப ஒரு நட்டு கழண்டுபோயிடுது சார். சர்வீஸ்க்கு விடணும். அரசாங்க வண்டி பாருங்க... லெட்டர் எழுதியிருக்காங்க. மேலிடத்துலேர்ந்து உத்தரவு வரணும்... ஒரு நிமிஷம் சார்!"

அவன் இறங்கி முன்னாலிருந்த பானெட்டைத் திறந்தான். டார்ச் வெளிச்சத்தைத் திருப்பி, உள்ளே எட்டிப் பார்த்தான்.

"குணாளன் சார்... ஒரு சின்ன உதவி!"

"என்ன வேணும், சொல்லு..."

"இந்த டார்ச்சைப் பிடிச்சுக்கிட்டீங்கன்னா, நட்டை கொஞ்சம் டைட் பண்ணிடுவேன்..."

குணாளன் இறங்கி காரின் முன்புறம் வந்தான்.

"உன் பேரு சொல்லலையே..?"

"சொன்னா நம்பமாட்டீங்க சார்..."

"அப்படி என்ன பேரு..?"

"என் பேரும் குணாளன்தான்..."

"நெஜம்ம்மாவா..?"

"நம்பமாட்டீங்கனு சொன்னேனே..!"

"அப்புறம் ஏன் சொந்தப் பேரையே தப்பும் தவறுமா எழுதியிருக்க..?"

"அட்டைல எழுதினதா சார்..? ஸ்கூல் வயசுல படிப்பு வராம ஊரைச் சுத்திட்டிருந்தேன் சார். அதான் இப்ப வண்டி ஓட்டிட்டிருக்கேன்..."

குணாளன் சின்னதாகச் சிரித்துவிட்டு, டார்ச்சை வாங்கி சுற்றுப்புறத்தில் வெளிச்சத்தை ஓட்டினான். துருப்பிடித்த தெலுங்கு அறிவிப்புப் பலகை ஒன்று தெரிந்தது. காற்றில் மெல்லிய துர்நாற்றம் ஒன்று கலந்திருந்தது.

"என்ன இடம்ப்பா இது..?"

"சுடுகாடு சார். பொணம் எரியற நாத்தம்..."

"சரி, சரி... சீக்கிரம் நட்டை முடுக்கு. இங்கேர்ந்து கிளம்புவோம்..."

"இதோ சார்..! கொஞ்சம் குனிஞ்சு வெளிச்சத்தை இங்க காட்டுங்க, சார்..."

குணாளன் டார்ச் வெளிச்சத்துடன் பானெட்டில் குனிந்தான்.

பின்னாலிருந்தவன் பாக்கெட்டிலிருந்து எடுத்தது சாதாரண ஸ்பானர் இல்லை. கனமான ஒரு சுத்தியல். அதை ஓங்கி, குணாளனின் பின்மண்டையில் விசையுடன் அடித்தான். அந்த வேகத்தில் குணாளன் குப்புற அடித்து, சூடான எஞ்சினில் முகம் பதிய விழுந்தான். பதறி எழுந்ததும், மீண்டும் சுத்தியல் அவன் மீது முழு வேகத்துடன் இறங்கியது.

“ஏ... ஏ... என்னப்பா பண்ற..?” என்று கேட்பதற்கு வாயைத் திறந்தான். வாக்கியத்தை முடிக்காமலேயே கீழே சரிந்து விழுந்தான். வண்டியை ஓட்டி வந்தவன் அவன் கழுத்தில் தன் காலைப் பதித்து, அழுத்தினான்.

குணாளனின் கைகளும், கால்களும் உயிருக்காகக் கொஞ்சம் போராடின. தோற்றன. அடங்கின.

அவன் பானெட்டை மூடினான். கனமான ஒரு வெள்ளைத் துணியை எடுத்தான். ரத்தம் வழிந்த குணாளனின் முகத்தைச் சுற்றி அதைக் கட்டினான். குணாளனைத் தூக்கி காரின் பின் இருக்கையில் போட்டான்.

ஒரே திருகலில் கார் உயிர் பெற்று புறப்பட்டது. சாலையில் பயணப்படாமல் சுடுகாட்டுக்குள் நுழைந்தது.

காரின் முன்விளக்குகள் வீசிய வெளிச்சத்தில் மரத்தின் கீழே கயிற்றுக் கட்டிலில் படுத்திருந்த சுடுகாட்டின் பொறுப்பாளன் தெரிந்தான். சாராய மயக்கத்துடன் அவன் ஒற்றைக் கண்ணைத் திறந்து பார்த்தான்.

“எவரு..?” என்றான்.

“சொல்லிட்டுப் போனேனே... அந்தப் பொணம் வந்திருக்கு...”

கயிற்றுக் கட்டிலில் அவன் கோணலாக எழுந்து உட்கார்ந்தான்.

“ஓ, தமிழ் ஆளா..? இந்த நேரத்துல எப்படி...?” என்று அவன் குழறினான்.

“பொணத்தை ஊர்லேர்ந்து எடுத்திட்டு வரணும்னு சொல்லியிருந்தேனே..? கொஞ்சம் லேட்டாயிடுச்சு... இந்தா...” என்று அவன் மடியில் சில நூறு ரூபாய்களை வீசினான்.

பணத்தைச் சுருட்டிக்கொண்டு, உச்சபட்ச போதையுடன் எழுந்து அமர்ந்தபோதே, அவன் நிலையில்லாமல் தள்ளாடினான்.

“எடத்தைச் சொல்லு... மிச்சத்தை நானே பார்த்துக்கறேன்...”

“சாயந்திரம் கடைசியா நெருப்பு வெச்ச பொணம் அதோ கோடீல, அந்த ஷெட்ல எரிஞ்சு அடங்கிட்டிருக்கு பாருங்க... பக்கத்துலயே வறட்டி வச்சிருக்கேன்...” என்று குழறலாகச் சொல்லிவிட்டு, அவன் கட்டிலில் ஒருக்களித்துக்கொண்டான்.

ஏற்கெனவே அங்கங்கே ஆஸ்பெஸ்டாஸ் கூரைக்குக் கீழ் ஒன்றிரண்டு பிணங்கள் எரிந்து அடங்கிக்கொண்டிருந்தன. அம்பாசிடர் கார் புகை எழும்பும் ஓர் ஆஸ்பெஸ்டாஸ் கொட்டகைக்கு அருகில் போய் நின்றது.

காரிலிருந்து குணாளனை அவன் வெளியே இழுத்தான். ஏற்கெனவே அங்கு எரிந்து தணலாக குமுறிக்கொண்டிருந்த குவியலில் கிடத்தினான். ஓரத்தில் வைத்திருந்த வறட்டிகளை எடுத்து, பரபரவென்று உடலின் மீது அடுக்கினான்.

பக்கத்துக் கொட்டகையில் சாம்பல் குவியலில் வெப்பத்திற்காகப் படுத்திருந்த ஒரு நாய் மிரண்டு எழுந்து கத்தியது. அவன் குனிந்து ஒரு கல் எடுக்க... அது அலறியபடி எங்கோ ஓடியது.

அவன் காரின் பின்புறத்திலிருந்து ஒரு கேன் எடுத்து வந்தான். அதிலிருந்த பெட்ரோலை கிடத்தப்பட்டிருந்த குணாளனின் உடல் மீது தாராளமாக ஊற்றினான். குணாளன் கொண்டு வந்திருந்த பயணப்பெட்டியின் பூட்டை உடைத்துத் திறந்தான். டார்ச் வெளிச்சத்தில் அதிலிருந்த கோப்பு, டைரி, கதைப் புத்தகம் இவற்றை மட்டும் எடுத்து காரின் பின்இருக்கையில் போட்டான். குணாளனின் துணிகளுடன் பெட்டியை மூடினான். உயிரற்ற குணாளனின் மீது அப்பெட்டியை வைத்தான். பெட்டியின் மீதும் பெட்ரோலை அள்ளி ஊற்றினான். தீக்குச்சியைக் கிழித்துப் போட்டான். குப்பென்று எல்லாம் மொத்தமாகப் பற்றிக்கொண்டது. புகை அடர்ந்து மேலெழும்பியது.

சற்று நேரம் நெருப்பை வேடிக்கை பார்த்துவிட்டு, அவன் காருக்குத் திரும்பினான். விருட்டென்று காரை எடுத்தான். தேங்கியிருந்த மழைச் சேற்றை வாரி இறைத்துக்கொண்டு, கார் அந்த மயானத்தைவிட்டு வெளிப்பட்டது. இருட்டில் கலந்தது.

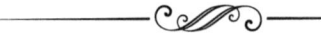

# 2

நெல்லூர் மழை இரவு சம்பவத்துக்குப் பிறகு 15 வருடங்கள் கழித்து... இன்று...

"ஏய், கைய எடு..."

"ஏன்..?"

"இது பப்ளிக் ப்ளேஸ்..."

"புரியல..."

"இது பொது இடம்டா..."

"நந்து... நீ பல்லைக் கடிச்சிட்டு கோபமாப் பேசறப்ப எவ்ளோ அழகா இருக்க தெரியுமா..?"

"இந்தக் கதையெல்லாம் வேண்டாம். ஆம்பளைங்களுக்கு வேணா வெக்கம், மானம், கூச்சம் எதுவும் இருக்காது. கைக்கு எட்டற தூரத்துல ஒரு பொண்ணு கெடைச்சா, தொட்டுத் தடவணும்னு தோணும். ஆனா, பொம்பளை அப்படியில்ல. வெக்கம், கூச்சம்லாம் இருக்கற வரைக்கும்தான் அவளுக்கு மரியாதை!"

"பைக்லேர்ந்து இறங்கி நடக்கும்போது, தோள்ல தோள்ல இடிச்சது யாரு... நீயா, நானா..?"

"இடிச்சேன். ஏன்? வெளிச்சத்துல நீ டிராமா போடற. கிட்ட வந்தா நல்லவன் மாதிரி நாலடி தள்ளிப் போற. இருட்டைப் பார்த்தாதான் உனக்கு தைரியமே வருது..."

“எனக்கா... எனக்கா வெளிச்சம் பிடிக்கலன்றே? வெளிச்சமும், இருட்டும், ரெண்டுமே எனக்கு முக்கியம்னு உனக்குத் தெரியாது..?”

“ஓனக்கு கேமரா தோள்ல இருந்தா வெளிச்சம் வேணும். பொண்ணு பக்கத்துல இருந்தா, இருட்டு வேணும். ஏய்... கொஞ் சம் விட்டா எங்கெல்லாம் போகுது உன் கை..?”

“சரி... ஒரு கிஸ் குடு. கைய எடுத்துடறேன்!”

“செருப்பு பிஞ்சு போகும்..!”

“ரெண்டு செருப்பு இருக்குல்ல? ஸோ, ரெண்டு கிஸ் குடு...”

“மாறவே மாட்டியாடா..?”

“மொத மொதல்ல என்கிட்ட நீ என்ன ப்ராமிஸ் வாங்கின..? என்னிக்கும் மாறிட மாட்டியே விஜய்னுதான கைல அடிச்சு சத்தியம் வாங்கின? இப்ப மாறச் சொல்ற..?”

“இப்படிப் போனா அப்படி வருவ. அப்படிப் போனா இப்படி வருவ..! சரியான மூர்க்கன்டா நீ!”

“சரி, உன்கிட்ட கிஸ் வாங்கணும்னா என்னடி சத்தியம் பண்ணித் தரணும்..?”

“ஒரு சத்தியமும் பண்ணத் தேவையில்ல. ஆனா, இந்த கிஸ் ஸோட என்னை விட்டுரணும். நினைச்சு நினைச்சு கேக்கக் கூடாது...”

“ஆசையைப் பாரு! அப்படில்லாம் எந்தக் கண்டிஷனும் போடக் கூடாது. சரியான அழுத்தக்காரிடி நீ. உனக்கு இதுல கொஞ்சம்கூட இன்ட்ரஸ்ட்டே இல்லாத மாதிரியும், என்னவோ எனக்காகத்தான் வளைஞ்சு குடுக்கற மாதிரியும்...”

“முட்டாள்! இது பொது எடம்னுதான பயப்படறேன்..?”

“நைட்டு. இருட்டு. பீச். அந்த நிலாவைத் தவிர நம்பளை வேடிக்கை பார்க்க யாரும் இல்ல... அப்புறம் என்னடீ கூச்சம்..? கேட்டதைக் குடு! எழுந்து போயிட்டே இருக்கலாம்...”

நந்தினி சற்றே வெட்கச் சிவப்புடன் சில அங்குலங்கள் நகர்ந்து, அவன் முகத்தைப் பிடித்துத் திருப்பினாள். இமைகளை மூடி அவன் இதழ்களை நாடினாள். அவளிடமிருந்து எழும் அந்தப் பிரத்யேக பவுடர் வாசம் அவன் நுரையீரல்களைக் கிறங்கடிக்க... அவளுடைய ஈரமான உதடுகளை அவன் கவ்வ இருந்த அந்த முக்கிய தருணத்தில், அவனுடைய தோள்கள் பிடித்து உலுக்கப்பட....

ஒரு திடுக்கிடலுடன் கனவு சட்டென்று அறுந்துபோயிற்று. விஜய் படக்கென்று கண்களைத் திறந்தான். எதிரில் அவனுடைய அம்மா மரகதம் நின்றுகொண்டிருந்தாள்.

“என்னம்மா நீ? நானே எழுந்துப்பேன் இல்ல..?”

“ஏய், நீதானடா காலைல எம்.டி.யோட மீட்டிங் இருக்கு. சீக்கிரம் எழுப்பிடுன்னு சொன்ன..?”

“இன்னும் அஞ்சு நிமிஷம்மா, ப்ளீஸ்...”

மறுபடி கண்களை மூடிக்கொண்டான். அறுந்த இடத்திலிருந்து கனவு தொடராதா என்று காத்திருந்தான். நினைவு முழுவதும் நந்தினி வியாபித்தாளே தவிர, அறுபட்ட இடத்திலிருந்து கனவு தொடரவில்லை.

எழுந்து படக்கென்று அமர்ந்தான். “போம்மா... முக்கியமான நேரத்துல கனவைக் கலைச்சிட்ட!”

“அப்படி என்னடா கனவு..?” என்று கேட்டபடி, மரகதம் சமைய லறை வாசலில் வந்து நின்றாள். ஐம்பது வயது. துலக்கியது போன்ற பளிச் முகம். மெல்லிய தேகம். ஒன்றிரண்டு நரை கலந்துவிட்ட அடர்கூந்தல். பருத்திப் புடவையைக் கட்டுவதிலும் ஒரு நேர்த்தி.

“நம்ம மொட்டை மாடில பக்கத்து வீட்டு மாமரம் எட்டிப் பாக்குதில்ல... ‘அதுலேர்ந்து நாலு மாங்கா பறிச்சுத் தா...’னு நீ கேக்கறே! நான் குட்டிச் சுவத்துல ஏறி எம்பி மாங்காவைப் பிடிக்கற நேரத்துல கால் வழுக்குதா, நீ பதறி என் சட்டையைப் பிடிக்கறியா...”

“டேய், நிறுத்துடா! எனக்காக மாங்கா பறிக்க இவரு ஏறு னாராம்... கண்ணு பூரா பொய்யி... நீ என்ன கனவு கண்டேனு எனக்குத் தெரியும்!”

விஜய் குனிந்து விரல்நுனிகளைக் கிள்ளினான். “தெரிஞ்சு மாம்மா கலைச்சே..?” என்று முணுமுணுத்தான்.

“நந்து நந்துனு நீ தலகாணிய எச்சப் பண்ணிக்கிட்டிருக்கறதை எத்தனை நேரம்டா வேடிக்கை பாக்கச் சொல்றே..?”

விஜய் முகத்தை இரு கைகளாலும் பொத்திக்கொண்டான். “ஐயோ, வேற என்னம்மா உளறினேன்..?”

“இப்ப நீ எழுந்துக்கறியா... இல்ல, நந்தினிக்கே போன் பண்ணட்டுமா..?”

“சரியான ராட்சஸிமா நீ. எங்க ஃபர்ஸ்ட் நைட் முடிஞ்ச கையோட தனிக்குடித்தனம் போயிடணும்ப்பா...” என்றபடி தன் ஸ்மார்ட் போனை எடுத்தான்.

நந்தினியிடமிருந்து மூன்று வாட்ஸ்அப் மெசேஜ்கள்.

‘குட் மார்னிங்டா..’ என்று பூங்கொத்துடன் ஒரு ஸ்மைலி.

‘இன்றைய முக்கியமான நாள் உனக்கு வெற்றிகரமான நாளாக

அமையட்டும்..!' என்று சிவப்பு உதடுகளுடன் ஒரு வாழ்த்து.

'நீ தீவிரமாக ஆசைப்பட்டால், அது நிறைவேறுவதற்கான வழிமுறையும் தானாக அமையும்..' என்று பட்டாம்பூச்சி படத்துடன் ஒரு சேதி.

இரண்டு கட்டைவிரல்களையும் பயன்படுத்தி அவள் குறுஞ் செய்திகளை அனுப்பும் வேகம் கண்டு பிரமித்திருக்கிறான்.

மரகதம் சட்டென்று கையை நீட்டி போனைப் பறித்தாள்.

"போடா! முக்கியமான மீட்டிங்னு சொன்ன... சீக்கிரம் ரெடியாகு!"

"பெட்ஷீட்டை நீ மடிச்சிரும்மா..." என்றபடி விஜய் பாத்ரூ முக்குள் பாய, மரகதம் சிரித்துக்கொண்டே சமையலறைக்குத் திரும்பினாள்.

விஜய் குளித்தான். உடுத்தினான். கடவுளர் படங்களோடு இருந்த அவனுடைய அப்பாவின் படத்துக்கு எதிரில் நின்றான். கண்மூடி கும்பிட்டான்.

அவன் ஆசைப்பட்டான் என்று எட்டாவது படிக்கும்போதே அவனுக்குக் கேமரா வாங்கிக் கொடுத்தவர். புகைப்படக்கருவி பற்றிய புத்தகங்கள் சேகரித்துக் கொடுத்தவர். அதிகாலையில் ஸ்கூட்டரில் கடற்கரைகள், பூங்காக்கள், பாலங்கள் என்று கூட்டிப் போய் படமெடுக்கத் துணையிருந்தவர். அவன் எடுத்த படங்களை போட்டிகளுக்கு அனுப்பி பரிசு பெற்றுக் கொடுத்து உற்சாகமூட்டியவர். அவன் விரும்பிய கல்லூரிப் படிப்பை அவனுக்கு வழங்கியவர்.

கல்லூரி இறுதித் தேர்வில் அவனை விட்டுவிட்டுத் திரும்பும் வழியில், ஆளில்லா ரயில் பாதையை அவசரமாகக் கடக்க முனைந்தது தான் முட்டாள்தனம். வீட்டை விட்டு முழுசாகப் போனவர் மூட்டையாகத் திரும்பினார்.

ஆறு மாதங்களாயிற்று அவன் அம்மாவின் கண்ணீர் உலர. பல்கலைக்கழகத்தில் முதலாவதாகத் தேர்வாகி, தங்கப்பதக்கம் வாங்கியபோது, கண்டு களிக்க அவர் இல்லை. கே.ஜி. தொலைக் காட்சியில் அவன் ஒளிப்பதிவாளராக வேலைக்குச் சேர்ந்த போது, ஆசிகள் வழங்கியனுப்ப அவர் இல்லை. ஆனாலும், அவர் அவனோடு ஐக்கியமாகி, எப்போதும் இணைந்திருப்பதாகவே அவன் உணர்ந்தான்.

போனில் அலாரம் ஒலித்து நேரத்தை நினைவூட்டியது.

"அம்மா, பொங்கல் ரெடியா..?"

"பொங்கல்னு யாருடா சொன்னாங்க..?"

"நம்ம வீட்ல வாரத்துக்கு ஆறுநாள் வெண்பொங்கல் தானம்மா..?"

"வருவா ஒருத்தி.. ஆப்பமும், ரவா தோசையும், பெஸரெட்டும் பண்ணித் தர! அதுவரைக்கும் இந்த பொங்கலைப் பொறுத்துக்க..."

மரகதம் சாப்பாட்டு மேஜையில் ஹாட்பேக்கில் சிற்றுண்டியை பொட்டென்று வைக்க... அதைத் திறந்து பார்த்துவிட்டு, "ஓ... இன்னிக்கு ரவா இட்லியா..?" என்று தட்டில் எடுத்து வைத்தான், விஜய். "நீயும் எடுத்துக்க.." என்று அதை மரகதத்திடம் நீட்டினான். இன்னொரு தட்டில் தனக்கானதை எடுத்துக்கொண்டான்.

"நேரத்தோட எழுந்துக்கிட்டா, இப்படி அள்ளி அள்ளிப் போட்டுக்க வேண்டாமில்ல..?" என்று தக்காளி சட்னியை அவனுக்குப் பரிமாறினாள் மரகதம்.

"என்னென்ன திட்டணுமோ, எல்லாத்தையும் எழுதி வெச்சுக்க. நைட்டு வந்து வாங்கிக்கறேன். இப்ப டயமாச்சு..."

சாப்பிட்ட வேகத்திலேயே ஹெல்மெட்டை அள்ளிக்கொண்டு, வாசலுக்கு ஓடினான். மோட்டார் சைக்கிளை நிமிர்த்தினான்.

"வரேம்மா..!"

டீசலும், பெட்ரோலும் காற்றைக் கற்பழித்திருந்த பழைய மகாபலிபுரம் சாலையில் இருந்தது, அவன் பணிபுரியும் கே.ஜி. தொலைக்காட்சி நிலையம். அதன் அலுவலகத்தைச் சுற்றி, இரண்டாள் உயரத்துக்கு மதில் சுவர். சீருடை அணிந்து வாசலிலேயே மடக்கும் செக்யூரிட்டி ஆட்கள். அவனைப் பார்த்ததும், குறுக்குக் கட்டையை விலக்கி, புன்னகையுடன் அனுமதித்தார் செக்யூரிட்டி.

விஜய் மோட்டார் சைக்கிளை பைக் ஸ்டாண்டில் நிறுத்தினான். கார் பார்க்கிங் பகுதிக்குப் பார்வை பாய்ந்தது. நல்லவேளை, இன்னும் எம்.டி.யின் ரோல்ஸ் ராய்ஸ் வரவில்லை.

எதிர்ப்பட்ட சக ஊழியர்களுக்கு வணக்கம் சொல்லிக் கொண்டே வேகமாக நடந்து, லிஃப்டை அடைந்தான். மூன்றாவது மாடியில் அவனுக்கான கேபினை அடைந்து, தன் பையை வைத்தான். போன் சிணுங்கியது. எடுத்தான்.

கல்யாணி..!

"ஹாய் கல்லு... நான் வந்தாச்சு..!"

"நீ அஞ்சு நிமிஷம் லேட்டுடா... எம்.டி. கத்தப்போறாரு..."

"எம்.டி இன்னும் வரல..."

"யார் சொன்னது..?"

“பார்க்கிங்ல அவர் கார் இல்ல...”

“போடா, புத்திசாலி! அவரை ட்ராப் பண்ணிட்டு, வண்டி சர்வீஸுக்குப் போயிருக்கு. சட்டுனு அவர் ரூமுக்கு ஓடி வா...”

பரபரப்பானான். மானிட்டரின் கறுப்புத் திரையில் தெரிந்த தன் பிம்பத்தைப் பார்த்தான். தலைமுடியை சரி செய்துகொண்டான். லிஃப்டுக்காகக் காத்திருக்காமல், படிகளை இரண்டு மூன்றாக இறங்கி, இரண்டாவது தளத்துக்கு வந்து சேர்ந்தான். காரிடாரில் கல்யாணியும், முரளிதரனும் காத்திருந்தார்கள்.

கல்யாணியை சின்னத்திரையில் காணாதவர்கள் குறைவு. குழந்தைத்தனம் மாறாத உருண்டை முகம். பெரிய கருவிழிகள். வடிவான உதடுகள். தெளிவான உச்சரிப்பில் தேன்குரல். உறுத்தாத உயரம். கச்சிதமான உடற்கட்டு.

முரளிதரன் நிகழ்ச்சித் தயாரிப்பாளர். நாற்பத்தைந்து வயதிலேயே பெருவழுக்கை. எப்போதும் கட்டம் போட்ட சட்டையும், கவலையான முகமுமாகத் திரிபவர்.

“கம்...” என்று வேகமாக முன்னால் நடந்தார்.

‘நிர்வாக இயக்குநர்’ என்று பித்தளை அறிவிப்பு வைத்த கதவைத் திறந்ததும், எம்.டி.யின் உதவியாளர் செந்தாமரை தென்பட்டார். பெயருக்குத் தொடர்பில்லாமல், மிக நவீனமாக உடுத்தியிருந்த இளம் எம்.பி.ஏ.

கண்களால் வரவேற்று, இன்டர்காமில் பேசி, “உள்ள போலாம்...” என்றார்.

பதினெட்டு மாதங்களுக்கு முன்பு பணியில் சேர்ந்தபின், அந்த அறைக்குள் விஜய் இதுவரை மூன்று முறைதான் நுழைந்திருக்கிறான். ஒவ்வொரு முறையும் சுவரின் வண்ணம் மாறியிருக்கும். சுவரை அலங்கரிக்கும் நிழற்படங்கள் வேறாகியிருக்கும். பூந்தொட்டிகள் புது இடத்துக்கு நகர்ந்திருக்கும். இந்த முறையும் அதே பிரமிப்பு.

மாபெரும் மேஜையை அடுத்திருந்த உடல் புதையும் குஷன் சோஃபாக்களில் அமிழ்ந்து அமர்ந்தார்கள்.

உள்ளறையிலிருந்து கைகளைத் துடைத்துக்கொண்டே நிர்வாக இயக்குநர் கே.கிரிதர் வந்தார். எதிர் இருக்கையில் அமர்ந்தார். வெற்றிகரமாகச் செயல்பட்டுக்கொண்டிருக்கும் நான்கு தமிழ்ச் சேனல்களின் ஒட்டுமொத்த முதலாளி என்று நம்பமுடியாத நாற்பது வயது.

எப்போதும் நெருக்கமான, செங்குத்தான கோடுகள் அச்சிட்ட வான் நீலச்சட்டை. கருநீலநிற பேன்ட். லெதர் பெல்ட். விளிம்பில்லா கண்ணாடி. சூழ்ந்திருக்கும் ஒரு சுகந்தமான வாசம்.

ஊடுருவும் கூர்மையான பார்வை. முகத்தில், செல்வத்தோடு சேர்ந்துவரும் ஒரு பொலிவு.

அவரைப் பார்த்ததும் யாவரும் முதுகு சாயாமல் நிமிர்ந்து அமர்ந்தார்கள்.

"சொல்லுங்க, முரளி..."

அதிராத குரல்.

"சார்... ஞாயித்துக்கிழமை காலைல, இப்ப வந்திட்டிருக்கற ஆன்மிகம் ப்ரோகிராமுக்குப் புதுசா ஐடியா இருந்தா சொல்லச் சொன்னீங்க, சார்..."

"யெஸ்..."

முரளிதரன் கல்யாணியைப் பார்த்தார். கல்யாணி தெளிவான குரலில் தொடர்ந்தாள்.

"நம்ம ப்ரோகிராம்ல பெரும்பாலும் பிரபலமான கோயில்களை கவர்பண்ணி போட்டுட்டிருக்கோம், சார்..."

"எல்லா சேனலும் அதையே பண்ணுதே..?"

"அதான் சார்... நம்ம நாட்டுல எத்தனையோ புராதனமான கோயில்ங்க சீண்டப்படாம, சீரழிஞ்சுட்டிருக்கு. எத்தனையோ கோயில்களுக்குப் பின்னால, நாம தெரிஞ்சுக்காத சரித்திரம் இருக்கு. அந்தக் கோயில்களைப்பத்தி புது கோணத்துல நிகழ்ச்சியைத் தொகுத்துக் குடுத்தா, மக்களுக்கு மத்தியில ஒரு விழிப்புணர்வே கொண்டு வரலாம், சார்!"

"உதாரணத்துக்கு..?" கிரிதர் அதிக வார்த்தைகளை விரயம் செய்வதில்லை.

"திருக்கோவிலூர் பக்கத்துல அரவமணி நல்லூர்னு ஒரு ஊர். அங்க ஏழு நூற்றாண்டுக்கு முன்னால கட்டப்பட்ட அமிர்த லிங்கேஸ்வரர் கோவில். அங்க இருக்கற பஞ்சலோக நடராஜர் சிலையை பிரிட்டிஷ்காரங்க தூக்கிட்டுப் போகப் பார்த்த ஒரு கதை இருக்கு. குருக்கள் சுவாரசியமா சொல்வாரு. அற்புதமான கோயில் சார். ஆனா, சரியான பராமரிப்பு இல்ல. கோயிலையொட்டி, பெண்ணையாறு ஓடுது சார். விஷுவல்ஸ்லாம் சூப்பரா இருக்கும்!"

அந்தக் கோயிலில்தான் சந்திக்கப் போகும் பேராபத்து பற்றி எந்த முன்னறிவிப்பும் இல்லாமல் கல்யாணி கண்களில் கனவோடு விவரித்துக்கொண்டே போனாள்.

# 3

அரவமணி நல்லூர் கோயிலைப் பற்றி கல்யாணி ஆசையுடன் விவரித்ததை கிரிதர் உன்னிப்பாகக் கவனித்தார். "முக்கியமா நாம கவர் பண்ணப் போற கோயில்களைப் பத்தி யாருமே இது வரைக்கும் கவர் பண்ணியிருக்க மாட்டாங்க சார்... தெரியாத கோயில்களைப் பத்தி தெரிஞ்சுக்கணும்ங்கற ஆர்வத்தோட மக்கள் பார்ப்பாங்க!"

கல்யாணி சொல்லிக்கொண்டிருக்கும்போதே, முரளிதரன் பக்கம் திரும்பினார் கிரிதர்.

"நல்லா வருமா முரளி..?"

"வாரம் ஒண்ணுன்னு மொதல்ல நாலு கோயிலை கவர் பண்ணுவோம் சார்... பிக் அப் ஆகலைன்னா மாத்திருவோம்!"

"பட்ஜெட்..?"

பதில் சொல்ல விஜய் ஆர்வத்துடன் முன்வந்தான்.

"சார்! நானும் கல்யாணியும் போனா போதும் சார்... ஒரே ஒரு கேமரா எடுத்துக்கறோம்!"

கிரிதர் ஆமோதித்துத் தலையசைத்தார்.

"முரளி... தேவையான பணம் கொடுத்து அனுப்புங்க!"

"தேங்க்ஸ் சார்!"

"நம்ம காரு, நம்ம டிரைவரு... வசதியான ஹோட்டலா பார்த்து

தங்குங்க. ஆல் தி பெஸ்ட்...” என்று கிரிதர் எழுந்தார்.

மூவரும் வெளியே வந்தார்கள்.

முரளிதரன் விஜய்யை சந்தேகத்துடன் பார்த்தார்.

“ஒரு கேமரா போறுமா விஜய்..?”

“லைவ் இல்லையே... ரெக்கார்ட் பண்ணதை எடிட் பண்ணி தான ஒளிபரப்புவோம்..? தனியா சமாளிச்சுருவேன் முரளி சார்” என்றான் விஜய்.

“எப்ப போறீங்க..?”

“சன்ரைஸ் இல்லேன்னா, சன்ஸெட் லைட்டிங் வேணும் சார்!”

“நாளைக்கு எடுக்கணும்னா, இன்னிக்கு ஈவினிங்கே போயிட லாம்...” என்றாள் கல்யாணி.

“எத்தன நாள்..?”

“ரெண்டு நாள் போறும் சார். வந்ததும், பைலட் எபிஸோடை ரெடி பண்ணி உங்களுக்குப் போட்டுக் காட்டறேன்...”

வாக்கு கொடுத்தபடி இரண்டு நாட்களில் அந்தத் தொலைக் காட்சி நிலையத்துக்குத் திரும்பப்போவதில்லை என்பது கல்யா ணிக்கு அப்போது தெரியாது.

கேமராவை வெளியே எடுத்துச் செல்வதற்கான அனுமதிக் காக அலுவலகத்தின் நடைமுறைகளை கவனித்துவிட்டு, விஜய் வீட்டுக்கு போன் செய்தான்.

“அம்மா, உனக்கு ரெண்டு நாள் விடுதலை...”

“எந்த ஊருக்குப் போறே..?”

“அரவமணி நல்லூர். மூணு செட் டிரஸ் எடுத்து வெச்சிரும்மா...”

அடுத்து, மதிய உணவு இடைவேளையின்போது சந்திப்பதாக நந்தினிக்கு செய்தி அனுப்பினான். வழக்கமான காஃபிக் கடையில் காத்திருப்பாள் என்று பதில் வந்தது.

சொன்னபடி நந்தினி காத்திருந்தாள். விஜய்க்குப் பிடித்த மயில் கழுத்துநிறப் புடவையில் ஜொலித்தாள். திருத்திய புருவங்கள். திருகி இழுக்கும் விழிகள். முத்தமிடச் சொல்லும் நேர் நாசி. இயல் பிலேயே ரோஜா நிற இதழ்கள். ஆரோக்கிய ஈறுகள் தெரிய விரியும் சிரிப்பு. இப்படிக் கொள்ளை அழகுடன் இருந்தால், அவளைப் பார்த்ததும் மனசும், விரலும் ஏன் பரபரக்காது?

“என்னடா! முழுங்கற மாதிரி பார்த்திட்டே இருக்க..?” என்று இமைகளைப் படபடத்தாள் நந்தினி.

“சிவன் சாப்பிட்ட வெஷம் போல முழுங்காம தொண்டை லயே வெச்சுக்கிட்டு அப்பப்ப ருசி பார்ப்பேனே தவிர, நான் ஏன்

முழுங்கறேன்..?” என்று விஜய் அவள் புறங்கையில் விரல்களால் தட்டினான்.

“உன் சினிமாக் கவிதைலாம் கேக்க நேரமில்ல கண்ணா... ஆபீஸ்ல அரை மணி நேரம் பர்மிஷன் சொல்லிட்டு வந்திருக்கேன். கம் டு தி பாயின்ட்...”

“டப்புனு ரெண்டு நாள் லீவு போட்டுட்டு என்கூட வர்றியா..?”

“எங்க..?”

“அரவமணி நல்லூர்...”

“அங்கென்ன ஜல்லிக்கட்டா? ‘துள்ளி வர்ற காளையைத் துரத்திப் பிடிக்கப் போற துடிப்பான இளைஞன்’னு உன்னைப் பத்தி மைக்ல சொல்வாங்களா..?”

“கோயில் போறோம், நந்து...”

“நீயும் கல்யாணியுமா..?”

“ம்ம்... சூரிய வெளிச்சத்துலதான் கேமரா வேலை. அப்புறம் நிலா வெளிச்சத்துல ஃப்ரீயாதான் இருப்பேன். கோயிலையொட்டி ஆறு ஓடுதாம். நீ வந்தா அப்படியே ஆத்தங்கரையில...”

“கோயில் பிரசாதத்தை நிலாச்சோறு தின்னலாங்கறியா..?”

“நான் எவ்ளோ ரொமான்டிக்கா பேசறேன்..? கரப்பான்பூச்சி மேல மருந்து அடிக்கற மாதிரியே மூஞ்சிய வெச்சுக்கிட்டுப் பேசறியே..?”

“திரும்பி வந்து நீ என்ன சொல்லுவேனு எனக்குத் தெரியும். அந்த ஊர்ல ஒரே ஒரு ஹோட்டல்தான் இருந்தது. அந்த ஹோட்டல்ல ஒரே ஒரு ரூம்தான் இருந்தது. வேற வழியில்லாம, நானும் கல்யாணியும் அந்த ஒரே ரூம்ல தங்க வேண்டியிருந்தது. அங்க அடிக்கடி கரன்ட் வேற கட் ஆச்சா...”

“ஏய், ஏய், ஏய்... அந்த கும்பமேளா மேட்டரை இன்னுமா ஞாபகம் வெச்சிட்டிருக்க..? சத்தியமா அங்க ஒரு ரூம்தான் கெடைச்சுது. ரெண்டு லட்ச ரூபா கேமராவை பத்திரமா வெச்சுக்க வேற வழியில்லாமதான் ஒரே ரூம்ல தங்கினோம்.. கேமராவைக் கட்டிப் பிடிச்சுக்கிட்டு, தரைலதான்டி தனியாப் படுத்துக் கெடந்தேன்...”

“எதுக்குப் பதறணும்..? நான் சந்தேகப்படலியே..?”

“பிரச்னையே வேண்டாம்னுதான இப்ப உன்னையும் வரச் சொல்றேன்...”

நந்தினியின் போன் சிணுங்கியது. எடுத்தாள். “நூறு ஆயுசு கல்யாணி, உனக்கு...” என்றாள்.

"கல்யாணியா... அவ உனக்கு ஏன் போன் பண்றா..?" விஜய் தவித்தான்.

"நீ சந்தேகப்பட்டது கரெக்ட்தான், கல்யாணி. உன் மேல அவனுக்கு நம்பிக்கையில்லையாம். என்னையும் துணைக்குக் கூப்புடறான்..."

"அடப்பாவி... ரெண்டு பேரும் சேர்ந்து என்னைக் கழுவுல ஏத்தறீங்களா..? கல்லு... இவ சொல்றதை நம்பாத. உன்னைப் பத்தி நான் அப்படி சொல்லவே இல்ல..." என்று விஜய் குனிந்து நந்தினியின் போனில் கூவினான்.

போனை பின்னுக்குத் தள்ளினாள், நந்தினி. "நீ போன் பண்ணதும், இங்க பையனுக்கு ஒரே பதற்றம்..." என்றபோது, அவள் கண்களில் குறும்பு பொங்கி வழிந்தது.

"நீ ஒரு ஹெல்ப் பண்ணு கல்யாணி. கேமராவைக் கையில எடுத்துட்டா, இதுக்கு வெயில் தெரியாது... பசி வராது... தாகம் எடுக்காது... தலைல தட்டி நேரங்காலத்துல சாப்பிட வையி, போறும். தேங்க்ஸ் மச்சி..." என்று போனை வைத்தாள்.

"நீங்க ரெண்டு பேரும் எப்படி கூட்டு சேர்ந்தீங்க..?"

"எல்லாம் உன் மேல இருக்கற அக்கறைதான்..."

"தூக்கத்துலயும், கனவுலயும் உன்னையே நெனைச்சு உருகிட்டிருக்கறவனை என்னல்லாம் சொல்லிக் கலாய்ச்சிட்ட..?"

"அதான் தலகாணிலாம் எச்சிலாவுதா..?"

"ஐய்யோ.. எங்கம்மாகூடயும் பேசினியா?"

"அவங்கதான் போன் பண்ணாங்க. சீக்கிரம் மஞ்சக் கயித்தோட வந்து சேரு, இவன் தொல்லை தாங்காம தலகாணிலாம் அழுதுனு சொன்னாங்க..."

விஜய் தன் கன்னத்தில் வலிக்காமல் தட்டிக்கொண்டான். "ஒண்ணு தெளிவாப் புரியுது... இந்த தேசத்துல எல்லாப் பொம்பிளைங்களும் எனக்கெதிரா ஒரு சதி பண்ணிட்டிருக்கீங்க!"

நந்தினி கலகலவென சிரித்தாள்.

"உனக்கு முன்னாலயே கல்யாணி போன் பண்ணி அரவமணி நல்லூர் வர்றியானு கேட்டுட்டா... எங்க ஆபீஸ்ல இப்ப ஆடிட் நடக்குது. அசைய முடியாது..."

அவன் எதிர்பார்க்காத நேரத்தில் அவன் கையைப் பற்றி உயர்த்தி தன் உதடுகளால் ஒற்றினாள். "ஒழுங்காப் போயிட்டு, ஒழுங்கா வந்து சேரு..."

"நான் என்ன கனவு கண்டேன்னு சொல்லவேயில்லியே..?"

"உனக்கு என்ன மாதிரி கனவு வரும்னு எனக்குத் தெரியும்... கௌம்பு!" என்று நந்தினி எழுந்தாள்.

விழுப்புரத்திலிருந்து முப்பத்தைந்து கிலோமீட்டர் தொலைவில் இருந்தது அரவமணி நல்லூர். மாலை வெயில் மஞ்சளாகத் தேய்ந்து போன வேளை. அந்த இன்னோவா கார், ஆற்றை ஒட்டியிருந்த பாலத்தைக் கடந்தது. பாறையும், மண்மேடுமாக இருந்த சாலையில் ஊர்ந்து சென்றது. ஒரு புளிய மரத்தடி நிழலில் நின்றது. கண்ணாடியை இறக்கி, பெட்டிக்கடையில் விஜய் விசாரித்தான்.

"கோயிலைப் பார்த்துக்கறவங்க எங்க இருக்காங்க..?"

"நடராஜரைப் பார்க்க வந்திருக்கீங்களா சார்..?"

"ஆமாம்..."

"அதோ, அந்த மூணாவது ஓட்டு வீடு. அங்கதான் கணேசய்யர் இருக்கறாரு.. அவர்தான் கோயிலோட குருக்கள். அவரைப் பாருங்க... விவரம் சொல்வாரு!"

கணேசய்யருக்கு உருண்டை முகம். நெற்றி நிறைய விபூதிப் பட்டை. கழுத்தில் ருத்திராட்சக் கொட்டை. அவிழ்த்தால் பாதி முதுகு வரை படரும் குடுமி. கறை படிந்த வரிசை தப்பிய பற்கள்.

சன் மியூசிக்கில் பாடல்களைப் பார்த்துக்கொண்டிருந்தவர், கதவு தட்டப்படும் ஒலி கேட்டு, டி.வியை நிறுத்திவிட்டு வெளியில் வந்தார்.

"நாங்க கே.ஜி. டி.விலேர்ந்து வரோம். 'அறிவோம்... கொண்டாடுவோம்'னு புராதனக் கோயில்களை கவர்பண்ணி ஒரு புரோகிராம் பண்றோம். நம்ப கோயில்தான் மொதல் கோயில். நீங்க விவரங்கள் குடுத்தா நல்லா இருக்கும்..."

"உக்காருங்கோ.." என்று ஊஞ்சலைக் காட்டினார். "உங்க பேரு..?"

"என் பேரு விஜய். நான் கேமராமேன். இது கல்யாணி. இவங்கதான் நிகழ்ச்சியை வழங்கப்போறவங்க.. இது பன்னீர். கேமரா அசிஸ்டெண்ட். இது ப்ரகாஷ். எங்க டிரைவர்..."

"சந்தோஷம். கமலம்... ரெண்டு சொம்பு மோர் கொண்டு வா..!" என்று உள்ளே பார்த்துக் குரல் கொடுத்தார்.

பன்னிரண்டு வயதுப் பெண் ஒன்று உள்ளறையிலிருந்து தலையை மட்டும் நீட்டியது. "இந்தக்காவை டி.வில பாத்துருக்கோமே..!" என்று இரட்டைப் பின்னல்கள் துள்ள ஓடி வந்தது.

"உங்க டிவில எப்பக்கா கபாலி படம் போடுவீங்க..?"

"இன்னும் படமே ரிலீஸ் ஆகலியேம்மா..!"

மடிசார் மாமி கொடுத்த மோர் அமிர்தமாயிருந்தது.

"கோயிலைப் பாக்கறேளா..?"

அவர்கள் குழுவாக அவருடன் நடந்தார்கள். இருபதடி உயரத்துக்கு கனமான மதில் சுவர். அங்கங்கே காரையும் சுண்ணாம்பும் உதிர்ந்திருந்தன. மதில் சுவரின் மீதிருந்த நந்தி பிம்பங்கள் சில சிதைந்திருந்தன.

குருக்கள் பெரிய பெரிய சாவிகளைத் திருகி, கோபுரக் கதவில் ஒரு உள்கதவைத் திறந்தார். வெவ்வேறு சன்னதிகளுக்குக் கூட்டிப்போனார்.

அழுது வடியும் மங்கலான மஞ்சள் பல்புகள். சன்னதிகளில் மண் அகல்களில் தேய்ந்த தீபச்சுடர்கள்.

"பராமரிப்பு இல்லியோ..?" என்றாள் கல்யாணி.

"இந்த ஊரைச் சேர்ந்த சில பெரிய மனுஷா, வெளியூர்லயோ, வெளிநாட்டுலயோ செட்டிலாயிருக்கா பாருங்கோ... அவா அப்பப்ப அனுப்பற பணத்துலதான் வெளக்குக்கு எண்ணெயே வாங்க முடியறது. இவ்வளவு பெரிய கோயிலை தினம் பெருக்கி, சுத்தம் பண்ணி, தூய்மையா வெச்சுக்கறதுக்கே ஆள் படை போறல!"

"நம்ப புரோகிராம் வந்ததும், கோயிலுக்கே விடிவு காலம் பொறக்கும்,...பாருங்க, ஐயரே..."

"ஓன் வார்த்தை பலிக்கட்டும்மா.."

பொதுவாக கோயிலின் அமைப்பை உள்வாங்கிக்கொண்டான், விஜய். எந்தெந்த கோணத்தில் காட்சி அமைய வேண்டும், அதற்கு எங்கெங்கு கேமரா வைக்க வேண்டும் என்று குறிப்பெடுத்துக் கொண்டான்.

"காலைல வெளிச்சத்துல வீடியோ எடுப்போம். இந்தக் கோயிலோட ஸ்தல புராணத்தையும், வேற முக்கிய சேதி இருந்தா அதையும் அப்ப சொல்லுங்க, ஐயரே..."

"நல்லது..."

"காலைல வரோம்.." என்று கும்பிட்டான் விஜய்.

பக்கத்தில் இருந்த திருக்கோவிலூரில் ஓரளவு நாகரிகமாக இருந்த ஹோட்டலில் அறை எடுத்தார்கள்.

தன் அறைக்கான சாவியை கல்யாணியிடமிருந்து பறித்தான் விஜய். "கும்பமேளா ரூமை வெச்சு, இன்னும் என்னை வம்பு பண்ணிட்டிருக்கீங்க இல்ல, ரெண்டு பேரும்..?"

"பாவம், கார்பெட் தூசில ராத்திரி பூரா சுவாசம் விட்டுக்கிட்டு நீ அங்க தரைல பொரண்டு கெடந்ததை யார் நம்பறாங்க..?

குட்நைட் கண்ணா.." என்று கல்யாணி கண்ணடித்துவிட்டு தன் அறைக்குப் போனாள்.

விஜய் விலையுயர்ந்த கேமராவை கட்டிலுக்கடியில் வைத்து விட்டு, நந்தினிக்கு போன் செய்தான்.

அது ஹோண்டா கார். அடர்கறுப்பு நிறம். பெண்ணையாற்றின் கரையையொட்டி இரவின் இளங்குளிரில் பார்க்கிங் விளக்குகளை மட்டும் ஒளிரவிட்டுக்கொண்டு, தவழ்ந்து வந்தது. காற்றில் கிளை களை வீசிக்கொண்டிருந்த வேப்ப மரத்தடியில் நின்றது. பார்க்கிங் விளக்குகளையும் அமர்த்தி, இருளில் ஒன்றிப் போனது. இன்ஜினை அமைதிப்படுத்திவிட்டு, டிரைவர் இருக்கையில் இருந்தவன், பின் இருக்கையில் இருந்தவனிடம் கோயில் கோபுரத்தைக் காட்டினான்.

"அந்தக் கோயில்தான்.."

பின் இருக்கையில் இருந்தவன் அந்த இருட்டிலும், ஜெர்கினும், தொப்பியும், கறுப்புக் கண்ணாடியும் அணிந்திருந்தான்.

"ஒரே ஒரு குருக்கள்தானே..?"

"ஆமா... காலைல ஒரு மணி நேரம், சாயந்திரம் ஒரு மணி நேரம்தான் கோயிலே தொறந்திருக்கும்..." என்றான் காரோட்டி.

"ஈவ்னிங் டயம் மட்டும் சொல்லு..."

"நாலு, நாலரைக்குத் தொறப்பாரு... அஞ்சு, அஞ்சரைக்கு மூடிடுவாரு!"

"நாளைக்கு வர்றோம்..."

"பக்கத்துல திருக்கோவிலூர்ல ரூம் கெடைக்கும்..."

"முட்டாள்... மோப்ப நாய் மொதல்ல அங்கதான் வரும். நூறு கிலோமீட்டர் சுத்துவட்டாரத்துலயே தங்கக்கூடாது. செங்கல் பட்டுக்குப் போயிருவோம். மொதல்ல இருட்டுலயே ஒரு மேப் போடுவோம். வண்டி வேண்டாம். சத்தம் கேக்கும். நடக்கலாம், வா..."

இருவரும் காரிலிருந்து இறங்கினார்கள். இருட்டில் கலந்தார்கள்.

# 4

அதிகாலை சூரியன் அவர்கள் தங்கியிருந்த லாட்ஜைத் தொட்டபோதே விஜய் குளித்து முடித்து, தயாராகிவிட்டான். கேமராவைத் துடைத்து, தேவையான லென்ஸ்கள் இருக்கின்றனவா என்று உறுதி செய்துகொண்டான். உதவியாளன் பன்னீரையும், ஓட்டுநர் ப்ரகாஷையும் தயாராகச் சொல்லிவிட்டு, கல்யாணி இருந்த அறைக்கதவைத் தட்டினான்.

கதவைத் திறந்த கல்யாணியைப் பார்த்ததும், அதிர்ந்தான். வழக்கமான உற்சாகமின்றி அவள் களைப்புடன் காணப்பட்டாள். கண்கள் இடுங்கியிருந்தன.

"கல்லு... என்னாச்சு? நான் இல்லாம தனியா படுத்ததுனால சரியா தூங்கலையா..?" என்று அவளுக்கு உற்சாகமூட்ட முனைந்தான்.

கல்யாணி களைப்புடன் ஒரு புன்னகையை உதிர்த்தாள்.

"இல்லடா... நைட்டு சரியான தூக்கமில்ல! காய்ச்சல் வந்த மாதிரி உடம்பு வலிக்குது..."

"ஷூட்டை கேன்ஸல் பண்ணிருவோமா..?"

"சீச்சீ... முதல் எபிசோட்லயே சொதப்பினோம்னா, அசிங்கமா யிரும். பதினஞ்சு நிமிஷம் கொடு... ரெடியாகி வர்றேன்!" என்று கதவைச் சாத்திக்கொண்டாள்.

முப்பத்தைந்து நிமிடங்களில் கல்யாணி கதவைத் திறந்தாள்.

குளித்து முடித்து, பளிச்சென ஒப்பனை செய்து, பாசிப் பச்சையில் பட்டுடுத்தி, கூந்தலில் மல்லிகைச் சரம் வைத்து, தேவதை போல் நின்றாள்.

விஜய் திருஷ்டி கழிப்பதுபோல் காற்றில் கையோட்டி, "அட... அட... அட... உனக்கு மட்டும் ஒரு பாய் ஃப்ரெண்ட் இருந்தா, இப்படிப் பார்த்ததும், உன் கால் கட்டைவிரலை நக்கிட்டுக் கெடக்கச் சொன்னாகூட கெடப்பான்..." என்றான்.

"எனக்கு பாய் ஃப்ரெண்ட் கெடையாதுனு யார் உனக்குச் சொன்னது..?"

"என்னைத் தவிர வேற பயல்கூட உனக்கு ஃப்ரெண்டா இருக்கானா..?"

"டேய், ஊர்ல இருக்கற பொண்ணுங்க எல்லாம் உன்னையே பாய் ஃப்ரெண்டா வெச்சுப்பாங்கன்னு ஜொள்ளு வுடாத..."

"அது யாருப்பா உன் ஆளு..?"

"நேரம் வரும்போது சொல்றேன். இப்ப கோயிலுக்குப் போகணும்... கிளம்பு!"

அவர்கள் கோயிலுக்குப் போய்ச் சேர்ந்தபோது, அரவ மணிநல்லூர் ஆலயத்தின் கோபுரத்துக்கு இளம் சூரியன் தனி வெளிச்சம் பாய்ச்சியிருந்தது. ஆலயத்தையொட்டி நெளிந்துகொண்டிருந்த பெண்ணையாற்றின் நீரலைகள் கோயிலின் தலைகீழ் பிம்பத்தை மிருதுவாகத் தாலாட்டிக்கொண்டிருந்தன.

கேமராவில் முகம் வரும் என்பதால், கணேச குருக்கள் மெலிதாகப் பவுடர் பூசி, நெற்றியை அடைத்து, பட்டையாக விபூதி பூசியிருந்தார்.

"மூலவரைத் தவிர வேற எதை வேணும்னாலும் படம் பிடிச்சுக்கோங்க..." என்று அனுமதி தந்திருந்தார்.

"இங்க நடராஜருக்கு அப்படி என்ன சிறப்பு..? அதைப் பத்திச் சொல்லுங்க..." என்று சொல்லிவிட்டு, 'பேசுங்கள்' என்று கல்யாணி சைகை செய்ய, கணேச குருக்கள் கேமராவைப் பார்த்து, பற்கள் தெரிய, புன்னகையை விரிவாக்கினார். வெவ்வேறு பின்னணிகளில் நின்று, கோயில்பற்றி விவரித்தார்.

"இந்தக் கோயில்ல இதோ இந்த நடராஜர் ரொம்பரொம்ப விசேஷம். பஞ்சலோகத்துல பண்ன சிலை. ஒவ்வொரு விரல் நகம்கூட தத்ரூபமாத் தெரியறது பாருங்கோ. பிரிச்சுப் போட்ட சடைமுடியை எப்படி வரிவரியா செதுக்கியிருக்கா, பாருங்கோ...

பிரிட்டிஷ் காலத்துல எத்தனையோ கோயில்கள்ல இருந்த அற்புதமான சிலைகளையெல்லாம் அவா தங்களோட

ஊருக்குத் தூக்கிண்டு போயிட்டா. இதையும் தூக்கிடணும்னு தொரை திட்டம் போட்டிருந்தார். விஷயம் தெரிஞ்சதும், எங்க கொள்ளுத்தாத்தா இதை பத்திரமா கொண்டுபோய் நெல்லு குதிருக்குள்ள ஒளிச்சு வெச்சுட்டாரு. கடேசி வரைக்கும் கண்டு பிடிக்க முடியாம தொரை திரும்பிப் போயிட்டார். சுதந்திரம் கெடைச்சதும்தான் நடராஜர் மறுபடி வெளிய வந்தார். அப்படி லாம் போராடிக் காப்பாத்தின அற்புதக் கோயில் இது. ஆனா, இப்போ சரியான பராமரிப்பு இல்லாம சன்னிதிலாம் இருண்டு கெடக்கு...”

“இங்க ஒரு கதவு தெரியறதே... அது வழியா பாதாளக் குகை ஒண்ணு இருக்கு. நேரா அரண்மனைக்குப் போகும்னு சொல்லுவா! எதிரி படையெடுத்து வந்தா, மகாராணி தலைமைல தேசத்துல இருக்கற பொம்பளைங்க எல்லாரையும் இங்க பாதுகாப்பா இருக்கச் சொல்வாளாம். பல நூறு வருஷமா இது மூடியே கிடக்கு. இப்ப திறந்தா, பாம்பும், தேளும்தான் உள்ள இருக்கும்னு நினைக்கறேன்...”

இன்னும் சில விவரங்களை தான் சொல்வதற்காக அவரிடம் கேட்டு, கல்யாணி குறித்துக்கொண்டாள்.

இன்னோவா காரின் உச்சியில் ஏறி, அங்கு கேமராவை ஸ்டாண்ட் போட்டு நிறுத்தினான் விஜய். அந்த உயரத்திலிருந்து பார்த்தபோது, வர்ணம் பூசி பல வருடங்கள் ஆகியிருந்த கோபுரம் சற்றே களையிழந்திருந்தாலும், பின்னணியில் முழங்கால் ஆழத் துக்கு சலசலத்துக்கொண்டிருந்த பெண்ணையாற்றில் மிதந்த அதன் பிம்பம் அற்புதமாக இருந்தது.

“கல்லு! பெண்ணையாறை முன்னால வெச்சு, கோயிலைப் பின்னணில வெச்சு, அக்கரைலேர்ந்து எடுத்தா நல்லா இருக்காது..?”

“சூப்பரா இருக்கும்டா... போலாம்!”

கார் அங்கிருந்து புறப்பட்டு, பாலத்தில் ஏறி மறுகரைக்கு வந்தது. கேமரா வழியே பார்த்து, விஜய் உதடுகளைப் பிதுக்கினான். “வெயில் உச்சிக்கு வந்திருச்சு. சாயந்திரம் அஞ்சு மணி போல வந்தா நல்லா இருக்கும்...”

“நானும் கொஞ்சம் ரெஸ்ட் எடுக்கறேன்...” என்றாள் கல்யாணி.

மதிய உணவை முடித்து, சற்று ஓய்வெடுத்துவிட்டு, அவர்கள் பெண்ணையாற்றின் மறுகரைக்கு வந்து காரை நிறுத்தியபோது, சூரியன் மேற்கில் இறங்கியிருந்தது.

விஜய் கேமராவை ஸ்டாண்ட் போட்டு நிறுத்தினான். கல்யாணி கரையோரத்தில் நின்று மைக்கைப் பிடித்தாள்.

“இல்ல கல்லு... தண்ணி ரொம்ப ஆழமில்லியே, அதுல இறங்கி நில்லு! நதிக்கு நடுவுல நின்னு பேசற மாதிரி பார்க்கறதுக்கு நல்லா

இருக்கும்..."

"நல்லதா ஒரு பட்டுப் புடவை கட்டியிருக்கேனில்ல..? உனக்கு அதை நனைக்கணும்..." என்று முனகிவிட்டு, கல்யாணி நீரில் இறங்கினாள்.

"பன்னீரு! மூஞ்சில நிழல் விழுது பார்... தெர்மகோலை இப்படிப் பிடி...!"

ஏற்பாடுகளைச் செய்துவிட்டு, விஜய் கேமரா வழியே பார்த்தான். தெளிவான நீல வானப் பின்னணி. ஆற்றோரம் வளர்ந்திருந்த பச்சை மரங்கள். அவற்றில் பூத்திருந்த வண்ண மலர்கள். மேற்கில் சரிந்திருந்த சூரியனின் வெளிச்சத்தில் கோயிலின் கோபுரம் அற்புதமாகத் தெரிந்தது.

திருப்தியுடன் 'பேசு' என சைகை செய்தான். கல்யாணி பளீரென்ற குரலில் துவங்கினாள்.

"அரவமணி என்ற பெயருக்கு என்ன அர்த்தம்..? அரவம் என்றால், பாம்பு. 'அரவம், அணி, நல்லூர்' என்று வார்த்தைகளைப் பிரித்தால், பாம்பை அணிந்த இறைவன் சிவனைக் குறிப்பிடுவதாகக் கொள்ளலாம். இந்தக் கோயிலை எழுப்பிய அரசன், மூலவருக்கு ஒரு கிரீடம் செய்திருந்தான் என்றும், அதில் கிடைத்தற்கரிய நாகரத்தினக் கல் பதிக்கப்பட்டிருந்தது என்றும் இன்னொரு செய்தி சொல்கிறது. அரவத்தின் மணியான நாகரத்தினத்தைக் குறிப்பிடுவதால் இப்பெயர் வந்தது என்று சொல்வோரும் உள்ளனர்..."

மதியம் சாப்பிட்ட கோழி பிரியாணி வயிற்றை நிறைத்திருக்க, டிரைவர் ப்ரகாஷின் கண்கள் செருகின. காரின் முன் இருக்கையை நன்றாகப் பின்னுக்குத் தள்ளிச் சரித்து, சாய்ந்துகொண்டார். சில நிமிடங்களில் அவரிடமிருந்து மெலிதான குறட்டை சத்தம் வரத் தொடங்கியது.

"தேவர்களுக்குப் பரிமாறுவதற்காக எடுத்துச் சென்றபோது, அமிர்தம் சில துளிகள் இங்கு சிந்தியதால், இந்த ஆலயத்தின் தீர்த்தத்தில் நீராடினால், நீண்ட ஆயுள் கிட்டும் என்ற நம்பிக்கை நிலவுகிறது. பெண்ணையாற்றின் வடகரையில் கம்பீரமாக தலை நிமிர்த்தி நிற்கும் இந்த அமிர்தலிங்கேஸ்வரர் கோயில் பல சரித்திரச் சிறப்புகள் மட்டுமல்ல, புராணச் சிறப்புகளும் கொண்டது. ராஜகோபுரத்தின் அடிவாயிலில் குடைவரைக் கோயில்களாக ஐந்து அறைகள் உள்ளன. கோயிலுக்கு உள்ளே அமைந்துள்ளது, பாஞ்சாலி குளம். பஞ்ச பாண்டவர் வனவாசத்தின்போது இங்கு தங்கியிருந்ததாகவும், அப்போது திரௌபதி நீராடுவதற்காக இக்குளத்தை பீமன் வெட்டியதாகவும் சொல்லப்படுகிறது..."

திடீரென்றுதான் விஜய் அவர்களை கவனித்தான்.

கேமராவிலிருந்து கண்ணை எடுத்து, கல்யாணிக்குப் பின்னால் பார்த்தான்.

அக்கரையில் கோயிலுக்கு வெளியே கணேச குருக்கள் தன் உடலைத் தூக்கிக்கொண்டு ஓடி வந்துகொண்டிருந்தார். கேமராவை ஜூம் செய்து பார்த்தான். அவர் கண்களில் பயம் தெரிந்தது. பின்னாலேயே முகத்தைத் துணியால் மூடிய இருவர் அவரைத் துரத்துவது தெரிந்தது.

"வனவாசம் முடிந்து, கடும் போருக்குப் பின் நாட்டைத் திரும்பப் பெற்ற பாண்டவர்கள், பட்டாபிஷேகம் முடிந்ததும் மீண்டும் இங்கு வந்து, அமிர்தலிங்கேஸ்வரரை வழிபட்டுச் சென்றதாகவும் சொல்லப் படுகிறது. பதவி இழந்தவர்கள், சொத்து சுகங்களை இழந்தவர்கள் இங்கு வந்து வழிபட்டால், பாண்டவர்களைப் போல் இழந்ததை இறைவன் அருளால் மீண்டும் மீட்கலாம் என்று நம்பப்படுகிறது..." என்று கல்யாணி விளக்கிக்கொண்டிருக்கும்போதே, கணேச குருக்களை எட்டிப் பிடித்தவன், தன் கையிலிருந்த கத்தியை வீசினான். அவர் அப்படியே துவண்டு தண்ணீரில் விழுந்தார்.

"கல்யாணி... ஓடு! காருக்கு ஓடு..!" என்று விஜய் கத்தினான்.

கல்யாணியின் முகத்தில் வெளிச்சம் சரியாக விழுவதற்காக, தெர்மாகோலைச் சற்று சாய்த்துப் பிடித்திருந்த உதவியாளன் பன்னீர், என்ன நடக்கிறது என்று புரியாமல் தடுமாற... "நீயும் ஓடுடா!" என்றான் விஜய், கேமராவிலிருந்து கண்களை எடுக்காமல்.

கணேச குருக்களை வெட்டியவன் நிமிர்ந்தான். அங்கிருந்தே மறுகரையில் இருந்த கேமராவைப் பார்த்தான்.

"டேய், எவனோ படம் பிடிக்கிறான் பாரு..." என்று கத்தியதும், அவர்கள் இருவரும் தண்ணீரில் இறங்கி, 'தளப்... தளப்...' என்று ஒலியெழுப்பியவாறு ஓடி வரலாயினர். அந்த ஒலி கேட்டு கல்யாணி திரும்பிப் பார்த்தாள். என்ன நடக்கிறது என்பதைப் புரிந்து, அங்கிருந்து காரை நோக்கி தண்ணீரில் ஓட ஆரம்பித்தாள்.

விஜய் கேமராவுடன் காருக்கு ஓடி, "ப்ரகாஷ், எழுந்திருங்க..." என்று கதவை பலமாகத் தட்டினான். தூக்கத்திலிருந்து திடுக்கிட்டு விழித்து, எங்கிருக்கிறோம் என்று ப்ரகாஷ் உணர்ந்தார்.

அதிகமாகப் பழக்கமில்லாத புடவையும், தண்ணீருக்கடியில் மணல் மடியில் சேகரமாகி, பாதங்களுக்கடியில் உருளும் சிறு கற்களுமாகச் சேர்ந்து, கல்யாணியைக் கவிழ்த்தன.

விஜய் இன்னோவாவின் கதவைத் திறந்தபோது, அவர்கள் கல்யாணியை எட்டிப் பிடித்துவிட்டனர். ஒருவன் அவளைப் பிடித்துக்கொள்ள, அடுத்தவன், "ஏய் கேமராமேன், இங்க வா..." என்று கத்தினான். கல்யாணியின் கழுத்தில் கத்தி வைக்கப்பட்டது.

பன்னீர் ஓடி காருக்குள் ஒளிந்தான்.

"கேமராவைக் குடுடா..."

"அண்ணே, நான் எதுவும் ரெக்கார்ட் பண்ணல.. அவளை விட்டுடுங்க!" என்று விஜய் கூவினான்.

"டேய், கேமராவைக் கொண்டா.."

என்ன நடக்கிறது என்று புரியாவிட்டாலும், ஆபத்தான ஒரு சம்பவம் வெளியே கட்டவிழ்ந்துகொண்டிருக்கிறது என்பதை ப்ரகாஷ் புரிந்து, தனது இருக்கையை நிமிர்த்தி, சரியான கோணத்தில் பொருத்தி, காரின் என்ஜினை உயிர்ப்பித்தபோது, அடுத்தவன் விஜய்யை நெருங்கினான். கேமராவைப் பிடுங்க முனைந்தான்.

விஜய் கேமராவைத் தராமல் தன்னுடன் இறுக்கிப் பிடித்து, "அண்ணே... ரெண்டு லட்ச ரூபா கேமரா அண்ணே! இதுல வேற என்னென்னவோ ரெக்கார்ட் பண்ணியிருக்கு... வேணாம்! எஸ்டி கார்டை குடுத்துடறேன். கேமராவை தரமாட்டேன்..." என்று கெஞ்சலான குரலில் சொன்னான்.

அவர்களுக்குச் சற்றும் பொறுமையில்லை. கல்யாணியைப் பிடித்திருந்தவன் அவள் கழுத்தில் கத்தியால் சரக்கென்று இழுத்தான். ரத்தம் கொப்பளித்து வெளியே வர ஆரம்பித்தது. கல்யாணியின் கண்கள் பயத்தில் மேற்புறமாக உருண்டு இமைகளுக்குள் செருகின. அவளை அவன் அப்படியே தண்ணீரில் பொத்தென்று சரியவிட்டான். தண்ணீரைச் சுற்றிலும் சிதறடித்துக்கொண்டு கல்யாணி குப்புற விழுந்தாள். அவளைச் சுற்றி நீரே சிவப்பாக ஆரம்பித்தது. அவள் முதுகின்மேல் காலை வைத்து அவன் அழுத்திப் பிடிக்க, உயிர்வாயு தேடி கல்யாணியின் நுரையீரல் கதற, ப்ரகாஷ் பதறினார்.

"விஜய்! குடுத்துடு... குடுத்துடுப்பா!" என்று அவர் அலற, விஜய் பணிந்தான். தன்னை மிரட்டியவனிடம் கேமராவைக் கொடுத்தான். அவன் அதைத் திறந்து எஸ்டி கார்டை வெளியே எடுத்து, பாக்கெட்டில் போட்டுக்கொண்டான். கேமராவைத் தூக்கி தண்ணீரில் எறிந்தான்.

அவர்கள் இருவரும் உடனே தண்ணீரில் 'தளப்... தளப்...' என்று விரைந்து ஓடி மறுகரையில் ஏறினர்.

'அவர்களைத் துரத்திப் போவதா, விரைவாக ரத்தத்தை இழந்து கொண்டிருக்கும் கல்யாணியை கவனிப்பதா?'

"பன்னீரு, கேமராவை எடுத்துக்கடா..." என்று குரல் கொடுத்த படியே ஓடிப் போய், குப்புறக் கிடந்த கல்யாணியை இரு கைகளாலும் தண்ணீரிலிருந்து தூக்கினான் விஜய்.

நனைந்த கேமராவை அள்ளிக்கொண்டு பன்னீர் ஓடிவந்து ஏறிக்கொள்ள, பின் இருக்கையில் கல்யாணியைப் படுக்க வைத்தான் விஜய். அவளைச் சுற்றி உடனடியாக சிவப்பாய் குருதி சேகரமானது. தன் சட்டையைக் கழற்றி அவள் கழுத்தில் அழுத்திப் பிடித்தபடி, "பக்கத்து ஹாஸ்பிடலுக்கு வண்டியை விரட்டுங்க ப்ரகாஷ்..." என்று விஜய் பதறினான்.

இன்னோவா கார் இக்கரையில் வேகமெடுக்க, மறு கரையில் மறைவில் காத்திருந்த ஹோண்டா, சரக்கென்று புறப் பட்டு காணாமல் போனது.

# 5

ஹாரனை ஒலித்துக்கொண்டே இன்னோவா கார் விரைந்தது. ஒரு கையால் கல்யாணியின் கழுத்தில் துணியை அழுத்திக் கொண்டே, இன்னொரு கையில் போனை எடுத்தான் விஜய். அவசர அவசரமாக சில எண்களுக்கு போன் செய்தான்.

முதலில் காவல்துறைக்கு. தன்னை அறிமுகம் செய்துகொண்டு, பெண்ணையாற்றங்கரையில் நடந்ததை வெகு சுருக்கமாக விவரித்தான்.

“எதிர்க்கரையில குருக்கள் காயப்பட்டுக் கெடக்காரு. அவரை கவனிக்கப் போக முடியாதபடி இங்க எமர்ஜென்ஸி. நீங்க உடன டியா ஆம்புலன்ஸ் அனுப்பி அவரை கவனிக்க ஏற்பாடு பண் ணுங்க... அப்புறம் எங்களைத் தாக்கினவங்க தப்பிச்சுப் போறது ஒரு ஹோண்டா சிட்டி கார். செக்போஸ்ட்ல மடக்கப் பாருங்க!”

கல்யாணியின் கழுத்தில் அழுத்தியிருந்த துணியை மீறி ரத்தம் அவன் கையை நனைத்துக்கொண்டிருந்தது.

“ப்ரகாஷ்... கொஞ்சம் வேகமாப் போங்க!”

“எனக்குக் கை, கால் எல்லாம் உதறுது, விஜய்! அவசரப்படுத் தாத... டென்ஷன்ல ஆக்சிடென்ட் பண்ணிறப் போறேன்!” என்று ப்ரகாஷ் பதறினார்.

விஜய் அடுத்து, திருக்கோவிலூரில் இருந்த மருத்துவமனையின் எண்ணை கூகுளில் தேடிக் கண்டுபிடித்து போன் செய்தான்.

கழுத்து அறுபட்டு, ரத்தத்தை வெகுவேகமாக இழந்துகொண்டிருக்கும் ஒருவரை எடுத்து வருவதால், அவசர சிகிச்சைப் பிரிவு அந்த நிலைமையைக் கையாளத் தயார் செய்துகொள்ளுமாறு கோரிக்கை வைத்தான்.

அடுத்து அவன் போன் செய்தது, தன் தொலைக்காட்சி நிறுவனத்துக்கு. அவனுடைய மேலதிகாரி முரளிதரனுக்கு.

"முரளி சார்! ஒரு பெரிய விபரீதம் நடந்துருச்சு... கல்யாணியை வெட்டிட்டாங்க..."

எதிர்முனையில் பெரும் அதிர்ச்சியுடன், "என்னது..?" என்ற பதற்றக் குரல் ஒலித்தது. "இருப்பா... நான் எம்.டி. சார் கூடதான் நிக்கறேன். அவர்கிட்ட கொடுக்கறேன்!"

எதிர்முனையில் முரளிதரனிடமிருந்து போனைப் பறித்து கிரிதர் பேசினார். விஜய் அவரிடமும் நடந்ததை விவரிக்க... "திருக்கோவிலூர்ல போதுமான வசதி இருக்காது, விஜய். விழுப்புரத்துக்கு கூட்டிப் போ..!" என்றார் அக்கறையாக!

"சார், முதல்ல ரத்தத்தை நிறுத்தணும். முதலுதவி செஞ்ச பிறகு எங்க வேணா தூக்கிட்டுப் போலாம்..."

"முடிஞ்சதை நான் போன்ல அரேன்ஜ் பண்றேன்... நம்ம டி.வி. பேரைச் சொல்லு!" என்றார் கிரிதர்.

சொன்னபடியே செய்திருந்தார்.

திருக்கோவிலூரில் இருந்த மருத்துவமனையை அடைந்ததும், ஸ்ட்ரெச்சரில் கல்யாணி கிடத்தப்பட்டு, பரபரப்பாக உள்ளே எடுத்துச் செல்லப்பட்டாள். ஒரு சப் இன்ஸ்பெக்டரும், கான்ஸ்டபிளும் பைக்கில் வந்து இறங்கினர். கிரிதர் போன் செய்து அவருடைய செல்வாக்கைப் பயன்படுத்தியிருந்ததால், வேலைகள் துரிதமாக நடந்தன.

ப்ரகாஷின் உடல் இன்னும் நடுங்கிக்கொண்டிருந்தது. விஜய் சற்று அணைத்து அழுத்திக்கொடுத்தபோது, அவருடைய கை கால்கள் உதறுவதை உணர முடிந்தது.

பன்னீர், மருத்துவமனை வளாக வாசலில் இருந்த பிள்ளையார் கோயிலில் மண்டியிட்டு கண்ணீருடன் அமர்ந்திருந்தான்.

விஜய் சப் இன்ஸ்பெக்டரிடம் போய் நின்றான்.

"குருக்களைக் காப்பாத்திட்டீங்களா..?"

"வாய்ப்பே வெக்கல... அவர் ஸ்பாட்லயே அவுட்!"

கணேச குருக்களின் சிரித்த முகம் கண்முன் தோன்ற, விஜய்யின் நெஞ்சை யாரோ காலால் மிதிப்பது போல் இருந்தது. கோயிலுக்கு ஏதோ நல்லது நடக்கப்போகிறது என்று எவ்வளவு நம்பிக்கை

களுடன், எவ்வளவு சந்தோஷமாய் அவர் கேமராவில் பேசினார்..!

"அவரை எதுக்கு வெட்டினாங்கனு..."

"சம்பவம் நடந்து அரை மணி நேரம்கூட ஆகல! அதுக்குள்ள இவ்வளவு விவரங்கள் கேக்கறீங்களே... மீடியாக்காரங்க எப்பவுமே இப்படித்தானா..?"

வேறு சூழ்நிலையாக இருந்தால் 'நாங்கள்தான் பொதுமக்களின் கண். அவர்களின் காது. அவர்களின் குரல்... எங்கள் கேள்விகளுக்கு நீங்கள் பதில் சொல்லித்தான் ஆக வேண்டும்' என்றெல்லாம் அவனுடைய வழக்கமான பதிலைச் சொல்லியிருப்பான். ஆனால், இப்போது நெஞ்சு முழுவதும் கவலையும், கலக்கமும் நிறைந்திருந்தன. சப் இன்ஸ்பெக்டர் சிறு நோட் புத்தகத்தைத் திறந்து வைத்துக்கொண்டார்.

"நீங்க அங்க எதுக்குப் போனீங்க? என்ன பார்த்தீங்க? வெட்டினவங்க எப்படி இருந்தாங்க? எல்லா விவரமும் கொடுங்க, சார்..."

விஜய் சொல்லச் சொல்ல... பால்பாயின்ட் பேனாவை உதறி உதறி குறிப்பெடுத்துக்கொண்டார்.

நாற்பது நிமிடங்களில் ஸ்ட்ரெச்சர் வெளியே தள்ளி வரப்பட்டது. கல்யாணியின் கழுத்தில் பெரும் வெள்ளைத்துணிக் கட்டு. அவள் கண்கள் இன்னும் மூடியே இருந்தன. பச்சை முகமூடியை இறக்கிவிட்டுப் பேசிய மருத்துவரின் முகத்தில் உற்சாகம் இல்லை.

"நிறைய ரத்தம் இழந்திருக்காங்க... மூச்சுக் குழாயிலகூட பாதி சிதைஞ்சு போயிருக்கு... மணலும் தண்ணியுமா நுரையீரல் பூரா சேர்ந்திருக்கு... இவங்களைக் காப்பாத்தற அளவுக்கு இந்த ஆஸ்பத்திரில வசதி கிடையாது. நீங்க விழுப்புரத்துக்குக் கூட்டிட்டுப் போயிடுங்க. அதான் நல்லது!"

"தம்பி, எனக்கு வண்டி ஓட்ட பயமா இருக்கு..." என்று ப்ரகாஷ் கலங்கினார்.

"சரி... நான் ஓட்டறேன்!" என்றான் விஜய்.

"தேவையில்ல... எங்க ஆம்புலன்ஸ்ல எடுத்துட்டுப் போயிடுங்க!"

ஒருபுறம் ஆம்புலன்ஸில் கல்யாணி ஏற்றப்பட.... இன்னொரு புறம் சப் இன்ஸ்பெக்டர் சில காகிதங்களைத் தயார் செய்து நீட்ட.... அவசரமாக சில கையெழுத்துக்களைப் போட்டான், விஜய். டிஸ்சார்ஜ் சம்மரி தயாராகியிருந்தது. ஆம்புலன்ஸ் புறப்பட்டது.

ஆம்புலன்ஸில் கல்யாணியின் அருகில் அவன் அமர்ந்திருந்தபோது போன் ஒலித்தது.

நந்தினி!

சட்டென எடுத்தான்.

“என்னடா... ரெண்டு பேரும் மஜா பண்ணிட்டிருக்கீங்களா?” என்று அவள் துள்ளலுடன் கேட்டாள்.

முதலில் அவனுக்குக் குரல் வரவில்லை. “ஆஸ்பத்திரிக்குப் போயிட்டிருக்கேன்... கல்யாணியைத் தூக்கிட்டு” என்றான்.

நந்தினியின் அதிர்ச்சியை துல்லியமாக அவனால் உணர முடிந்தது. “என்னடா சொல்றே..?”

நடந்ததை அவளிடம் விவரிக்க முனைந்தான் விஜய். அதுவரை கட்டுப்படுத்தி வைத்திருந்த உணர்ச்சிகள் எல்லாம் வெடித்துக் கொண்டு புறப்பட்டன. போனில் விவரங்களைத் தெளிவாகச் சொல்ல முடியாமல் அழுகையில் குரல் குழறியது.

“கோயிலுக்குல்லாம் போயிட்டு வந்திருக்கீங்க... அவளுக்கு ஒண்ணும் ஆகாதுடா!” என்று சொல்கையில் நந்தினியின் குரல் தழுதழுத்தது.

“பொழைப்பாளானு தெரியல நந்து..!” என்று விசும்பி விசும்பி அழுதான்.

அந்த ஹோண்டா கார் அடர்ந்த மரங்கள் நிறைந்ததொரு தோப்புக்குள் நுழைந்தது. நின்றது. காரிலிருந்து இருவர் இறங்கினர். இருவரும் கையுறைகள் அணிந்திருந்தனர்.

“குருக்கள் தனியா இருப்பாரு... வேலை சுலபமா முடியும்னு சொன்னியே லியோ..?”

“தனியாத்தான் இருப்பாரு... கேக்கறதுக்கு நாதியில்ல... வெட்டிப் போட்டாக்கூட கண்டுபிடிக்கவே பல மணி நேரமாகும்னுதான் நானும் நெனைச்சேன்... ஆனா, மேட்டர் இவ்வளவு சொதப்பும்னு நான் நெனைக்கவேயில்ல ஜோஷ்வா!”

“அந்தாளு திமிறிட்டு ஓடினதுகூட பரவாயில்ல... கேமராவை வெச்சுக்கிட்டு ஒரு கூட்டமே அங்க நிக்கும்னு யார் எதிர்பார்ப் பாங்க..?”

“பொண்ணு பொழைக்குமா..?”

“சான்ஸே இல்ல, லியோ...”

“மத்தவங்கள விட்டுட்டு வந்தது தப்போ..?”

“இப்ப நடராஜர் சிலையைத் திருடினவங்கனுதான் போலீஸ் தேடும். மூணு, நாலு கொலையைப் பண்ணினா, மொத்தமா ரிவிட் அடிச்சுரும்!”

ஜோஷ்வா காரின் பின் இருக்கையில் இருந்த துணிப்பையை எடுத்தான். சற்று விலக்கிப் பார்த்தான். பஞ்சலோக நடராஜர் சிற்பத்தின் முழங்கையில் ஒரு ரத்தப்பொட்டு காய்ந்திருந்தது. சிற்பத்தை வேறொரு துணியில் பத்திரமாகச் சுற்றினான். பையில்

போட்டு, லியோவிடம் கொடுத்தான்.

குந்தி அமர்ந்து, காரில் இருந்த இரு நம்பர் பிளேட்களையும் கழற்றினான். காரின் சாவியை தலையைச் சுற்றி தூர எறிந்தான். சில மரங்கள் தள்ளி நிறுத்தப்பட்டிருந்த ஒரு மோட்டார் சைக்கிளை அணுகினான். அதை உயிர்ப்பித்தான்.

லியோ சிற்பப்பையுடன் பின்னால் ஏறி அமர, விருட்டென்று கிளப்பினான்.

அரவமணி நல்லூர் ஆலயம்.

இன்ஸ்பெக்டர் சந்திரமோகனுக்கு எதிரில் நின்றிருந்தவருக்கு சுமார் எழுபது வயது இருக்கும். வெள்ளை வேட்டியும், கதர்ச் சட்டையும் அணிந்திருந்தார். கழுத்தையொட்டி ஒரு தங்கச் சங்கிலி மினுக்கியது. வாயில் வெற்றிலைச் சிவப்பு.

“என் பேரு தங்கமணி. இந்தக் கோயில் அறங்காவலர். திருக்கோவிலூர்ல இருக்கேன். கணேச குருக்கள் குடும்பமே பரம்பரை பரம்பரையா இங்க சேவகம் பண்ணிட்டு இருக்காங்க. கோயில் சாவி அவர்கிட்டதான் இருக்கும். இதுவரைக்கும் இப்படி ஒரு கொடுமை இங்க நடந்ததே இல்ல...”

“இந்தக் கோயில்ல ஏதாவது சி.சி.டி.வி கேமரா வெச்சிருக்கீங்களா..?”

“விளக்கேத்தவே வக்கில்லாத கோயில். இங்க எங்க கேமரா வெக்கறது..?”

“மொதல்ல அதெல்லாம் ஏற்பாடு பண்ணுங்க சார்... எந்த விவரமும் இல்லாம, வந்தவங்க யாருனு நாங்க காத்துலேர்ந்தா கண்டுபிடிக்க முடியும்..?”

“கோயிலுக்கு ஒண்ணு, ரெண்டு பேருதான் வராங்க... குருக்கள் வீட்ல கேட்டீங்களா?”

“அங்கதான் போயிட்டிருக்கேன். நீங்க நடராஜர் சிலையோட போட்டோ ஏதாவது இருந்தா கொடுங்க... உதவியா இருக்கும்!”

“வீட்ல பார்க்கறேன்...”

குருக்கள் வீட்டை இன்ஸ்பெக்டர் நெருங்கும்போதே, பெருங் குரலில் ஒலித்துக்கொண்டிருந்த அழுகை அவரைத் தாக்கியது.

திண்ணையில் அமர்ந்து தலையில் அடித்தபடி அழுதுகொண் டிருந்த குருக்களின் மனைவியை நெருங்கினார்.

“அம்மா! நீங்க எவ்வளவு பெரிய ஷாக்ல இருப்பீங்கனு தெரியும். ஆனா நடந்தது என்னன்னு தெரிஞ்சாதான், உங்க புருஷனை வெட்டிட்டுப் போனவங்களை எங்களால கண்டு பிடிக்க முடியும்...”

அந்தம்மாள் முந்தானையால் மூக்குத்தியோடு சேர்த்து மூக்கைத் துடைத்துக்கொண்டு, நடுங்கும் குரலில் பேசினாள்: "சென்னைக்குப் போயிடலாம். ஏதோ ஒரு பிளாட்ஃபார்ம் கோயிலா இருந்தாகூட, அங்க தட்டுல நிறைய விழும். பொழைச்சுக்கலாம்னு சொல்லி எவ்வளவு நாள் கதறி இருப்பேன்! பரம்பரை பரம்பரையா பார்த்துக்கற கோயில், விட்டுட்டு வரமுடியாதுனு பிடிவாதம் பிடிச்சார். இதுக்காகத்தானா..? பஞ்ச லோகத்துல பண்ணின நடராஜர் சிலை, கொள்ளுத் தாத்தா காப்பாத்தினார், காப்பாத்தினார்னு வர்றவங்க போறவங்ககிட்ட எல்லாம் பெருமை அடிச்சிப்பார். அந்த நடராஜர்தான் இப்போ இவர் உயிரைக் குடிச்சிட்டாரு..."

"சந்தேகப்படற மாதிரி யாராச்சும் வந்தாங்களா..?"

"ரெண்டு வாரம் முன்னால ஒருத்தர் வந்தாரு! ஃபாரீன்லேர்ந்து வர்றதா சொன்னாரு. நடராஜரைப் பார்க்கணும், போட்டோ எடுத்துக்கணும்னு சொன்னாரு. இவர் தயங்கினபோது, சுளையா பத்தாயிரம் ரூபா எடுத்துக் குடுத்தாரு. இவர் சபலப்பட்டுட்டார்..."

"வெட்டினது அவங்கதானாம்மா..?"

"தெரியாது... நேத்து கே.ஜி டிவிலேர்ந்து ஆளு வந்தது. ஒரு பையன், ஒரு பொண்ணு... கோயிலைப் பத்தி விவரங்கள்லாம் வேணும்னு துருவித் துருவி வாங்கினாங்க... அவங்களும் ரெண்டாயிரம் ரூபா கொடுத்தாங்கனு சந்தோஷமா கொண்டுவந்து கொடுத்தார். எல்லாப் பணமும் அவர் காரியத்துக்குதான்னு இப்பல்ல புரியுது..!" என்று சொல்லும்போதே அவள் தொண்டையிலிருந்து அழுகை வெடித்துக்கொண்டு புறப்பட்டது.

சற்று இடைவெளி கொடுத்து மேற்கொண்டு விசாரிக்கலாம் என்று இன்ஸ்பெக்டர் அங்கிருந்து நகர்ந்தார்.

சைரனை ஓங்கி ஒலித்துக்கொண்டு ஆம்புலன்ஸ் விரைந்தது.

"கல்லு... தைரியமா இரு. விட்டுக் கொடுத்துராத" என்று மறுபடி மறுபடி சொல்லிக்கொண்டிருந்தாலும், நம்பிக்கை இழந்திருந்தான் விஜய். கல்யாணியிடம் எந்த அசைவும் இல்லை.

விழுப்புரம் செல்லும் நெடுஞ்சாலையையொட்டியிருந்தது அந்த மாபெரும் அரசு மருத்துவமனை. ஆம்புலன்ஸ் நிறுத்தத்துக்கு வந்ததும், ஒரு நிமிடம்கூட வீணாக்காமல் மருத்துவமனைக்குள் அந்த ஸ்ட்ரெச்சர் உருட்டிச் செல்லப்பட்டது.

சில நிமிடங்களிலேயே மருத்துவர் வெளியே வந்தார். உதடுகளைப் பிதுக்கினார்.

"ஆஸ்பத்திரிக்கு வந்து சேர்றவரைக்கும் உயிர் நிக்கல..." என்றார்.

விஜய் மடங்கி அமர்ந்து அழுதான்.

காவல்துறை, மருத்துவமனை போன்ற அரசு விவகாரங்களை உடனிருந்து கவனித்துக்கொள்ள கே.ஜி தொலைக்காட்சி நிறுவனத்தைச் சேர்ந்த மேலதிகாரிகள் இருவரை கிரிதர் அனுப்பியிருந்தார். சென்னையில் இருந்த கல்யாணியின் பெற்றோர் இருவரும் வயது முதிர்ந்தவர்கள் என்பதாலும், அவளுடைய ஒரே அண்ணன் வெளிநாட்டில் வசித்ததாலும், அவர்கள் வருவது சாத்தியமற்றுப் போயிற்று.

லாட்ஜில் இருந்த அறைகளை காலிசெய்வதற்காக விஜய் அங்கு சென்றான். இன்ஸ்பெக்டர் சந்திரமோகன் அங்கே காணப்பட்டார்.

“மர்டர் கேஸ். அந்தப் பொண்ணோட ரூமைப் பார்க்கணும்...” என்று அவர் ரிசப்ஷனில் இருந்தவனிடம் சொல்லிக்கொண்டிருந்தார். விஜய்யை பார்த்ததும், அறைச் சாவியை வாங்கிக்கொண்டு அவனுடன் படிகள் ஏறினார்.

கல்யாணி கடைசியாகத் தங்கியிருந்த அறையை இன்ஸ்பெக்டருக்குக் காட்டினான் விஜய். அவர் பார்வையால் அறையைத் துழாவியபடி நுழைந்தார். அங்கு அலமாரி கீழ்த்தட்டில் வைத்திருந்த சிறு பாட்டிலை எடுத்துப் பார்த்தார்.

“இதைப் பார்த்தீங்களா..? செத்துப்போன பொண்ணு, கர்ப்பமா இருக்கோமானு டெஸ்ட் பண்ணிப் பாத்திருக்கு!” என்றார்.

விஜய் திடுக்கிட்டான். கல்யாணியா? கர்ப்பமாவென்றா? அதனால்தான் அவ்வளவு களைப்பாக இருந்தாளா?

“எதுவா இருந்தாலும், போஸ்ட்மார்ட்டம் ரிப்போர்ட்ல தெரிஞ்சுரும்...” என்றார், இன்ஸ்பெக்டர் சந்திரமோகன்.

மருத்துவமனையில் அவர்கள் நுழைந்தபோதே விஜய்க்கு அந்த உண்மையைத் தெரிந்துகொள்ளும்வரை படபடப்பு அடங்காது என்று புரிந்தது. போஸ்ட்மார்ட்டம் செய்துமுடித்து மருத்துவர் வெளியே வந்தார். இன்ஸ்பெக்டரிடம், “இறந்துபோன பொண்ணோட கணவர் வந்திருக்காரா..?” என்று கேட்டதும், அவர் விஜய்யைத் திரும்பிப் பார்த்தார்.

“ஏன் டாக்டர்..?”

“செத்துப் போனவங்க வயித்துல நாப்பது நாள் கரு இருக்கு, இன்ஸ்பெக்டர்!”

# 6

கல்யாணியின் வயிற்றில் நாற்பது நாள் கரு இருப்பதாக மருத்துவர் சொன்னதைக் கேட்டு விஜய் அதிர்ந்தான். இன்ஸ்பெக்டர் அவனை அர்த்தத்துடன் திரும்பிப் பார்த்தார்.

“கல்யாணிக்கு கல்யாணம் ஆயிடுச்சா, விஜய்..?”

“இல்ல சார்..!”

“பாய் ஃப்ரெண்ட்...? லவ்வர்..?”

“எனக்குத் தெரியாது சார்...”

“வெறும் சிலைத் திருட்டு, குருக்கள் கொலை வழக்குனு நினைச்சேன். இந்த வழக்குல சுவாரசியமா வேற கோணம்கூட கிடைக்கும் போல இருக்கே..?” என்றார் இன்ஸ்பெக்டர், கண்ணடித்து.

இரு உயிர்கள் பறி போயிருக்கையில் இவரால் எப்படி இவ்வளவு அலட்சியமாகப் பேசமுடிகிறது என்று விஜய்க்குக் கோபம் வந்தது.

கிரிதர் தன் செல்வாக்கைப் பயன்படுத்தியிருந்ததால் போஸ்ட் மார்ட்டம் விரைவில் முடிந்தது. தேவையான மற்ற போலீஸ் சடங்குகள் முடிந்தன. சென்னைக்கு எடுத்துச் செல்ல ஐஸ் பெட்டியுடன் இருந்த ஆம்புலன்ஸில் கல்யாணியின் உடல் ஏற்றப்பட்டது. பிரகாஷ் பிழியப்பிழிய அழுதுகொண்டிருந்தார். பன்னீர் கலங்கிப் போயிருந்தான்.

கே.ஜி. டிவியின் அதிகாரி விஜய்யை நெருங்கினார்.

“தம்பி, நீங்க ஆம்புலன்ஸ்ல பாடி கூட வர்றீங்களா..?

கல்யாணியோட வீடு உங்களுக்குத் தெரியும் இல்லையா..?" என்று கேட்டார்.

விஜய் தலையசைத்தான்.

இறந்த உடலைச் சுமந்து சென்றாலும், ஆம்புலன்ஸ் சைரனை ஒலித்து முன்னுரிமையுடன் வழி தேடிக்கொண்டது. கண்ணாடிப் பெட்டிக்குள் கிடத்தப்பட்டிருந்த கல்யாணியைப் பார்த்தபடி, விஜய் இரு கைகளிலும் தன் தலையைப் பிடித்திருந்தான்.

நேற்று தங்கியிருந்த விடுதியில் கல்யாணியுடன் நடந்த உரையாடல் அவன் மனதில் மறுஒளிபரப்பானது:

"உனக்கு மட்டும் ஒரு பாய் ஃப்ரெண்ட் இருந்தா, இப்படிப் பார்த்ததும் உன் கால் கட்டைவிரலை நக்கிட்டுக் கெடக்கச் சொன்னாகூட கெடப்பான்..."

"எனக்கு பாய் ஃப்ரெண்ட் கெடையாதுனு யார் உனக்குச் சொன்னது..?"

"என்னைத் தவிர வேற பயல்கூட உனக்கு ஃப்ரெண்டா இருக்கானா... அது யாருப்பா உன் ஆளு..?"

"நேரம் வரும்போது சொல்றேன்... இப்ப கோயிலுக்குப் போகணும். கிளம்பு!"

இனிமேல் எப்போது நேரம் வரும்..? எப்போது அவள் சொல்ல இயலும்..? பதில் இல்லாத கேள்விகளைச் சுமந்துகொண்டு, விழுப்புரத்திலிருந்து சென்னைக்கு விரைந்தது ஆம்புலன்ஸ்.

கல்யாணியின் உடல் அவள் வீட்டு ஹாலில் கிடத்தப்பட்டிருந்தது. அவள் அப்பா ஒரு நாற்காலியில் சரிந்து உட்கார்ந்திருந்தார். கல்யாணியின் அம்மா, குளிரூட்டப்பட்ட கண்ணாடிப் பேழையின் அருகிலேயே நாற்காலியை இழுத்துப்போட்டு அமர்ந்திருந்தாள். கண்ணீர் நிற்காமல் கன்னங்களில் வழிந்துகொண்டிருந்தது.

விஜய்யைப் பார்த்தபோது, "உங்கள எல்லாம் நம்பித்தானே என் பொண்ணை அனுப்பினேன்..? ராப்பகலா உட்கார்ந்து இன்டர்நெட்டைப் பார்த்து, ஏதோ குறிப்பு எடுத்துட்டே இருந்தாளே..! 'இந்த புரோகிராம் பிரமாதமா வரணும். ஞாயித்துக்கிழமை வேற சேனலை யாரும் பார்க்கக்கூடாது'ன்னு சொல்லிட்டே இருப்பா... 'எதுக்கு இப்படி உயிரைக் குடுத்து வேலை செய்யற..?'னு திட்டுவேன். இப்ப, நிஜமாவே உயிரைக் குடுத்துட்டாளே..?" என்று கதறி அழுதாள்.

அழும் அவளிடம் கல்யாணி கர்ப்பமாயிருந்த விவரத்தை எப்படிச் சொல்வது? விஜய் மென்று விழுங்கினான்.

கல்யாணியின் அம்மா உறவினர்களையும், நண்பர்களையும்

பார்க்கும்போதெல்லாம் வெடித்து அழுததைக் காண இயலாமல் விஜய் மெல்ல வாசலுக்கு நடந்தான்.

கே.ஜி. தொலைக்காட்சி நிறுவனத்தைச் சேர்ந்த பலர், மாலைகளுடன் மரியாதை செலுத்த வந்திருந்தனர்.

ஆட்டோவில் வந்து இறங்கினாள் நந்தினி. அவளைப் பார்த்ததும், விஜய்யின் துக்கம் கூடியது. ரோஜா மாலையை இடது கையில் மடித்துப் போட்டுக்கொண்டு, நந்தினி அவனை நெருங்கினாள்.

"என்ன விஜய்... ஏதேதோ சேதி காதுல விழுது..?" என்று சுருக்கென்று கேட்டாள்.

"என்ன சேதி..?"

"கல்யாணி கர்ப்பமா இருந்தானு சொல்றாங்க..?"

"அப்படித்தான் போஸ்ட் மார்ட்டம் ரிப்போர்ட் சொல்லுது..." என்றான் விஜய், குரலைத் தழைத்து.

நந்தினி அவன் கண்களைச் சந்திக்காமல் முகத்தைத் திருப்பிக் கொண்டாள். மாலையுடன் உள்ளே போனாள்.

எம்.டி கிரிதர் காரில் வந்து இறங்கினார். உதவியாளர்கள் புடைசூழ வீட்டுக்குள் நுழைந்தவர், விஜய்யின் தோளை அழுத்திக் கொடுத்துவிட்டு உள்ளே போனார். விஜய் அவரைப் பின் தொடர்ந்தான். கல்யாணியின் அம்மா, நந்தினியின் கைகளைப் பற்றிக்கொண்டு அழுதுகொண்டிருந்தாள்.

கிரிதர் மாபெரும் மாலையை மரியாதையுடன் வைத்தார். கல்யாணியின் அம்மாவைப் பார்த்துக் கைகூப்பினார்.

"நீங்க எதுக்கும் கவலைப்படாதீங்க... அத்தனை ஏற்பாடும், செலவும் எங்க ஸ்டாஃப் பார்த்துப்பாங்க..." என்றார். புடைசூழ, புயல் போல் வெளியேறினார்.

"எல்லா டி.விலயும் இதேதான் நியூஸு..." என்று சமயம் தெரியாமல் அண்டை வீட்டுக்காரப் பெண்மணி பெருமையுடன் சொல்லிக்கொண்டிருந்தாள்.

உண்மைதான். கே.ஜி தொலைக்காட்சி மட்டுமல்லாமல், மற்ற தமிழ்த் தொலைக்காட்சி அலைவரிசைகளிலும் கல்யாணியின் முகம் மீண்டும் மீண்டும் காட்டப்பட்டது. எந்தக் கோயில் பிரபலமாக வேண்டும் என்று அவள் மிக விரும்பினாளோ, அந்த அரவமணி நல்லூர் ஆலயத்தின் பழுதடைந்த கோபுரம் காட்டப்படாத சேனலே இல்லை.

நடராஜரின் பஞ்சலோகச் சிலை கொள்ளையடிக்கப்பட்டது குறித்த தகவலும், காவல்துறை அதிகாரிகளின் பேட்டிகளும், குருக்களின் மனைவியும் இளம் மகளும் கதறியழும் காட்சியும்

பரபரப்பான செய்திகளாகி, அத்தனை சேனல்களிலும் மீண்டும் மீண்டும் ஒளிபரப்பாகியபடி இருந்தன.

கிரிதர் வந்திருந்த நேரம் விஜய்யின் கவனம் அவர் மீது பதிந்திருக்க, நந்தினி எப்போது நழுவிப்போனாள் என்று அவனுக்குப் புரியவில்லை.

வெளிநாட்டிலிருந்த கல்யாணியின் அண்ணன் வர இயலாது என்று சொல்லிவிட்டதால், யாருக்காகவும் காத்திருக்காமல் கல்யாணியின் இறுதிச் சடங்குகள் தொடங்கின. விஜய் அந்த வேலைகளில் மும்முரமானான்.

சுள்ளி பொறுக்க வந்த இடத்தில், கவனிப்பாரின்றி அநாதரவாக நின்றிருந்த அந்தக் கார் மாடசாமியைக் கவர... நான்கைந்து நபர்களைத் தாண்டி தகவல் காவல்துறைக்குப் போக... இன்ஸ்பெக்டர் சந்திரமோகன் தன் படையுடன் அங்கே வந்து சேர்ந்தார். காரைச் சுற்றிச்சுற்றி வந்து நோட்டமிட்டார்.

“இங்க வந்து வண்டி மாத்திருப்பாங்க...” என்றார்.

“சார், கார்ல நம்பர் பிளேட்டே இல்ல...” என்றார் கான்ஸ்டபிள்.

“யோவ், நம்பர் பிளேட் இல்லன்னா என்ன..? என்ஜின் நம்பரை வெச்சு, ஓனரைக் கண்டுபிடிக்க முடியும். சுத்து வட்டாரத்துல வேற ஏதாவது வண்டி நிக்கவெச்சிருந்த அடையாளம் இருக்கான்னு கவனமாப் பாருங்க...” என்றார் குரலை உயர்த்தி!

சென்னை ராயபுரம். நீளநீளமான கன்டெயினர் லாரிகள் ஓய்வெடுக்கும் சாலைகளைத் தாண்டி ஒரு குறுக்குச் சந்து. வண்ணமிழந்த சுவர்களுடன் களையிழந்து காணப்பட்ட ஒரு சிறு வீட்டின் மாடிப்பகுதி.

ஜோஷ்வா தன்னிடமிருந்த வீடியோ கேமிராவை இயக்கினான். அதில் பொருத்தப்பட்டிருந்த எஸ்.டி கார்டில் பதிவாகியிருந்த காட்சி சிறு திரையில் ஒளிர்ந்தது. லியோவும் கண்ணெடுக்காமல் அதைப் பார்த்தான்.

அரவமணி நல்லூர் கோயில் கோபுரம் பின்னணியில் காணப்பட... கல்யாணி உற்சாகமாக விளக்கம் கொடுத்துக்கொண்டிருக்க... திடீரென்று குருக்களும், துரத்தி வரும் அவர்கள் இருவரும் ஃபிரேமுக்குள் வர...

“சினிமா சீன் மாதிரியே எடுத்திருக்கான் இல்ல..?” என்றான் ஜோஷ்வா, ஆச்சரியத்துடன்.

“அந்தப் பொண்ணு பாக்க நல்லா இருக்கா. தேவையில்லாத நேரத்துல தேவையில்லாத இடத்துல வந்து பொட்டுனு உயிரை விட்டுட்டா, பாவம்...” என்றான் லியோ.

“அவ உயிரைக் கொடுத்ததாலதான், இந்த எவிடென்ஸ் நம்ம கைக்கு வந்தது.. இல்லேன்னா, இந்நேரம் இந்த வீடியோவை போலீஸ் இல்ல போட்டுப் பார்த்துட்டிருப்பாங்க..?”

“போலீஸ் மட்டுமா..? சேனல் சேனலா போட்டு முகமூடிக் கொள்ளைக்காரர்கள் யார்னு பரபரப்பு ஏத்திட்டிருப்பாங்க... சரி, இது யார் கைலயாவது கெடைக்கப்போவுது... அழிச்சிரு!”

“வெயிட்... இதையெல்லாம் காட்டி, நாம எடுத்திருக்கற ரிஸ்க் கைப் புரிய வெச்சாதான் வீண் பேரம் இல்லாம விலை படியும்!”

“பார்ட்டி எப்ப வராரு..?”

“மகாபலிபுரத்துக்கு வந்துட்டாராம்... நாளைக்கு டீல் முடிஞ் சுரும்னு நெனைக்கறேன்” என்று சொல்லிவிட்டு, ஜோஷ்வா விடியோவில் கவனத்தைப் பதித்தான்.

கே.ஜி தொலைக்காட்சி நிறுவனம்.

இன்ஸ்பெக்டர் சந்திரமோகன், ரிசப்ஷனில் தன் அடையாள அட்டையைக் காட்டியபடி நின்றிருந்தார்.

“விசாரிக்கணும்னு சொல்றேன்! ‘உக்காரு... உக்காரு...’ன்னு சொன்னதையே சொல்லிட்டிருக்க?” என்று ரிசப்ஷன் பெண் ணுக்கு கிலியேற்றிக்கொண்டிருந்தார். ரிசப்ஷன் பெண் திடீரென்று விறைப்பாவதை கவனித்தார். “என்ன..?” என்று குரைத்தார்.

“எங்க எம்.டி வர்றாரு...”

இன்ஸ்பெக்டர் சந்திரமோகன் திரும்பிப் பார்த்தார்.

கிரிதர் உள்ளே நுழைந்துகொண்டிருந்தார். போலீஸ் உடுப்பில் நிற்பவரைப் பார்த்ததும், “யெஸ்..?” என்றார்.

“குட் மார்னிங் சார். ஒரு என்கொயரி...” என்றார் சந்திரமோகன்.

“டெல் மீ!”

“ரெண்டு கொலையைப் பண்ணிட்டு நடராஜர் சிலையைத் தூக்கினவங்க எந்தக் கார்ல தப்பிச்சுப் போனாங்களோ, அந்த ஹோண்டா சிட்டி காரை ட்ரேஸ் பண்ணிட்டோம். நம்பர் பிளேட் கிடைக்கல... ஆனா, என்ஜின் நம்பரை வெச்சு, ஓனர் யாருனு செக் பண்ணோம். அந்த வண்டி கே.ஜி. டெலிவிஷன்னு உங்க சேனல் பேர்லதான் பதிவாகியிருக்கு!”

“வ்வாட்..?” - கிரிதர் தன் உதவியாளரைத் திரும்பிப் பார்த்தார்.

“ஆனா, அந்தக் கார் திருடு போயிடுச்சுனு பத்து நாளைக்கு முன்னால நீங்க லோக்கல் ஸ்டேஷன்ல கம்ப்ளெயின்ட் குடுத்து இருக்கீங்க...”

“வெல்... நம்ப டிரான்ஸ்போர்ட் டிபார்ட்மென்ட்டுக்கு

இவரைக் கூட்டிட்டுப் போங்க...” என்று கிரிதர் தன் உதவியாளரிடம் சொன்னார். லிஃப்ட்டில் ஏறி மாயமானார்.

கே.ஜி டெலிவிஷனின் வாகனங்களைப் பராமரிக்கும் துறையில் சந்திரமோகனுக்கு மேலும் விவரங்கள் கிடைத்தன. “அந்தக் காரு எங்க புரோகிராம் எக்ஸிக்யூடிவ் முரளிதரனுக்கு சேனல்ல குடுத்த கார். ஹோட்டல்ல லன்ச் வாங்கிட்டு வர்றதுக்காக டிரைவர் எடுத்துட்டுப் போயிருந்தார். போன இடத்துல வண்டி காணாமப் போயிருச்சு. போலீஸ்ல உடனே கம்ப்ளெயின்ட் குடுத்தோம்...”

“டிரைவர் பேரு..?”

“பிரகாஷ்..!”

“அரவமணி நல்லூருக்கு இன்னோவா ஓட்டிட்டு வந்தவரா..?”

“அவரேதான் சார்!”

அடுத்து பிரகாஷ் வரவழைக்கப்பட்டு, அவரிடம் கேள்விகள் வீசப்பட்டன.

“சார், ஹோட்டல் வாசல்ல பார்க்கிங் இல்லன்னு, பக்கத்து சந்துல நிறுத்திட்டுப் போயிருந்தேன். சாப்பாடு வாங்கிட்டு வந்து பார்த்தபோது, வண்டியைக் காணும் சார்...”

“சாவியை வண்டில விட்டுட்டுப் போயிருந்தீங்களா..?”

“இல்ல சார்! ஒரிஜினல் சாவி இன்னும் எங்ககிட்டதான் இருக்கு. டூப்ளிகேட் சாவி தயார் பண்ணி தூக்கிட்டாங்கனு தோணிச்சு...”

“உங்க சேனல்ல யார் மேலயாவது உங்களுக்கு சந்தேகம் இருக்கா..?”

“இல்ல, சார்..!”

“விஜய் எப்படி..?”

“நல்ல பையன் சார்...”

“நீங்கதான் விஜய்க்கும், கல்யாணிக்கும் அடிக்கடி வண்டி ஓட்டுவீங்கனு கேள்விப்பட்டேன். அவங்களுக்குள்ள உறவு எப்படி..?”

“ரொம்ப நல்லாப் பழகுவாங்க சார்! ஒருத்தரை ஒருத்தர் கேலி பண்ணிக்கிட்டு, காலை வாரிக்கிட்டு, கலகலனு இருப்பாங்க!”

“வேற கசமுசா..?”

“நீங்க கேக்கறது எனக்குப் புரியுது சார். தொட்டுப் பேசுவாங்க... ஒருத்தரை ஒருத்தர் கிள்ளிப்பாங்க... துரத்திப் பிடிச்சு விளையாடுவாங்க... ஆனா, தப்பா நெனைக்கத் தோணாது, சார்!”

சந்திரமோகன் யோசனையுடன் தலையை ஆட்டினார்.

கா ஃபி ஷாப். விஜய்யின் முகத்தில் சிறு கோபம் தெரிந்தது. எதிரில் நந்தினி தன் நகங்களை ஆராய்ந்துகொண்டிருந்தாள்.

“சுத்தி வளைக்காம கேளு, நந்து... என்ன உன் சந்தேகம்?”

“டேய்! கேக்கறேன்னு தப்பா நினைச்சுக்காத. கல்யாணி வயித்துல இருந்த கரு, நாப்பது நாளுனு சொல்றாங்க. கிட்டத் தட்ட நாப்பது நாளைக்கு முன்னால, நீயும் அவளும் வெளியூர் போயிருந்தீங்க... அதனால கேக்கறேன்!”

விஜய்யின் முகம் சிவந்தது.

“என்னை சந்தேகப்படறியா, நந்து..? நாப்பது நாள் கருனு சொன்னா, கரெக்டா நாப்பது நாளைக்கு முன்னால உருவாச்சுனு அர்த்தமா..? என்னவோ காலண்டர்ல தேதி குறிச்ச மாதிரி பேசற..?”

“ஒரு கேள்வி கேட்டா, பதில் சொல்லாம ஏன் எதிர்க் கேள்வி கேக்கறே..? உனக்கு ஏன் இவ்வளவு கோபம் வருது..? இல்லனு சொல்லிட்டுப் போயேன்..!”

பதில் சொல்லாமல் விஜய் பட்டென்று எழுந்தான். விடுவிடு வென்று கடையைவிட்டு வெளியில் நடந்தான்.

“ஸாரிடா! உன்னை சந்தேகப்பட்டது தப்புதான்... அதுக்கு தண்டனையா எத்தனை முத்தம் குடுக்கணும்னு சொல்லு...” என்று அவன் உதடுகளை நந்தினி நெருங்கும்போது, அவன் கனவிலிருந்து தட்டி எழுப்பப்பட்டான்.

“விஜய், உன்னைத் தேடி போலீஸ் வந்திருக்கு..!” என்று அவன் அம்மா பதறிக்கொண்டு நின்றிருந்தாள்.

“போலீஸா..?”

விஜய் உறக்கம் முற்றிலும் கலைந்தவனாக எழுந்து அமர்ந்தான். ஹாலில் இன்ஸ்பெக்டர் சந்திரமோகன் காத்திருந்தார். சீருடை யில் வராமல் டி ஷர்ட்டில் வந்திருந்தார்.

“போய் பல்லு வெளக்கிட்டு, காபி குடிச்சிட்டு, வாசல்ல ஒரு அம்பாசிடர் காத்துக்கிட்டு இருக்கு பாருங்க. வந்து அந்த வண்டில ஏறுங்க, விஜய்...” என்றார் அவர்.

“எதுக்கு சார்..?”

“கல்யாணி கொலை வழக்குல சந்தேகத்தின் பேர்ல உங்களைக் கைது செய்ய வந்திருக்கேன்..!” என்றார் இன்ஸ்பெக்டர்.

# 7

**வி**ஜய் அதிர்ந்து இன்ஸ்பெக்டரைப் பார்த்தான்.

"என்ன சார் பேத்தலா இருக்கு..? கொள்ளையடிச்ச வங்கதான் கல்யாணியை கொலை பண்ணினாங்கன்னு தெளிவா தெரியும். அப்புறம் என்னைக் கைது செய்யறதா சொல்றீங்க..?" என்றபடி விஜய் தன்னுடைய போனை எடுத்தான்.

"உங்க போனைக் குடுத்துருங்க..." என்று இன்ஸ்பெக்டர் கை நீட்டினார். விஜய் எரிச்சலுடன் போனை அவரிடம் கொடுத்தான்.

"விஜய், என்னடா இது..?" என்று அவன் அம்மா கண்களில் கண்ணீருடன் பதறினாள்.

"இதோ பாருங்கம்மா... உங்க மகனை கையில விலங்கு போட்டு, ஊரே பார்க்கற மாதிரி கூட்டிட்டுப் போகமுடியும். அக்கம் பக்கத்துல அசிங்கப்படக் கூடாதுனுதான் நான் காக்கி டிரஸ்ல வராம, டி-ஷர்ட்ல வந்திருக்கேன். வாசல்ல போலீஸ் ஜீப் நிக்காம அம்பாசிடர் நிக்குது... புரிஞ்சுக்கிட்டு ஒத்துழைப்பு கொடுங்க!" என்றார் இன்ஸ்பெக்டர்.

"வெயிட் பண்ணுங்க சார்... வரேன்!" என்று அவரிடம் சொல்லி விட்டு, விஜய் தன் அம்மாவை உள்ளே அழைத்தான். "நீயும் கல் யாணியும் தொட்டுப் பேசுவீங்களானு என்னை அவர் கேட்டுட் டிருந்தார், விஜய்..." என்றாள் மரகதம், பதற்றத்துடன்.

விஜய் ஆவேசத்தை அடக்கிக்கொண்டு, "எனக்கு எதுவும்

ஆகாதும்மா... அவருக்கு காபி குடு..” என்று அவளைத் தட்டிக் கொடுத்துவிட்டு, லேண்ட்லைனில் டயல் செய்தான். எதிர் முனையில் எடுத்தது செந்தாமரை – எம்.டி. கிரிதரின் உதவியாளர்.

“சார், விஜய் பேசறேன்! கல்யாணி கொலையானதுல எனக்குத் தொடர்பு இருக்குன்னு சந்தேகத்தின் பேர்ல என்னைக் கைது செய்ய வந்திருக்காங்க. இந்தத் தகவலை எம்.டி சாருக்கு தெரிவிச்சிடுங்க...” என்று சொல்லிவிட்டு, பாத்ரூமுக்குள் நுழைந்தான்.

வங்காள விரிகுடா. அலைகள் அடங்கிய உள்கடல் பகுதி. சக்தி வாய்ந்த மோட்டார் பொருத்தப்பட்ட அந்த மீன்பிடி படகு உடலைச் சாய்த்து வளைந்து திரும்பியது. அதைவிடப் பெரிதாக இருந்த இன்னொரு படகு நகராமல் நின்றிருக்க, அதை நெருங்கி இணையாக நின்றது.

வெகுவெகு தொலைவில் சென்னையின் கரை புகையாகத் தென்பட்டது.

பெரிய படகிலிருந்து உயரமான மீன்கூடைகள் மோட்டார் படகுக்கு மாற்றப்பட்டன. நைலான் வலைகளில் கொத்துக் கொத்தாகச் சிக்கியிருந்த மீன்கள் வாரிக் கொட்டப்பட்டன.

மோட்டார் படகில் இருந்தவர்கள் கூடைகளைத் திறந்து பார்த்தார்கள். நிரம்பியிருந்த மீன்களை விலக்கி, கைவிட்டுத் துழாவினார்கள். கனமான பிளாஸ்டிக் தாளில் சுற்றப்பட்ட பிஸ்டல்களும், ரைஃபிள் துப்பாக்கிகளும் வெளியே எடுக்கப்பட்டன. தங்களிடம் இருந்த பட்டியலுடன் ஆயுதங்களை அவர்கள் சரிபார்த்தனர். திருப்தியான பின், ஆயுதங்களை மீண்டும் மீன்களுக்கு நடுவில் பதுக்கினர். இரு படகுகளும் சட்சட்டென விலகி வெவ்வேறு திசைகளில் விரைந்தன.

சென்னை போலீஸ் கமிஷனர் அலுவலகம்.

சிறப்பு அனுமதி பெற்று விஜய்யை அங்கே வைத்து விசாரித்துக் கொண்டிருந்தார், இன்ஸ்பெக்டர் சந்திரமோகன்.

“ஆமாம் சார்! கல்யாணியைத் தொட்டுப் பேசுவேன்... ரெண்டு பேரும் துரத்திப் பிடிப்போம். அதுக்காக, அவகூட படுத்துட்டேன்னு சொல்வீங்களா..? ஆணுக்கும் பொண்ணுக்கும் நல்ல நட்பும், ஆரோக்கியமான உறவும் இருக்க முடியும், புரிஞ்சுக்குங்க...”

“ஸாரி விஜய்... ஃப்ரெண்டோட லவ்வரை கரெக்ட் பண்ணி, ஃப்ரெண்டையே கொலை பண்ணினவங்க எவ்வளவு பேர்னு என்கிட்ட கணக்கே இருக்கு! ஆணும், பொண்ணும் நெருக்கமா இருந்தா, தப்பு நடக்கறதுக்கு வாய்ப்பு இருக்கு... வள்ளுவர் காலத்துலேர்ந்தே இந்த மேட்டர் மட்டும் மாறல...”

“கல்யாணி கர்ப்பமானதுக்கும், எனக்கும் எந்தத் தொடர்பும்

இல்ல... கல்யாணி அநியாயமா உயிரை விட்ட துக்கத்துலேர்ந்து இன்னும் நாங்க மீளவே இல்ல. நடராஜர் சிலையைத் திருடின வங்க யாருனு கண்டுபிடிக்கறதை விட்டுட்டு, டீ கப்பை சுத்தற ஈ மாதிரி என்னையே சுத்திசுத்தி வந்துட்டிருக்கீங்க..?"

"சரி... கல்யாணிகிட்ட அந்த மாதிரி பழகினவங்க யாருன்னா வது உங்களுக்குத் தெரியுமா?"

"சத்தியமா தெரியாது சார்... இந்த ஒரு விஷயத்துல மட்டும் கல்யாணி என்கிட்ட உண்மையா இல்ல!"

"உங்களுக்கு யார் மேலயாவது சந்தேகம் இருக்கா..?"

"கல்யாணி கொலையானது எந்தத் தனிப்பட்ட விரோதம் காரணமாகவும் இல்ல... கொள்ளையடிச்சவங்க கேமராவைப் பிடுங்க வந்தாங்க. உடனே குடுக்காம, கொஞ்சம் திமிறினேன். என்னைப் பணிய வைக்கறதுக்காக, குறுக்க நின்னுட்டிருந்த கல்யாணியை வெட்டிட்டாங்க. தண்ணில விழுந்து கேமராவும் வீணாயிடுச்சு. அவங்களைப் பதிவு பண்ணின எஸ்டி கார்டும் போயிடுச்சு! எத்தனை தடவை கேட்டாலும், இந்த உண்மையை நான் மாத்திச் சொல்ல முடியாது..."

"அவங்க ரெண்டுபேரும் எப்படி இருந்தாங்க..?"

"நல்ல திடமான உடம்பு... இதோ, இவ்வளவு உசரம் இருந்தாங்க. வேட்டை நாய் மாதிரி ஸ்பீடா ஓடினாங்க..."

"டிரைவர் பிரகாஷ்தான் உங்களுக்கு வண்டி ஓட்டினாரு. அதே பிரகாஷ்தான் ஹோண்டா கார் தொலைஞ்சதுலயும் இன்வால்வ் ஆயிருக்காரு. அவரைப்பத்தி என்ன நெனைக்கறீங்க..?"

"சார், எல்லாரையும் சந்தேகப்படறது போலீஸ் குணம். எனக்கு அவர் மேல எந்த சந்தேகமும் இல்ல..."

இந்த நேரத்தில் கதவைத் தட்டிவிட்டு, ஒரு கான்ஸ்டபிள் வந்து நின்றார்.

"சார், கமிஷனர் உங்களைக் கூப்பிடறார்..." என்றார், இன்ஸ் பெக்டரிடம்.

கமிஷனர் அறை.

கமிஷனருக்கு எதிரில் அமர்ந்திருந்தவரைப் பார்த்ததுமே, இன்ஸ்பெக்டர் சந்திரமோகனுக்கு அவர் யாராக இருக்கும் என்று புரிந்துவிட்டது.

நெருக்கமான கட்டங்கள் போட்ட முழுக்கைச் சட்டையை கருநீல பேன்ட்டுக்குள் விட்டு, பெல்ட் அணிந்து, விறைப்பாக அமர்ந்திருந்த நபர், உச்ச நீதிமன்றம் வரைக்கும் அசால்ட்டாகப் போய்வரும் வக்கீல் என்று அவர் உடலெங்கும் எழுதப்பட்டிருந்தது.

கமிஷனர் அமைதியான குரலில் கேட்டார்.

“சந்திரமோகன், சிலை திருடுனவங்க யாருனு அடையாளம் காட்ட, பரேடு நடத்தினீங்களா..?”

“இன்னும் இல்ல சார்...”

“குத்தவாளிங்களைக் கோட்டை விட்டுட்டு, தப்பான ஆளுங் களை சித்ரவதை பண்றாங்கனு போலீஸுக்கு கெட்ட பேர் வந்துடக் கூடாது...”

“யெஸ் சார்!”

“இவரு கே.ஜி. டிவியோட அட்வகேட். பெயில் ஆர்டர் வாங் கிட்டு வந்திருக்காரு. விஜய், பிரகாஷ் ரெண்டு பேரையும் ரிலீஸ் பண்ணிடுங்க...”

“யெஸ் சார்...”

“முதல்ல கொள்ளைக்காரங்களைக் கண்டுபிடிக்கப் பாருங்க...”

“யெஸ் சார்...” என்று சந்திரமோகன் பட்டென்று சல்யூட் அடித்தார்.

வட சென்னை.

கடற்கரைச் சாலையில் கம்பீரமாக நின்றது, அந்த மூன்று மாடிக் கட்டிடம். ‘தீபக் மரைன் ப்ராடக்ட்ஸ்’ என்ற பித்தளை எழுத்துகள் வெயிலில் மின்னின.

போர்ட்டிகோவில் அந்த நீளமான பென்ஸ் கார் நிறுத்தத்துக்கு வந்தது. சீருடை அணிந்த வாட்ச்மேன் ஓடி வந்து கார் கதவைத் திறந்து பிடிக்க, தீபக் தர்மசேனா இறங்கினார். ஐம்பது வயது. முகத்தில் தங்கிவிட்ட செல்வத்தின் செழிப்பு. முன் வழுக்கை. தங்க ஃபிரேம் கண்ணாடி. வெள்ளைக் கதரில் கால் சராய், வெள்ளைக் கதரில் முழுக்கைச் சட்டை. சுத்தமாக மழிக்கப்பட்ட முகம்.

லிஃப்ட்டில் ஏறி, மூன்றாவது மாடியில் வெளிப்பட்டார். மீன்களைப் பதப்படுத்தி ஏற்றுமதி செய்யும் நிறுவனத்துக்கே உரிய விளம்பரப் படங்கள் சுவர்களை அலங்கரித்தன.

தீபக் தர்மசேனா தன் அறைக்குள் நுழைந்தார். சுழல் நாற்காலி யில் அமர்ந்து, ரிமோட் பொத்தானை அழுத்தினார். அறைக்கதவு உள்ளே தாழிட்டுக்கொண்டது. மேஜை இழுப்பறையைத் திறந் தார். ஒரு ஸ்மார்ட் போனை வெளியே எடுத்தார். ஸ்விட்ச் ஆன் செய்தார். இரண்டு குறுஞ்செய்திகள் வந்திருந்தன. புருவங்கள் முடிச்சிட்டன. அந்த போனை இயக்கினார்.

எதிர்முனையில் எடுத்தது, லியோ.

“ஐயா...” என்ற குரலிலேயே தரைவரை குனிந்த பணிவு இருந்தது.

"என்ன ஆச்சுடா? வெண்ணெயைத் தடவற மாதிரி வேலையை முடிப்பேன்னு சொன்னே! அத்தனை சேனல்லயும் உங்க மூஞ்சியைத் தவிர எல்லாத்தையும் காட்டிட்டாங்க. இதான் நீங்க வேலை செய்யற லட்சணமா..?"

எதிர்முனையில் சிறு மௌனம்.

"நாங்க எதிர்பார்க்காத சில தப்பு நடந்துடுச்சுங்க... மன்னிச்சிருங்க!"

"பார்ட்டியை வரவேணாம்னு சொல்லிட்டீங்களா..?"

"வாய்ப்பில்ல... அவர் ஏற்கனவே மகாபலிபுரத்துக்கு வந்துட்டாரு... தகவலும் குடுத்துட்டாரு..."

"டேய்... நீங்க ஏதாவது முட்டாள்தனம் பண்ணி மாட்டிக்கிட்டா, கோர்ட் கூண்டுல நீங்க ஏறுறதுக்கு முன்னால, உங்களை பரலோகத்துக்கு அனுப்பிடுவேன். ஞாபகம் வெச்சுக்கங்க..." என்று தொடர்பைத் துண்டித்தார்.

பொத்தானை அழுத்தி, "ரிக்கியை வரச் சொல்..." என்றார். அவர் அனுமதியளித்ததும் கதவு திறந்து, ரிக்கி சக்கரம் வைத்த சூட்கேஸ் ஒன்றைத் தள்ளிவந்தான்.

"ரிக்கி, சரக்கெல்லாம் போய் சேர்ந்துருச்சா..?"

ரிக்கி, அந்தப் பயணப்பெட்டியை மேஜை மீது வைத்துத் திறந்தான். கட்டுக்கட்டாக ஆயிரம் ரூபாய் நோட்டுகள்.

"பார்ட்டிக்கு திருப்திதானே..?"

"ரொம்ப திருப்தி..."

"வேற மேட்டர்ல ரெண்டு உயிர் போயிருக்கு... போலீஸ் ரொம்ப மும்முரமா ஒவ்வொரு நூலாப் பிடிச்சுக் கோப்பாங்க... ஒவ்வொரு நிழலையும் வேவு பார்ப்பாங்க... நம்ப பசங்க எல்லாரையும் கவனமா இருந்துக்கச் சொல்லு..."

ரிக்கி தலையசைத்தான்.

பிரகாஷ், பன்னீர் இருவரும் அறையின் இருட்டு மூலையில் அமர வைக்கப்பட்டிருந்தார்கள்.

"கொள்ளைக்காரங்க மூஞ்சில துணி கட்டியிருந்தாங்கனு சொல்றீங்களே, எப்படிக் கட்டியிருந்தாங்க..?" என்று சந்திரமோகன் கேட்க, பிரகாஷ் துணியை முக்கோணமாக மடித்து நெற்றி, கண்களை விடுத்து, மூக்கையும், வாயையும் மூடிக் கட்டிக் காட்டினார்.

"இப்ப வரவங்கள்ல அவங்க இருக்காங்களானு பாத்துச் சொல்லுங்க..."

அங்கிருந்து பதினைந்து அடி தள்ளி, அதே போல் முகம் மூடி

ஆறு பேர் ஒவ்வொருவராக நடந்து வந்தார்கள்.

"இல்ல சார்... இவர் கொஞ்சம் குள்ளம். இவர் ரொம்ப தாட்டியா இருக்கார்... இதுல யாருமே இல்ல சார்..."

"கொள்ளையடிச்சவன் எப்ப பரேடுக்கு வருவானோ..?" என்று எரிச்சலுடன் சந்திரமோகன் பொருமினார்.

அந்த ஆறு நபர்களும் சந்தேகத்துக்குரியவர்கள் அல்ல என்று விடுவிக்கப்பட்டார்கள்.

கே.ஜி. தொலைக்காட்சி நிலையம். கான்ஃபரன்ஸ் ஹால். முக்கியமான ஊழியர்கள் அனைவரும் கூடியிருந்தனர். அங்கு கனமானதொரு மௌனம் நிலவியது.

பெரிதாக்கப்பட்ட கல்யாணியின் புகைப்படம் ஒன்றுக்கு மாலை அணிவித்தார், கிரிதர். கண்களை மூடி கை கூப்பினார். ஊழியர்களைப் பார்த்துத் திரும்பினார். கணீரென்ற குரலில் பேசத் துவங்கினார்.

"நாம எதிர்பார்க்காத ஒரு பேரிழப்பு இது! ஆனா, இதுக் கெல்லாம் மிரண்டு போயிடக் கூடாது. இந்தத் தொழில்ல இருந்தா கத்தியப் பாக்கணும், ரத்தத்தைப் பாக்கணும், கண் ணெதிர நாலு பொணம் விழும். எல்லாத்தையும் தாண்டி, நடு நிலையோட தைரியமா செயல்பட்டுத்தான் ஆகணும். அப்படி இருக்கறதுதான் மீடியா தொழில். என் வாழ்க்கைய தூர்தர்ஷன்ல ஒரு கேமராமேனாதான் ஆரம்பிச்சேன். ரெண்டு மீனவர் குரூப்புக் குள்ள சண்டைனு கவர் பண்ண, முட்டத்துக்குப் போயிருக்கேன். அங்க வெட்டறதுக்கு வந்திருக்காங்க. நதித்தண்ணில விஷம் கலக்கு துனு கேள்விப்பட்டு ஆவுடையாபுரம்ங்கற ஊருக்குப் போனபோது, அங்க குழிதோண்டியே புதைக்கப் பார்த்தாங்க. எல்லாத்தையும் தைரியமா எதிர்கொண்டதாலதான் நான் தனியா நியூஸ் சேனல் ஆரம்பிக்கற லெவலுக்கு வர முடிஞ்சுது. நமக்கு உயிர் முக்கியம்... அதே அளவு செய்தியும் முக்கியம்..."

பொதுவாக சிக்கனமாகவே வார்த்தைகளை உதிர்க்கும் எம்.டி. இன்று இவ்வளவு பேசுகிறாரே என்று அத்தனை பேரும் ஆச்சரியத்துடன் கவனித்தனர்.

திருவான்மியூர் கடற்கரை. இரவு ஆளத் துவங்கியிருந்தது. வெளிச்சமற்ற மணல்வெளி. எங்கெங்கோ யார் யாரோ சிதறி யிருந்தார்கள்.

நந்தினியைச் சீண்டும் அளவு நெருக்கத்தில் அமர்ந்திருந்தாலும், தன் முழங்கால்களைக் கட்டிக்கொண்டு அமர்ந்திருந்தான், விஜய். இருவர் முகங்களிலும் வழக்கமாக மின்னும் புன்னகை இல்லை.

"விஜய், என் பேச்சை நீ கேப்பியா..?" என்று நந்தினி மெல்லிய

குரலில் கேட்டாள்.

"என்ன..?"

"தெரிஞ்ச ஜோசியர் ஒருத்தர் இருக்காரு. ரொம்ப நம்பிக்கையானவரு. அவர்கிட்ட உன் ஜாதகத்தைக் காட்டுவோம். உனக்கு நேரம் சரியில்ல... ஏதோ தப்பு நடக்குது. பிரச்னைக்கு மேல பிரச்னையில நீ மாட்டிக்கற. அவரைக் கேட்டு, ஏதாவது பரிகாரம் செய்யணும்னா செய்யலாம்..."

விஜய் உலர்ந்த புன்னகையை உதிர்த்தான்.

"ஒரே ஒரு பரிகாரம்தான் தேவை. கல்யாணியோட குடும்பத்துக்கு ஏதாவது உருப்படியா செய்யணும். அதை விட்டுட்டு, பாலபிஷேகம், மோர் அபிஷேகம்னு எந்தப் பரிகாரமும் என்கிட்ட சொல்லாத. என் மனசு கேக்காது..."

நந்தினியிடம் பேசியபடியே தற்செயலாக நிமிர்ந்து பார்த்தான். அதிர்ந்தான். கடற்கரை மணலை முத்தமிடும் அளவுக்கு உள்ளே வந்திருந்த தார்ச் சாலையின் முனையில் அந்தக் கார் நின்றிருந்தது. அதன் முன் இருக்கைகளில் அமர்ந்திருந்தவர்களை அவனுக்குச் சட்டென அடையாளம் புரிந்தது.

இவர்கள்தானே பெண்ணையாற்றங்கரையில் கல்யாணியைத் துடிக்கத்துடிக்க வெட்டியவர்கள்..?

விஜய்யின் ரத்தம் வேகமெடுத்தது.

# 8

விஜய் பார்த்துக்கொண்டிருக்கும்போதே காரில் இருந்தவர்களில் ஒருவன் ஒரு சிகரெட்டை உதடுகளில் பொருத்தி, லைட்டரை உயிர்ப்பித்தான். அந்த வெளிச்சத்தில் காருக்குள் இருந்தவர்களின் முகங்கள் இன்னும் தெளிவாகத் தெரிந்தன.

விஜய் குரலைத் தழைத்துக்கொண்டு சொன்னான்... "நந்து... சட்டுனு திரும்பிப் பாக்காத! ரோடு முனையில ஒரு ஐ-20 நிக்கு தில்ல... அந்தக் காருல இருக்கற ரெண்டு பேரும்தான் அன்னைக்குக் கல்யாணியை வெட்டினவங்க!"

"என்னடா சொல்ற..?" நந்தினி பயத்தில் அவன் கைகளை இறுகப் பற்றினாள். "எதை வெச்சு சொல்றே..? வெட்டினவங்க முகத்தை மூடி துணி கட்டியிருந்தாங்கனு நீ சொல்லல..?"

"என்னதான் முகத்தை மறைச்சிருந்தாலும், புருவமும், நெத்தியும், தலைமுடியும் அடையாளம் காட்டுது... இவங்கதான்!"

"இப்ப என்ன செய்யப் போறே..?"

"என்ன செய்யச் சொல்றே..?"

"உடனே போலீஸுக்கு போன் பண்ணுடா..."

"வெயிட்... போலீஸுக்கு ஃபோன் பண்ணி, அவங்க நூறு கேள்வி கேட்டு, கிளம்பி வந்து சேர்றதுக்குள்ள, இவங்க புறப் பட்டுப் போயிட்டா..? 'பொய் சொல்லி எங்களை வரவழைச்சு,

நீ குழப்பப் பாக்கறே'னு என்னைதான் அரெஸ்ட் பண்ணி இழுத்துட்டுப் போவாங்க!"

சொல்லிக்கொண்டே, விஜய் தன்னுடைய செல்போனை எடுத்து அதன் கேமராவை ஆன் செய்தான். ஜூம் செய்து பார்த்தான். காருக்குள் போதிய வெளிச்சம் இல்லாவிட்டாலும், அந்த முகங்கள் அடையாளம் புரிந்தன.

"எல்லா சேனல்லயும் ஒரு குருக்கள் செத்தாரு, ஒரு பொண்ணு செத்துச்சுனு ஒரு நாள் முழுக்க நியூஸா போட்டுத் தள்ளினாங்க. அதோட மறந்துட்டு அடுத்த வேலையைப் பாக்கப் போயிட்டாங்க.. நான் அப்படிப் போக முடியாது..."

"டேய்... ஒரு சேனல் ரிப்போர்ட்டரா எவ்ளோ செய்தியை நீ கவர் பண்ணியிருக்க! அதெல்லாம் என்னாச்சுன்னு ஃபாலோ அப் பண்ணியிருக்கியா? அடுத்த நியூஸ் கிடைச்சவுடனே அது பின்னால துரத்திட்டு நீயும்தானே ஓடியிருக்கே..?"

"செத்தது யாரோ ரோடுல போற பொண்ணு இல்ல, நந்து... என் கூட வெயில்லயும், மழைலயும் தோள் கொடுத்த கல்யாணி. எனக்கு இது வெறும் செய்தி இல்ல... என் வாழ்க்கையைப் புரட்டிப் போட்ட அனுபவம். இவனுங்க தப்பிச்சுப் போக நான் விட முடியாது..."

"கல்யாணி உன் மனசுல எவ்ளோ அழுத்தமா இடம் பிடிச்சிருக்கானு யோசிச்சா, எனக்கு திக்குனு இருக்கு விஜய்..."

போனில் பதிவாகும் வீடியோவிலிருந்து கண்ணை எடுக்காமல், "ப்ளீஸ்! இப்ப அந்தப் பேச்சை எடுக்காத..." என்று விஜய் சற்று அதட்டலாகச் சொன்னான்.

"கொலைகாரனுங்களைப் பிடிக்க வேண்டியது போலீஸோட வேலை..." என்று நந்தினி ஏதோ சொல்ல முனைய, கை உயர்த்தி அவளை அடக்கினான், விஜய். காரணம், காருக்குள் இருந்தவர்களில் ஒருவன் தன் போனை எடுத்து யாரிடமோ பேச ஆரம்பித்தான். அவன் பேசுவது கேட்கவில்லை என்றாலும், அடுத்தவனிடம் சைகையிலேயே 'வண்டியை எடு' என்று அவன் சொல்வதும், அவன் இருக்கையில் சரியாகப் பொருந்தி அமர்வதும் இங்கிருந்து தெரிந்தது.

"நந்தினி, நீ ஒரு ஆட்டோ பிடிச்சு வீட்டுக்குப் போயிடு..." என்றபடி விஜய் கடற்கரை மணலில் கையூன்றி எழுந்தான்.

"நீ..?"

"அவங்க எங்க போறாங்கனு பார்க்கப் போறேன்..."

அவன் பார்க்கும்போதே, கார் ரிவர்ஸ் எடுத்து 180 டிகிரி சடக்

கெனத் திரும்பியது.

நந்தினி அவன் கையை இறுகப் பற்றினாள். "வேணாம் விஜய்! கொலை செய்ய அஞ்சாதவங்கனு தெரிஞ்சும், எதுக்குடா ரிஸ்க் எடுக்கற..? போலீஸ்கிட்ட பேச உனக்குப் பிடிக்கலைனா, நான் பேசறேன்..."

"இந்த ரிஸ்க் கூட எடுக்கலைனா, வாழ்க்கையே வேஸ்ட்... எப்ப கூப்புடணுமோ அப்ப போலீஸை நானே கூப்புடுவேன். நீ புறப்படு... ஜாக்கிரதையா வீட்டுக்குப் போய்ச் சேரு!"

சொன்ன வேகத்திலேயே மோட்டார் சைக்கிளை நிறுத்திய இடத்துக்கு விஜய் ஓடினான். ஹெல்மெட்டை அணிந்து, தன் பைக்கைக் கிளப்பினான்.

நந்தினி பதைக்கும் நெஞ்சுடன் பைக்கின் சிவப்பு விளக்கு மறையும்வரை பார்த்துக்கொண்டிருந்தாள்.

ஜோஷ்வா போனை அணைத்ததும், காரைச் செலுத்திக் கொண்டே லியோ அவன் பக்கம் திரும்பினான்.

"போன்ல யாரு..?"

"பார்ட்டிதான்..."

"என்னவாம்..?"

"திடீர்னு 'திருவான்மியூர் வேணாம், புலிக்குகை தாண்டி சவுக்குத்தோப்பு இருக்கு, அங்க மீட் பண்ணலாம்'னு சொல்றான்... இந்தப் பக்கம் செக்போஸ்ட் நெறைய இருக்காம். போலீஸ் கெடுபிடி அதிகமா இருக்கும்னு பயமா இருக்காம்..."

"நடராஜர் இருக்கறது நம்ம வண்டில! நாமளே பயப் படல... தாட்பூட்னு பேசுவானுங்களே தவிர, இந்த வெள்ளைக் காரனுங்க தொடைநடுங்கிப் பசங்க..." என்று சிரித்துவிட்டு, லியோ காரின் வேகத்தைக் கூட்டினான்.

விஜய் முகத்தை மூடும் ஹெல்மெட் அணிந்திருந்தாலும், அந்தக் காரை நெருங்கிவிடாமல், போதிய இடைவெளி விட்டுத் தொடர்ந்தான்.

வானில் இருள் கூடியது. கிழக்குக் கடற்கரைச் சாலையில் விளக் குகள் விழித்தன. கிட்டத்தட்ட நாற்பது நிமிடப் பயணத்துக்குப் பின், புலிக்குகை தாண்டியதும், மகாபலிபுரத்துக்கு முன்பாக இடது புறம் இருந்த சவுக்குத் தோப்புக்குள் அந்தக் கார் நுழைவதை விஜய் பார்த்தான். தன் பைக்கை சற்றுத் தள்ளி சாலையின் விளிம்பில் நிறுத்திவிட்டு இறங்கினான்.

அவனுடைய இதயம் உச்ச வேகத்தில் அடித்துக்கொண் டிருந்தது. தான் செய்வது புத்திசாலித்தனமா, முட்டாள்

தனமா என்று அவனுக்குப் புரியவில்லை. 'போலீஸுக்குத் தகவல் கொடுத்து அவர்கள் உதவியை நாடுவதே நியாயம்' என்று ஒருபுறம் தோன்றினாலும், ஏதோ ஒரு சக்தி அவனைச் செலுத்தியது போல் குருட்டுத் துணிச்சலுடன் விஜய் மெல்ல இருளில் கலந்து அதே சவுக்குத் தோப்புக்குள் நுழைந்தான். காய்ந்த சருகுகள் காலடியில் சப்தம் எழுப்ப, நுனிக்காலால் மெல்ல மெல்ல நடந்தான்.

வானின் விளிம்பும் வெளிச்சம் இழந்து முற்றிலும் இருளாகி விட்டிருக்க, நெருக்கமான சவுக்கு மரங்களுக்கு இடையில் சுத்தமாக வெளிச்சம் இல்லை. கண்கள் இருளுக்குப் பழக்கமாயின.

ஒரு குறிப்பிட்ட இடம் வந்ததும், காற்றில் பெட்ரோல் புகையின் வாசம் கலந்திருந்தது.

கார் அங்கேதான் நின்றிருக்க வேண்டும் என்று விஜய் சுற்று முற்றும் பார்த்தான். சவுக்கு மரங்களுக்கு இடையில் ஒரு சிறு வறட்டு மணல் மைதானம். அங்கே ஐ-20 நின்றிருந்தது, பார்க்கிங் விளக்குகளை மட்டும் எரியவிட்டு.

எதிரில் அதேபோல், பார்க்கிங் விளக்குகள் மட்டும் விழித்தி ருக்க, இன்னொரு கார் நின்றிருந்தது. பாலைவனங்களிலும், மலை மேடுகளிலும், மணல்வெளிகளிலும் சுலபமாகப் பயணம் செய்யும் வகையில் நான்கு சக்கரங்களையும் இயக்கக்கூடிய வெளிநாட்டு வோல்வோ கார் அது.

அந்தக் காரின் கதவு திறந்தபோது, உள்ளே விளக்கு எரிந்து, அந்த வெளிச்சத்தில் அமெரிக்கன் போல் ஒருவன் தென்பட்டான். முப்பது வயதுக்குள் இருக்கும். செவேல் என்று சிவந்த சருமத்தில் வெயில் புள்ளிகள். செம்பட்டையான தலைமுடி. உயரமானவன். திடகாத்திரன். கைகளில் கையுறைகள் அணிந்திருந்தான்.

விஜய் மரங்களுக்கிடையில் நகர்ந்தான். சவுக்கு மரங்களுக் கிடையில் அவனுக்காகவே ஏற்பாடு செய்யப்பட்டது போல், திடீரென்று முளைத்திருந்த ஒரு புளியமரம் தென்பட்டது.

பள்ளிக்கூட வாழ்க்கையை கிராமத்துத் தோப்புகளிலும், தோட்டங்களிலும் கழித்திருந்ததால், சத்தமில்லாமல் மரம் ஏறுவது விஜய்க்கு சவாலாக இல்லை. வசதியான கிளைகளைக் கால்களால் பற்றிக்கொண்டு, ஒலியெழுப்பாமல் அமர்ந்தான்.

அவனுடைய கோணத்திலிருந்து இரு கார்களும், மூன்று நபர் களும் தெளிவாகத் தெரிந்தனர். தன்னுடைய செல்போனை மீண்டும் எடுத்து, வீடியோவை இயக்கினான். ஜூம் செய்து அவர்களை கவனித்தான்.

"ஹாய்... ஐ'யாம் ஜோஷ்வா. திஸ் இஸ் லியோ!"

"ஹாய்..!" என்று அமெரிக்கன் கை குலுக்கினான். "ஐ'யாம்

ஜார்ஜ்... அந்தச் சிலையை நான் பார்க்கலாமா?"

லியோ, பக்கத்தில் இருந்த ஜோஷ்வாவை ஆச்சரியத்துடன் பார்த்தான்.

"தமிழ்ல பேசறீங்க..?"

"நான் பாண்டிச்சேரில இருந்த ஆளு... தமிழ், தெலுங்கு, ஹிந்தி எல்லாமே நல்லா பேசுவேன். குறள் சொல்லவா..? அகர முதல எழுத்தெல்லாம் ஆதி பகவன் முதற்றே உலகு..."

"அப்ப குழப்பமில்லாம விலை பேசலாம்..." என்றான் ஜோஷ்வா.

"வெலை ஏற்கனவே பேசிட்டோம்..!"

"நாங்க அந்த சிலையை எடுக்கறதுக்கு ரொம்பக் கஷ்டப் பட்டோம்... இந்த வீடியோவைப் பாருங்க, தெரியும்..." என்று லியோ தன் போனில் வீடியோவை ஓட்டினான்.

மரத்தின் மேலிருந்து பார்த்த விஜய் தவித்தான். அது, அவன் பெண்ணையாற்றங்கரையில் எடுத்த விடியோ.

ஜார்ஜ், வீடியோவைப் பார்க்கப் பொறுமையில்லாமல் கிளவுஸ் அணிந்த ஒற்றைக் கையால் அதை ஒதுக்கினான்.

"மேட்டர் தெரியும்... பார்க்கறவங்களை எல்லாம் டப்பு டிப் புனு கொன்னு போட்டுட்டு வந்திருக்கீங்க..!"

"அதனால பழைய ரேட்டு கட்டுப்படியாகாது... விலை கூடிப் போச்சு!" என்றான் லியோ, தீர்மானமான குரலில்.

"எங்க பாஸ் ரொம்ப ஸ்ட்ரிக்டா சொல்லிட்டாரு... பேசின விலைக்கு மேல பத்தாயிரம் டாலர் குடுத்தாதான், சிலையைக் குடுக்க முடியும்..." என்று ஜோஷ்வா அனுபல்லவி பாடினான்.

நிக்கோடின் கறை படிந்த பற்கள் தெரிய, ஜார்ஜ் வாய்விட்டுச் சிரித்தான்.

"அந்த பத்தாயிரம் டாலரை நீங்க பாக்கெட்ல போட்டுக்க பிளான் பண்ணியிருக்கீங்க! ஆனா, பிரதர்ஸ்... எப்பவுமே ரத்தக் கறை படிஞ்சா, அந்த ஐட்டத்துக்கு சர்வதேச மார்க்கெட்ல வெலை குறையும்... தெரியாதா? உங்ககூட ரெகுலரா நிறைய வியாபாரம் பண்ணணும்னு ஆசைப்படறேன். அதனாலதான் வெலையை நான் குறைச்சுக் கேக்கல..."

லியோவும், ஜோஷ்வாவும் ஒருவரையொருவர் பார்த்துக் கொண்டனர்.

"டயத்தை வேஸ்ட் பண்ணாம சிலையைக் காட்டுங்க..."

மரத்தின் மீது அமர்ந்திருந்த விஜய் பரபரப்பானான்.

ஜோஷ்வா தங்கள் காருக்குப் போய், பின் இருக்கையைத் தூக்கி,

அதனடியில் பதுக்கியிருந்த அழுக்குத் துணிப்பையை எடுத்து வந்தான். பிரித்தான். நடராஜர் சிலை வெளியே வந்தது. ஜார்ஜ் தன் போனில் இருந்த டார்ச்சை இயக்க, அந்த வெளிச்சத்தில் நடராஜரின் வைரக்கண்கள் மின்னல்களை வாரி இறைத்தன.

"அருமையா இருக்கு..." என்றான் ஜார்ஜ். தன் காரிலிருந்து ஒரு கேன்வாஸ் பையை எடுத்து அவர்களுக்கு நடுவில் போட்டான்.

"பேசுன தொகை. டாலரா இருக்கு... எண்ணிக்குங்க!"

ஜோஷ்வாவும், லியோவும் ஆளுக்கு ஒரு டாலர் கட்டு எடுத்துப் பிரித்து எண்ண ஆரம்பித்தார்கள். ஜார்ஜ் நிதானமாக நடந்து நடராஜர் சிலையைத் தன் வோல்வோவின் பின் இருக்கையில் கிடத்தினான். டேஷ்போர்டு திறந்து ஏதோ எடுத்து வந்தான். அது ஏதோ இல்லை, சைலன்ஸர் பொருத்திய ஒரு பிஸ்டல் என்று அதை நிமிர்த்தி அவன் குறிபார்த்தபோதுதான் விஜய்க்குத் தெரிந்தது.

விஜய் மூச்சை இழுத்துப் பிடித்தான்.

"ஹலோ..." என்று ஜார்ஜ் கூப்பிட்டதும், ஜோஷ்வாவும், லியோவும் சந்தேகமின்றி நிமிர்ந்து பார்த்தார்கள். ஜார்ஜ் 'டப்... டப்...' என்று சுட்டான். சோடா பாட்டில் மூடியைத் திறக்கும் ஒலி மட்டுமே கேட்டது.

லியோவும் ஜோஷ்வாவும் மல்லாந்து சரிந்தனர். ஜோஷ்வாவின் உயிரற்ற விழிகள் மரத்தில் ஒளிந்திருந்த விஜய்யையே பார்த்தன. விஜய் மிரண்டான்.

ஜார்ஜ் அவர்களை நெருங்கி நின்று மீண்டும் இரு தோட்டாக்களை செலவு செய்தான். பிஸ்டலைத் தன் பேன்ட்டுக்குள் செருகினான். அவர்கள் எண்ணிக்கொண்டிருந்த பணத்தை அள்ளி கேன்வாஸ் பையில் திணித்தான்.

திடுக்கிடலில் விஜய்யின் இதயம் ஒரு நிமிடம் நின்றுபோனது. விஜய்யின் போன் பேட்டரி ஓய்ந்து அணையப் போகிறேன் என்று மினுக்கி மினுக்கி எச்சரித்தது. அச்சத்தில் அவன் உடலெங்கும் வியர்வை சுரந்தது.

ஜார்ஜ் தன் வோல்வோ காரில் ஏறினான். ரிவர்ஸ் எடுத்தான். டயர்கள் திணறாமல் மணலை உழுது திரும்பின.

சில சினிமாக்களில் பார்த்திருந்த காட்சி போல் இப்படியொரு காட்சியை இவ்வளவு அண்மையில் காண்போம் என்று அவன் நினைத்ததேயில்லை. அத்தனை காட்சிகளையும் தன் செல்போன் கேமிரா பதிவு செய்திருப்பதை விஜய் திருப்தியும், பெருமிதமுமாக உணர்ந்தான்.

போன் பேட்டரி தீர்ந்து செத்துப் போவதற்குள் வோல்வோ

வின் நம்பர் பிளேட்டைப் படம் எடுத்துவிட வேண்டும் என்று சற்றே அவன் போனைத் திருப்பினான். அவன் சற்றும் எதிர் பாராத விதமாக வியர்வையில் நனைந்திருந்த அவன் கையிலிருந்து செல்போன் வழுக்கியது. நழுவிக் கீழே விழுந்தது.

'சரக்' என்று சருகுகளில் ஏதோ விழும் சத்தம் கேட்டதாலோ, ரியர்வியூ கண்ணாடியில் விழுவது கவனிக்கப்பட்டோ, வோல்வோ சட்டென்று நின்றது.

மரக்கிளைகளுக்குள் விஜய் ஒன்றிக்கொண்டான்.

காரிலிருந்து ஜார்ஜ் பிஸ்டலுடன் இறங்கினான். டார்ச் வெளிச் சத்தை விஜய் இருந்த பக்கம் திருப்பினான். சருகுகளை மிதித்துக் கொண்டு, அந்தப் புளியமரத்தை நெருங்கினான்.

# 9

ஜார்ஜ் தன்னை நோக்கி வருவதைக் கண்டதும், விஜய் அசையாமல் கிளைகளோடு ஒன்றிக்கொண்டான். அவன் இதயம் ததும்பி, தொண்டையை அடைத்துக்கொண்டது. இன்னும் சில அடிகள் எடுத்து வைத்தால், ஜார்ஜ் நிச்சயம் அவனைக் கண்டுபிடித்துவிடுவான் என்ற கணத்தில், "ஜார்ஜ்..!" என்ற குரல் காற்றைக் கிழித்து வந்தது.

ஜார்ஜ் திரும்பினான். அடர்ந்த தோப்பின் தூரத்து முனையில் இன்னொரு டார்ச் வெளிச்சம். ஒன்றிரண்டு நிமிடங்களில், தலையில் கறுப்புத்தொப்பி அணிந்திருந்த ஒருவன் ஜார்ஜை நெருங்கினான். கீழே உயிரற்றுக் கிடந்தவர்களைக் கண்டு அவனிடம் ஆச்சரியமேயில்லை. இங்கே இதுதான் நிகழும் என்பது அவனுக்கு ஏற்கனவே தெரிந்திருக்கும் போல!

"ஜார்ஜ்... என்னாச்சு? முடிச்சாச்சு இல்ல..? ஏன் லேட்டுனு போன்ல கேக்கறாரு தலைவரு..."

"இங்க ஒரு சின்ன பிரச்சனை, சின்னா..." என்றான் ஜார்ஜ். "வெயிட் பண்ணு..."

விஜய் தவித்தான். இவர்கள் பேசிக்கொண்டிருக்கும் நேரத்துக்குள் சத்தம் எழுப்பாமல் மரத்தில் நழுவி இறங்கி இருட்டில் கலந்துவிட முடியுமா? அந்த முயற்சியில் அவன் சற்றே அசைய, கிளை தழைந்து, இலைகள் ஒன்றுடன் ஒன்று உராய்ந்தன. அந்த ஒலி கேட்டு, ஜார்ஜ் உஷாராகித் திரும்பிப் பார்த்தான்.

மரக்கிளை ஆடினால் காற்று என்று நினைத்துக்கொள்ள வாய்ப்பிருக்கிறது. ஆனால் இறங்கி, சருகுகளை மிதித்து ஓடினால் அந்த ஒலி கேட்டு, பிஸ்டல் இயங்கும் என்று தோன்றியது. விஜய் அசையாமல் கிளையோடு மறுபடியும் ஒன்றிக்கொண்டான். கீழே நடக்கும் உரையாடலை தவிப்புடன் கவனித்தான்.

"நேரமில்ல ஜார்ஜ்! கடலோரக் காவல் படை ஆளுங்க கண் காணிப்புக்காக படகுல சுத்தி வருவாங்க! அவங்க ரவுண்ட்ஸ் வர நேரத்துக்கு முன்னால, நடராஜர் கப்பலுக்குப் போயிடணும்னு போன் வந்துச்சு... கரையோரத்துல ரொம்ப நேரம் நம்ம படகு நிக்க முடியாது..."

"சரி, போய்க் காரைத் திற..!"

அவன் திறந்தான். "என்ன செய்யணும்?" என்றான்.

"பின் சீட்டுல என்ன இருக்கு..?"

"ஒரு அழுக்குத் துணிப்பை."

"அதுலதான் நடராஜர் இருக்காரு. எடுத்துட்டுப் போ..!"

"ஓகே ஜார்ஜ்! கண்காணிப்புப் படகு ரவுண்ட்ஸ் வர்றதுக்கு முன்னால நீயும் இடத்தைக் காலி பண்ணிரு..."

அந்த வார்த்தைகள் விஜய்க்கு நம்பிக்கை அளித்தன. ஜார்ஜ் அப்படியே புறப்பட்டுப் போய்விட்டால் எவ்வளவு நன்றா யிருக்கும்! ஆனால், ஜார்ஜின் பதில் அந்த நம்பிக்கையைத் தவிடுபொடியாக்கியது.

"இங்க எவனோ ஒருத்தன் ஒளிஞ்சிருக்கான். அவனை கவனிச் சுட்டு, காரை எடுத்துட்டுப் போயிடுவேன். பாண்டிச்சேரில மீட் பண்ணலாம்.."

சின்னா தயங்கி திரும்பினான். "ஹெல்ப் வேணுமா, ஜார்ஜ்..?" என்று வந்தவன் தன் டார்ச் வெளிச்சத்தை அங்கங்கே செலுத்தித் தேடினான்.

"என்னால தனியா சமாளிக்க முடியும்... நீ நேரத்துக்குப் போயிடு!"

வந்தவன் அந்தத் துணிப்பையை எடுத்துக்கொண்டு அலை கடலை நோக்கி ஓடினான்.

விஜய் அசையாமல் அத்தனையையும் வேடிக்கை பார்த்துக் கொண்டிருந்தான். மூச்சை இழுத்துப் பிடித்து, அடுத்த நிகழ்வுக் காகத் தவிப்புடன் காத்திருந்தான்.

ஜார்ஜ் அந்தப் புளியமரத்திலிருந்து ஆறு, ஏழு அடி தள்ளி நின்றான். டார்ச் வெளிச்சத்தை மரத்தின் கீழே செலுத்தினான். அந்த வெளிச்சத்தால் துழாவியபோது கீழே கிடந்த விஜய்யின்

செல்போன் அவன் கண்களில் பட்டது. ஒரு கையில் பிஸ்டலுடன், குனிந்து போனை இன்னொரு கையால் எடுத்தான். ஆன் செய்தான். வீடியோ ஓட ஆரம்பித்து, பேட்டரி தீர்ந்து அணைந்து போனது. போனை பழையபடி கீழே போட்டான். சுற்றிலும் பார்த்தான்.

“எவன்டா வீடியோ எடுத்தது? வா வெளிய...” என்றான், கடுமையான குரலில்.

மரக்கிளைகளின் இருட்டில் பதுங்கியிருந்த தன்னை அவன் கவனித்திருக்க முடியாது என்ற நம்பிக்கையுடன் விஜய் அசையாமல் உட்கார்ந்திருந்தான்.

ஜார்ஜ் பிஸ்டலைத் தழைத்து கீழே கிடந்த விஜய்யின் போனை நோக்கிச் சுட்டான். தோட்டா போனின் மத்தியில் நுழைந்து, போனைச் சிதறடித்தது.

“நீ என்ன வீடியோ எடுத்திருந்தாலும், அதை இனிமே பிபிசிக்கோ, தூர்தர்ஷனுக்கோ அனுப்ப முடியாது...”

தனக்கும், முக்கியமான வீடியோவுக்கும் அதிர்ஷ்டமேயில்லை என்று விஜய் நொந்துகொண்டான்.

எப்படிக் கண்டுபிடித்தான் என்று தெரியவில்லை. சட்டென்று ஜார்ஜ் நிமிர்ந்தான். மரத்தின் இருட்டுக் கிளைகளைப் பார்த்தான். இப்போது பிஸ்டலும், டார்ச் வெளிச்சமும் மேல்நோக்கி உயர்ந்தன.

“மரத்து மேலயே சாகப் போறியா..? பூமிக்கு வந்து சாகறியா..?”

அமெரிக்கன் போல் தோற்றமளித்த ஜார்ஜ், அவ்வளவு தெளிவாகத் தமிழ் பேசியதே விஜய்க்கு ஆச்சரியமாக இருந்தது. கிளை மீது குப்புறப் படுத்திருந்தவன், மெல்ல கிளையின் மீது கையூன்றி, நிமிர்ந்தான். அச்சத்தில் அவன் உடல் முழுவதும் வியர்த்தது. உடைகள் உடலோடு ஒட்டிக்கொண்டன.

“யாருடா நீ? பேரைச் சொல்லு..!”

“விஜய்..!”

“எந்த விஜய்... அந்த டி.வி.காரனா..?”

“ஆமாம்...”

“நாங்க எங்க போனாலும், ஒளிஞ்சிருந்து வீடியோ எடுக்கறது தான் உன் வேலையா... யாருக்காக வேலை செய்யற நீ?”

“கே.ஜி. டிவி...”

“டி.வில வேலை பாக்கறே... ஆனா, எங்க பிசினஸ் எதிரி யாருக்காகவோ நீ வேலை செய்யற! கரெக்டா..?”

“அப்படில்லாம் எதுவுமில்ல...” என்றபடி விஜய் எழுந்து

கிளைகளில் பேலன்ஸ் செய்து நின்றான். கைகளை முடிந்த மட்டிலும் உயரத் தூக்கினான். அப்படி சரணடைவதுதான் புத்திசாலித்தனம் என்று தோன்றியது. ஆனால், சரணடைந்தவனை ஜார்ஜ் சுட மாட்டான் என்று எந்த உத்தரவாதமும் இல்லை. அவனோடு வியாபாரம் பேச வந்தவர்களை அவன் அலட்சியமாகச் சுட்டுத் தள்ளியதிலிருந்தே, அவன் எதற்கும் அஞ்சாதவன் என்று விஜய்க்குப் புரிந்திருந்தது.

அடிவயிற்றில் அமிலம் சுரந்தது. நந்தினி சொல்லச் சொல்ல தனியே புறப்பட்டு வந்தது தவறோ? அம்மாவிடமும் நந்தினியிடமும் சொல்லிக்கொள்ளாமலேயே என் கடைசி சுவாசத்தை இங்கேதான் விரயம் செய்யப்போகிறேனா?

ஜார்ஜ் புளியமரத்தின் ஒரு மெலிதான கிளைக்கு நேர் கீழே நின்றிருப்பதை விஜய் கவனித்தான். அவனுக்கு அந்தக் கணம் திடீரென அந்த யோசனை பிறந்தது. பேலன்ஸ் தவறியது போல் சட்டென்று காலை நகர்த்தி, அந்த மெல்லிய கிளையில் ஊன்றித் தடுமாறினான். அவன் கொடுத்த அழுத்தத்தில் அந்தக் கிளை வளைந்து, தழைந்து, சட்டென்று ஜார்ஜின் தலையை மேலிருந்து தட்டியது.

ஜார்ஜ் திடுக்கிட்டான். அந்த மிரட்சியில் தன்னிச்சையாகச் சுட்டான். துப்பாக்கிச் சத்தம் கேட்டதும், கொஞ்சநஞ்சம் இருந்த தைரியமும் போய் விஜய் நிஜமாகவே தடுமாறினான். பிடிப்பு இழந்து, கீழே விழலானான். விழும்போது பயத்தில் அவன் கை நீண்டு, தன்னிச்சையாக அதே மெலிந்த கிளையைப் பற்றியது. அந்த பாரத்தில் தழைந்த கிளை, மளுக்கென முறிந்து, கீழே நின்றிருந்த ஜார்ஜின் வலது தோளில் மோதியபடி இறங்கியது. அந்த வேகத்தில் ஜார்ஜின் வலது கை அவனை நோக்கியே மடங்கியது. அவன் விஜய்யை சுடப் பார்த்து விசையை இழுக்க, அவன் கை மடங்கிய நேரத்தில் தோட்டா வெளிப்பட்டது. தோட்டா ஜார்ஜையே தாக்கியது.

ஜார்ஜ் மல்லார்ந்து கீழே விழுந்தான். அவனுடைய கையிலிருந்து பிஸ்டல் எகிறிப்போனது. தோட்டா அவனுடைய இடது தோளுக்கும், இடது கழுத்துக்கும் இடைப்பட்ட பகுதியில் உராய்ந்து சென்றிருந்தது. வலி பொறி பறந்தது. இருந்தாலும், அவன் எழுந்திருக்கப் பார்த்தான். அதைப் பார்த்ததும், விஜய் பிஸ்டலை அள்ளிக் கையில் பிடித்தான்.

"அசையாத... சுட்டுருவேன்..!" என்றான், நடுங்கும் குரலில்.

ஜார்ஜ் தலையைத் தூக்கப் பார்த்தான். ஆனால், அவன் தலை சட்டென்று ஒரு புறமாகச் சாய்ந்தது. அவன் கழுத்திலிருந்து ரத்தம் குபுக் குபுக்கென்று பெருகி, சருகுகளை நனைக்க ஆரம்பித்தது.

அவன் கண்கள் மேலே செருகிக்கொண்டன.

விஜய் ஒவ்வொரு அடியாக எடுத்துவைத்து அவனை நெருங்கினான். ஜார்ஜின் போனை எடுத்து, அவசர போலீஸ் எண்ணுக்கு டயல் செய்தான்.

எங்கிருந்து வேண்டுமானாலும், எப்போது வேண்டுமானாலும், யார் வேண்டுமானாலும் திடீரென்று ஆயுதத்தோடு தோன்றலாம் என்று அச்சம் தாக்க, விஜய் விழிகளை விரித்து வைத்திருந்தான். சிறுசிறு ஒலிக்குக்கூட அவன் கையிலிருந்த பிஸ்டல் விறைத்து நிமிர்ந்தது.

லியோ கொண்டு வந்திருந்த வீடியோ கேமரா இன்னும் கீழே தான் கிடந்தது. அவன் பெண்ணையாற்றங்கரையில் எடுத்த வீடியோ இதில்தானே இருந்தது? விஜய் அந்த கேமராவைத் திறந்து, எஸ்.டி. கார்டை வெளியே எடுத்தான். பாக்கெட்டில் போட்டுக்கொண்டான்.

அவ்வப்போது திரும்பி ஜார்ஜைப் பார்த்தான். அவன் அசையாமல் கிடந்தான். அவன் பின்னங்கழுத்துக்குக் கீழே ரத்தம் சேகரமாகிக்கொண்டிருந்தது.

இருளில் 'ஊம்' என்று இரைச்சலிடும் தூரத்து அலைகளும், விசிலடிக்கும் காற்றும் அவன் எலும்புகள் வரை நடுக்கத்தைச் செலுத்த, ஜார்ஜின் போனிலிருந்து நந்தினிக்கு போன் செய்தான் விஜய். எதிர்முனையில் பதிலே இல்லை. பழக்கமில்லாத எண் என்பதால், நந்தினி எடுக்கத் தயங்குவதைப் புரிந்துகொள்ள முடிந்தது.

'விஜய்தான் பேசுகிறேன்... போனை எடு' என்று குறுஞ்செய்தி ஒன்றை அனுப்பினான். மீண்டும் டயல் செய்தான். இந்த முறை முதல் மணியிலேயே நந்தினி எடுத்தாள்.

"விஜய்... எங்கடா இருக்க..?"

"சவுக்குத் தோப்புல... ரெண்டு பொணத்தோட..."

"என்னது..?"

"பொணமாயிடுவானோனு இன்னொருத்தன் வேற காலடில கெடக்கான்..."

விஜய் புன்னகையோடு பேச முயன்றான். ஆனால், குரல் உலர்ந்திருந்தது.

"என்னடா சொல்றே..?"

விஜய் அங்கு நிகழ்ந்ததையெல்லாம் அவளிடம் விவரிக்க விவரிக்க, நந்தினி எதிர்முனையில் அழ ஆரம்பித்தாள்.

"ஏண்டா... சொன்ன பேச்சைக் கேக்காம இப்படி ரிஸ்க்குலாம் எடுக்கறே? உன்னை அவன் சுட்டிருந்தா..?"

“சுட்டானே... நான் சாகல! அவன்தான் அடிபட்டுக் கெடக் கான்... ஆம்புலன்ஸோட வரச் சொல்லி போலீஸுக்கு போன் பண்ணியிருக்கேன். நடராஜர் சிலையை கப்பலுக்குப் போறதுக்கு முன்னால போலீஸால மடக்க முடியும். செய்யறாங்களானு பார்ப் போம்... நந்து, இதையெல்லாம் சொல்லி அம்மாவை டென்ஷன் பண்ணாத!”

விஜய் அடுத்து கே.ஜி. தொலைக்காட்சி எண்ணுக்கு போன் செய்தான். முரளிதரனிடம் விவரங்களைச் சுருக்கமாக விளக்கினான்.

“பிரேக்கிங் நியூஸா போடலாமே! கீழ ஒரு கேமிரா கெடக்குதுனு சொன்னியே... அதுல வீடியோ எடுத்துப் பாரேன்...”

அவ்வளவு பதற்றத்திலும், அவருடைய மூளை எப்படி செய்திப் பசியோடு யோசிக்கிறது என்று வியந்துகொண்டே விஜய், கீழே கிடந்த லியோவின் கேமிராவை எடுத்தான். போனில் இருந்த டார்ச் வெளிச்சத்தில் தன்னைச் சுற்றிலும் படம் பிடித்தான்.

கிட்டத்தட்ட ஒரு யுகம் காத்திருந்தபின், இரட்டை ஸைரன் ஒலி கேட்டது. போலீஸும், ஆம்புலன்ஸும் வந்துவிட்டன.

“ஐ’ம் இன்ஸ்பெக்டர் துரை அரசன்...” என்று ஜீப் வெளிச்சத் தில் தன்னை அறிமுகம் செய்துகொண்டவர் கண்ணியமாகத் தெரிந்தார்.

“சாகக் கெடக்கறவனை முதல்ல காப்பாத்தணும்... ஆம்பு லன்ஸ்ல போகும்போது பேசுவோம்...” என்றார். ஜார்ஜை சுட்ட பிஸ்டலை ஒரு கைக்குட்டை நீட்டி, அதில் வாங்கிச் சுருட்டினார்.

அவருடன் வந்திருந்த சப் இன்ஸ்பெக்டரிடமும், கான்ஸ்ட பிள்களிடமும் அந்தப் பிரதேசத்தை எப்படி தடயங்கள் கலையா மல் கவனமாகப் பாதுகாக்க வேண்டும் என்று படபடவென்று உத்தரவுகள் கொடுத்தார்.

“என்னடா சொல்றே..?”

போனில் ஒலித்த தீபக் தர்மசேனாவின் குரலில் மிளகாய் இருந்தது. சின்னதுரை மரியாதை கலந்த குரலில் மீண்டும் விவரத்தைச் சொன்னான்.

“ஆமாங்க ஐயா... படகுல ஏறப்போற நேரம், துப்பாக்கி சுடற சத்தம் கேட்டுப் போய்ப் பார்த்தேன். ஜார்ஜ் அடிபட்டுக் கெடந் தான்...”

“இந்த நடராஜர் இன்னும் எத்தனை உயிரைக் காவு வாங்கு வாரோ தெரியலியே... நீ அப்படியே நழுவு! இந்நேரம் போலீ ஸுக்குத் தகவல் போயிருக்கும்... உஷாராகியிருப்பாங்க! படகு

வேணாம்... சாமியை மறைச்சு எடுத்திட்டு வீட்டுக்குப் போயிரு! காலைல நம்ப வண்டி உன்னை பிக்கப் பண்ணிக்கும்."

"சரிங்க ஐயா... படகு..?"

"ஒண்ணு, ரெண்டு கிலோமீட்டர் தள்ளிப்போய் கரைல ஒதுங்கட்டும்!"

"கப்பல்ல எதிர்பார்த்திட்டிருப்பாங்களே..?"

"அங்க தகவல் நான் கொடுத்துக்கறேன்... நீ சொதப்பாம வீடு போய்ச் சேர்ந்துட்டு தகவல் கொடு!"

"நல்லதுங்க ஐயா..."

சின்னதுரை அந்த அழுக்குத்துணிமூட்டையுடன் கரையோரமாக நடந்து இருளில் கலந்தான்.

ஆம்புலன்ஸ் கிழக்குக் கடற்கரைச் சாலையில் கொண்டையில் நீலவிளக்கு ஒளிர, ஸைரன் அலற விரைந்தது. ஜார்ஜ் நிறைய ரத்தம் விரயம் செய்திருந்தும், இன்னும் உயிரை இழுத்துப் பிடித்திருந்தான். அன்று இதேபோல் ஆம்புலன்ஸில் கல்யாணியின் கழுத்திலிருந்து பெருகும் ரத்தம் கண்டு பதறியதெல்லாம் நினைவில் புரள, ஜார்ஜின் அருகில் விஜய் அமர்ந்திருந்தான்.

இன்ஸ்பெக்டர் துரை அரசன், அதே ஆம்புலன்ஸில் இன்னொரு புறம் அமர்ந்திருந்தார்.

"சார், படகை மடக்கிட்டாங்களா..?" என்று விஜய் ஆவலுடன் கேட்டான்.

"சுத்துவட்டாரத்துல எந்தப் படகுமே இல்லைனு கோஸ்டல் கார்ட்ஸ் சொல்றாங்க! இதுவரைக்கும் நீங்க சொன்னதுல உண்மை எது, பொய் எது..?"

இன்ஸ்பெக்டரின் கேள்வி விஜய்யை திடுக்கிட வைத்தது.

# 10

விஜய் திகைப்புடன் இன்ஸ்பெக்டரைப் பார்த்தான்.

"உங்க கேள்வி எனக்குப் புரியல... நான் சொல்றது எதுவுமே பொய்யில்ல. எல்லாமே உண்மைதான்!" என்றான்.

"அப்படியில்ல தம்பி... நீங்க மீடியாவுல இருக்கறவர்தானே? இதே கதைய நான் உங்ககிட்ட சொன்னா, நீங்க நம்புவீங்களா..?" என்றார் துரைஅரசன், சற்றுக் கடுமையான குரலில்.

"நம்ப முடியாம என்ன சார் சொல்லிட்டேன்..?"

"ஆளுங்களை ஃபாலோ பண்ணீங்க... மரத்து மேல ஏறி ஒளிஞ் சிருந்தீங்க... அதைக் கூட நம்பலாம். ஆனா, துப்பாக்கியோட ஒருத்தன் மெரட்டிட்டு நின்னான்... மரக்கிளை உடைஞ்சு அவன் மேல விழுந்துச்சு. அவன் தன்னைத்தானே சுட்டுக்கிட்டான்னு சொல்றீங்க பார்த்தீங்களா, அதை எப்படிங்க போலீஸ்காரன் நம்புவான்..?"

"சார்... ஆனா சத்தியமா அப்படித்தான் நடந்தது!"

"நான் வந்தபோது பிஸ்டல் உங்க கையில இருந்தது... நீங்க ஏன் அவனைச் சுட்டிருக்கக் கூடாதுனுதான் நாங்க யோசிப்போம்!"

அவர் சொல்வதில் உள்ள நியாயத்தைப் புரிந்துகொண்டு, விஜய் அவரைப் பரிதாபமாகப் பார்த்தான்.

"அவங்க ஆளுங்க வேற யாராவது வந்தா என்னைக் காப்பாத் திக்கணும்னு கைல துப்பாக்கியை வெச்சிருந்தேன் சார்! இவன்

பேரு ஜார்ஜ். இவனைத் தேடி சின்னானு ஒருத்தன் வந்தான். அவன்கிட்டதான் இப்ப அந்த நடராஜர் சிலை இருக்கு... அதைக் கப்பலுக்கு எடுத்திட்டுப் போறதா அவன் சொன்னான்... இதுல எதுவுமே பொய் இல்ல! என் போனை அவன் சுட்டு சிதைக்காம இருந்திருந்தா, நான் சொன்னது எல்லாத்துக்கும் ஆதாரம் காட்டியிருப்பேன், சார். அதுல முழு வீடியோவே இருந்தது!"

"இல்லாத ஆதாரத்தைப் பத்திப் பேச வேணாம்..."

"ஜார்ஜ் கார்ல ஒரு பை நெறைய டாலர் கெடைச்சிருக்கு... அதையாவது ஆதாரமா எடுத்துப்பீங்களா..?"

"அநாமத்தா நிக்கற காரு, காருல கெடைச்ச பணம், நீங்க வெச்சிருந்த பிஸ்டல், போன்... இப்படி எல்லாத்தையும் நாங்க ஆராய்வோம். இதையெல்லாம் சம்பவ எடத்துல கெடைச்ச தடயங்களா போலீஸ் பாக்குமே தவிர, நீங்க சொன்னதுக்கு ஆதாரமா எப்படி எடுத்துக்க முடியும்..?"

"இவன் கண்ணைத் தொறப்பானா, தொறந்தாலும் உண்மையைச் சொல்வானான்னு தெரியல..." என்றான், விஜய் சலிப்பாக.

"மொதல்ல ஹாஸ்பிடல்ல இவனை அட்மிட் பண்ணிட்டு, அப்புறம் நாம விவரமா பேசுவோம்..." என்றார் துரைஅரசன்.

ஆம்புலன்ஸ் விரைந்தது.

அரசாங்க மருத்துவமனை.

ஜார்ஜ் ஸ்ட்ரெச்சரில் அவசரமாக உள்ளே எடுத்துச் செல்லப் பட்டான்.

இன்ஸ்பெக்டருடன் விஜய்யும் பொறுமையின்றி நின்றிருந்தான். சற்று நேரத்தில் மருத்துவர் வெளியே வந்தார்.

"ஆபத்தான நிலைமைலதான் கொண்டு வந்திருக்கீங்க... கழுத்துல ஒரு முக்கியமான நரம்பு கட் ஆகியிருக்கு. அவன் கண்ணு முழிப்பானா, மாட்டானானு உடனே சொல்ல முடியல! மூளைக்குப் போற ரத்தம் கொறைஞ்சிருக்கலாம்... முழிச்சு எழுந்தாலும், அவனுக்கு எது ஞாபகம் இருக்கும், எது மறந்து போயிருக்கும்னு சொல்லத் தெரியல!"

"உயிர் பொழைப்பானா..? அவன்கிட்ட போலீஸ் கேக்க வேண்டிய முக்கியமான கேள்வியெல்லாம் இருக்கு..." என்றார், இன்ஸ்பெக்டர்.

"இப்போதைக்கு அவனை ஐ.சி.யூ.வுல வெச்சிருக்கோம். ஒரு ரெண்டு நாள் போகட்டும்... அவன் கண்ணு தொறக்கறானா, கோமாவுக்குப் போறானா பார்ப்போம்..."

"அவன் கண்ணு முழிச்சா, உடனே எனக்குத் தகவல்

கொடுக்கச் சொல்லுங்க..."

இன்ஸ்பெக்டர் துரைஅரசன் ஒரு கான்ஸ்டபிளை அழைத்தார். "நீ இங்கயே இருய்யா... டாக்டர், நர்ஸ் தவிர யாரையும் உள்ள விடாத!"

"சரி, சார்.." என்று கான்ஸ்டபிள் சல்யூட் அடித்தார்.

காவல் நிலையம்.

இன்ஸ்பெக்டரைப் பார்த்ததும், காவலர்கள் அனைவரும் நிமிர்ந்து உட்கார்ந்ததிலேயே அவர் எவ்வளவு கண்டிப்பானவர் என்று விளங்கியது.

அவருடைய அறையில், தேய்ந்த மர நாற்காலியில் அமர்ந்தான் விஜய்.

"அரவமணி நல்லூர்ல எங்க ஸ்டாஃப் கல்யாணியை வெட்டின வீடியோ இதுல இருக்கு, பாருங்க..." என்று விஜய் அந்த எஸ்.டி. கார்டைக் கொடுத்தான். "இதுலயே இன்னிக்கு எடுத்த ஒரு மேட்டரும் இருக்கு..."

அவன் வீடியோவை ஓட விட்டுக் காட்ட, இன்ஸ்பெக்டர் துரை அரசன் அதை கவனித்துப் பார்த்தார்.

"அந்தக் கேஸுக்கு வேணா இந்த வீடியோ பயன்படும்... இன்னிக்கு நீ சவுக்குத் தோப்புல எடுத்திருக்கற வீடியோவுல உனக்குச் சாதகமா எந்த ஆதாரமும் இல்லியே? ரெண்டுபேர் செத்துக் கெடக்காங்க... ஒருத்தன் அடிபட்டுக் கெடக்கான்... எல்லாம் நடந்து முடிஞ்சப்புறம் எடுத்துக் காட்டினா, இதை வெச்சு என்ன முடிவுக்கு வரமுடியும்..?"

"இப்ப நான் என்ன சார் செய்யணும்..?" என்றான் விஜய், தோற்றுப்போனவனாக.

"எதையும் மிஸ் பண்ணாம, முழுசா வாக்குமூலம் எழுதிக் கொடு... அதை மறந்துட்டேன், இதை மறந்துட்டேன்னு பின்னால எதையும் புதுசா சேர்க்கமாட்டியே..?"

"பொய் சொன்னாதான் சார் ஒவ்வொண்ணையும் ஞாபகம் வெச்சுக்கணும். நான் உண்மையைத்தான் சொல்றேன்..." என்றான் விஜய். அவனிடம் கொடுக்கப்பட்ட பழுப்பேறிய தாள்களில் ஸ்டேட்மென்ட் எழுதி, கையெழுத்திட்டு நீட்டினான்.

சம்பவ இடத்திலிருந்து அள்ளியெடுத்து வரப்பட்ட டாலர்கள் எண்ணப்பட்டு, ஒரு பிளாஸ்டிக் உறையில் போடப்பட்டன. அந்த உறைக்கு சீல்வைத்து, விஜய்யிடம் ஒரு சாட்சிக் கையெழுத்து வாங்கினார், இன்ஸ்பெக்டர் துரைஅரசன்.

சற்றுநேரத்தில் முரளிதரன், தொலைக்காட்சியின் ஆஸ்தான

வக்கீலுடன் அங்கு வந்து சேர்ந்தார்.

"என்னப்பா விஜய், மேலமேல பிரச்னையில மாட்டிக்கற..?" என்றார்.

"எனக்கே புரியல சார்..." என்றான் விஜய்.

தன்னை அறிமுகம் செய்துகொண்ட வக்கீல், "உங்க விசாரணை முடிஞ்சிருச்சுன்னா, இவர் வீட்டுக்குப் போகலாம் இல்லையா..?" என்று கேட்டார்.

"போகலாம்! ஆனா, ஊரைவிட்டு எங்கயும் போகாதீங்க தம்பி..." என்றார், இன்ஸ்பெக்டர் துரைஅரசன்.

காவல்துறையின் சடங்குகள் முடிந்து, விஜய் வக்கீலுடன் வெளியே வந்தபோது, உடலளவிலும், மனதளவிலும் மிகவும் களைத்திருந்தான்.

"சவுக்குத்தோப்பு கிட்ட என் பைக் நிக்குது சார்... அங்க என்னை விட்டிருங்க!" என்றான், முரளிதரனிடம்.

அவன் வீடு திரும்பியபோது, நேரம் நள்ளிரவைத் தாண்டியிருந்தது. பைக் சத்தம் கேட்டதும், அவனுடைய அம்மா மரகதமும், நந்தினியும் வாசலுக்கு ஓடிவந்தார்கள். மரகதத்தின் நெற்றியில் பட்டையாக விபூதி. அவனைப் பார்த்ததும், அவளுக்கு அழுகை பீறிட்டது.

"நந்தினி விவரமாச் சொன்னா... நீ முழுசாத் திரும்பி வரணுமேன்னு மூணு மணி நேரமா சாமி ரூம்லயே உட்கார்ந்திருந்தேன்டா..!"

"எனக்கு ஒண்ணும் ஆகாதும்மா... பயப்படாத..!"

"பாரு, டிரெஸ்லாம் எப்படிக் கிழிஞ்சு அழுக்காயிருக்கு... இனிமே இப்படிலாம் ரிஸ்க் எடுக்காத" என்று சொன்னபோது, நந்தினியின் குரலும் உடைந்தது.

"ஏதாவது சாப்பிட்டியாடா..?"

"இல்லம்மா... கொலைப்பசி. குளிச்சிட்டு வரேன். சூடா ஏதாவது கொடு..."

குளித்து, சாப்பிட்டு முடிக்கும்வரை விஜய் எதுவுமே பேசவில்லை.

"இவளைக் கூட்டிப்போய் பத்திரமா அவங்க வீட்டுல விட்டுட்டு வரேம்மா..." என்று விஜய் சொன்னதும், அவன் அம்மா பதறினாள்.

"வேணாம்... வேணாம்... இந்த நேரத்துக்கு மேல நீ எங்கயும் வெளில போக வேணாம். புதுசா ஏதாவது பிரச்னையில

மாட்டிக்கிட்டா வம்பு! நைட்டு அவ என் ரூம்ல என் கூட படுத்துத் தூங்கிட்டு, காலைல எழுந்து போகட்டும்...”

விஜய் நந்தினியைத் திரும்பிப் பார்த்தான். அவள் ‘சம்மதம்’ என்று தலையசைத்தாள்.

“என்னதான் நடந்தது..? விவரமா சொல்லுடா...” என்றாள் மரகதம்.

கடற்கரையில் லியோவைப் பார்த்ததில் துவங்கி, சவுக்குத் தோப்பில் அவன் கண்முன் நேர்ந்த நிகழ்வுகளை, விஜய் ஒவ்வொரு காட்சியாக விவரித்துச் சொல்லச் சொல்ல, மரகதமும், நந்தினியும் கண் இமைக்காமல் கேட்டுக்கொண்டிருந்தார்கள்.

“எல்லாத்தையும் கெட்ட சொப்பனமா நெனைச்சு, மறந்துட்டு நிம்மதியாத் தூங்கு...” என்ற மரகதம், அவன் நெற்றி நிறைய திருநீறைப் பூசினாள்.

ஆனால், அன்றைக்கு இரவு அவன் தூங்கப்போவதில்லை என்று அவனுக்குத் தெரியும்.

“தினம் கனவுல நான் வந்துதான் நீ எழுந்துப்பேனு அம்மா சொன்னாங்க... நாளைக்கு உன்னை நேர்லயே எழுப்பறேன்!” என்று நந்தினி சொல்லிவிட்டு, அவன் முகத்தில் சிரிப்பைத் தேடினாள்.

விஜய் சிரிக்கும் மனநிலையில் இல்லை.

அந்த அறையில் கனமான திரைகள் இழுக்கப்பட்டு, ஜன்னல் கள் சூரிய வெளிச்சத்தைத் தடை செய்திருந்தன. ஆனால், மரச் சட்டங்கள் அலங்கரித்த கூரையில் தொங்கிய மின்விளக்குகள் அறையைப் பிரகாசமாக்கியிருந்தன.

தீபக் தர்மசேனா, தனக்கு எதிரில் அமர்ந்திருந்த சின்னதுரை யைப் பார்த்தார். இருவருக்கும் நடுவில் அந்த நடராஜர் சிலை. அதைக் கையில் எடுத்துப் புரட்டிப் பார்த்தார். அவர் முகத்தில் முதன்முறையாக திருப்தியான புன்னகை வந்தது.

“அந்த விஜய் குறுக்க புகுந்து குழப்பாம இருந்தா, இது நேத்தே கப்பல்ல போயிருக்கும்! அடுத்த கப்பல் ரெண்டு மாசம் கழிச்சு தான் வரும்... அதுவரைக்கும் இதை பத்திரமா பார்த்துக்கற வேலை எனக்கு சேர்ந்துபோச்சு..!” என்றார், சற்று எரிச்சலுடன்.

“ஜார்ஜ் இதுவரைக்கும் சொதப்பினதே இல்ல... இப்ப அவனே அடிபட்டு ஆஸ்பத்திரில கெடக்கான்!” என்றான், சின்னதுரை பணிவாக.

“கண்ணு முழிக்காம அவன் அப்படியே செத்துப்போனா, நமக்குப் பிரச்னையில்ல... உயிர் பொழைச்சா, அவன் நமக்கு எதிரா எதுவும் பேசிடக்கூடாது!”

"அதை என் பொறுப்புல விடுங்க ஐயா..."

"வேணாம்... வேணாம்... அதெல்லாம் நானே பார்த்துக்கறேன்! விஜய் உன் பேரையும் போலீஸ்ல சொல்லியிருப்பான். நீ கீழைக் கரைக்குப் போய், கொஞ்ச நாள் பதுங்கியிரு..."

"சரிங்க ஐயா..."

"போலீஸ்ல மாட்டாத..."

'மாட்டினால், உயிரோடு விட்டுவைக்க மாட்டேன்' என்ற எச்சரிக்கை அந்த வாக்கியத்தில் ஒளிந்திருந்ததை சின்னதுரை உணர்ந்திருந்தான். அடிவயிற்றில் கிலி புரள, "சரிங்க ஐயா!" என்று சொன்னான்.

கே.ஜி தொலைக்காட்சி நிறுவன அலுவலகம்.

விஜய் நுழைந்ததும், "எம்.டி உன்னை வரச் சொன்னாருப்பா..." என்றாள் ரிசப்ஷனிஸ்ட். லிஃப்ட் பிடித்து நேரடியாக அங்கே போனான்.

அவனைப் பார்த்ததும், எம்.டி.யின் உதவியாளர் செந்தாமரை பரபரப்பானார். அவனை உடனடியாக உள்ளே அனுமதித்தார்.

கிரிதர் அந்த பிரமாண்ட அறையில் தனியே அமர்ந்திருந்தார். அவனை உட்காரச் சொல்லி எதிரில் இருந்த நாற்காலியைக் காட்டினார்.

"உன் வாழ்க்கை ரொம்ப பரபரப்பா போயிட்டிருக்கு போல இருக்கு..?" என்றார். "உன் நிலைமை எனக்குப் புரியுது... ஆனா, அடிக்கடி போலீஸ் விசாரணைல நம்ம டி.வி பேர் அடிபட்டா, நல்லா இல்ல..."

"ஸாரி சார்..."

"உன்னை விசாரிக்கணும்னு அவங்க அடிக்கடி இங்க வந்தா, அது தேவையில்லாத பிரச்னையைக் கொண்டுவரும். நீ ஒரு ரெண்டு, மூணு வாரம் லீவுல போ! எல்லாம் அடங்கினப்புறம் ஆபீஸ் வரலாம்..."

அவனுக்கு இருந்த ஆதரவுகளில் ஒன்று நீக்கப்படுவதை விஜய் வலியுடன் உணர்ந்தான். அவன் மனதில் ஓடியதைப் படித்து விட்டவர் போல், "உனக்கு நம்ம லீகல் டிபார்ட்மென்ட் ஆளுங்க எல்லா ஹெல்ப்பும் பண்ணுவாங்க... கவலைப்படாத!" என்றார்.

"சரி சார்..." என்றான்.

சப் இன்ஸ்பெக்டர் வணக்கம் வைத்ததும், இன்ஸ்பெக்டர் துரை அரசன், "சொல்லுய்யா... தரோவா விசாரிச்சியா..?" என்றார்.

"விசாரிச்சேன் சார். சவுக்குத் தோப்புல கெடைச்ச வோல்வோ

காரு பாண்டிச்சேரியில பதிவாகியிருக்கு. ஓனர் பேரு ஜார்ஜ்தான். அவனுக்குச் சொந்த நாடு அமெரிக்கா. தமிழ் சூப்பரா பேசுவானாம். பாண்டிச்சேரியில தனியா வீடு வாடகைக்கு எடுத்திருக்கான். ஒத்தை ஆளாதான் தங்கியிருக்கான். அக்கம்பக்கத்துல நண்பர்கள் யாரும் இல்ல. ஒண்ணாந்தேதி கரெக்டா வாடகை கொடுத்துருவானாம்! அடிக்கடி மகாபலிபுரத்துக்குப் போவான். வெளிநாட்டுலேர்ந்து வர்றவங்களுக்கு கைடா இருப்பான்னு சொன்னாங்க. எப்பவுமே கைல மெல்லிசா கிளவுஸ் போட்டுருப்பானாம். அவன் வீட்டுல நம்ப கோயிலுங்க பத்தி நிறைய புக்ஸ் கெடைச்சுது... அமெரிக்கால கொடுத்த பாஸ்போர்ட், ரெண்டாயிரம் டாலர் எல்லாம் மேஜை டிராயர்ல இருந்தது... லேப்டாப் ஒண்ணும் கெடைச்சிருக்கு..."

"வெரி குட்.... லேப்டாப்பைத் திறந்து பாக்க முடிஞ்சுதா..?"

"பாஸ்வேர்டு தெரியல சார்..."

"சைபர் ஆளுங்ககிட்ட கொடுப்போம்..."

"அவன் போன்லேர்ந்து அவுட்கோயிங், இன்கமிங் எல்லா நம்பர் பத்தியும் விவரம் கலெக்ட் பண்ணிட்டிருக்கோம் சார்..."

அந்த நேரத்தில் மேஜை மீது இருந்த போன் ஒலித்தது. எடுத்தார்.

"ஜி.ஹெச்.லேர்ந்து பேசறோம்... ஜார்ஜ்னு பேஷன்ட் கண் முழிச்சா சொல்லச் சொன்னீங்களே... அவனுக்கு நெனைவு திரும்பியிருக்கு!"

"இதோ வர்றேன்..." என்று துரைஅரசன் பரபரப்பானார்.

# 11

ஜார்ஜ் கண் திறந்துவிட்டான் என்று மருத்துவமனையிலிருந்து அழைப்பு வந்ததும், இன்ஸ்பெக்டர் துரை அரசன் பரபரவென்று சில வேலைகள் செய்தார். “ஜார்ஜைப் பத்தி கெடைச்ச எல்லாத் தகவலையும் எடுத்துக்கிட்டு நீயும் என் கூட வா...” என்று சப்-இன்ஸ்பெக்டரிடம் சொன்னார். “யோவ், அவன் திரும்ப எப்ப பேசுவானோ தெரியாது... அவன் சொல்றதை எல்லாம் பதிவு பண்ணி எடுத்திட்டு வரணும். டிஜிட்டல் ரெக்கார்டர் இருக்கா..?” என்று கான்ஸ்டபிளிடம் விசாரித்தார்.

“இல்ல சார்... தேவைன்னு கோரிக்கை எழுதி வாங்கிரலாம் சார்!”

இன்ஸ்பெக்டர் துரைஅரசன் அவரை முறைத்த முறைப்பிலேயே, தன் யோசனை கேவலமாயிருக்கிறது என்று கான்ஸ்டபிள் புரிந்துகொண்டார்.

“என் போன்லயே ரெக்கார்ட் பண்ண முடியும் சார்...” என்று சப்-இன்ஸ்பெக்டர் சொன்னதும், துரைஅரசன் முகத்தில் புன்னகை விரிந்தது.

அரசாங்க மருத்துவமனை.

ஜார்ஜின் அறைக்குக் காவல் இருந்த கான்ஸ்டபிள், போனில் வெகு பணிவாகப் பேசினார்.

“இல்லீங்கய்யா... டாக்டர், நர்ஸ் யாரும் உள்ள இல்லீங்கய்யா... சரிங்கய்யா!” என்றபடி அந்த அறைக்குள் நுழைந்தார். கட்டிலில்

கண்மூடிப் படுத்திருந்த ஜார்ஜை நெருங்கினார். பதினைந்துக்கும் மேற்பட்ட தையல்கள் போடப்பட்டு, அவன் கழுத்தில் மடிப்பு மடிப்பாக வெள்ளைத்துணி சுற்றப்பட்டிருந்தது. மூச்சு விடுவதற்கு வசதியாக ஆக்ஸிஜன் முகமூடி பொருத்தப்பட்டிருந்தது.

உள்ளே வந்த கான்ஸ்டபிள், ஜார்ஜின் கன்னத்தில் நான்கு விரல்களால் மெல்லத் தட்டினார். ஜார்ஜ் கண்களைத் திறந்து பார்த்தான்.

"உனக்குத்தான் போன்..." என்று தான் கொண்டுவந்த போனை ஜார்ஜின் காதில் வைத்தார்.

எதிர்முனையில் இருந்தவர் பேசப்பேச, கண்களை மூடிக் கொண்டு, "ம்ம்... ஓகே... சரி..." என்ற வார்த்தைகளை மட்டுமே குரலெழாமல் உதிர்த்தான் ஜார்ஜ்.

அவன் கண்களைத் திறந்து, பேசி முடித்துவிட்டதாக சைகை செய்ததும், கான்ஸ்டபிள் போனை விலக்கினார்.

"அய்யா... இல்லய்யா... நைட்டு வேற ஒருத்தர் வருவாரு. அது ஒண்ணும் பிரச்னை இல்ல... 'நாளைக்கு வர முடியாது, அதனால நைட் டியூட்டியும் நானே பாக்கறேன்'னு கேட்டுக்கறேன்... கட் பண்ணிடட்டுமா அய்யா..?"

மறுமுனை அனுமதித்ததும், கான்ஸ்டபிள் போன் தொடர்பைத் துண்டித்தார்.

விஜய்யின் வீடு.

லேப்டாப்பில் எதையோ தட்டிக்கொண்டிருந்த விஜய்யின் எதிரில் காபியைக் கொண்டுவந்து வைத்தாள் மரகதம். அவன் தலையை ஆறுதலாக வருடிக்கொடுத்தாள்.

"வேலைக்குப் போற நாள்ல மூஞ்சில தண்ணியடிச்சு எழுப்பற வரைக்கும் தூங்கிட்டு இருப்ப! இப்ப லீவுலதானே இருக்க... நிம்மதியாத் தூங்க வேண்டியதுதானே..? காலைல அஞ்சு மணிக்கே எழுந்து உலாத்த ஆரம்பிக்கற..?"

"ஞாயித்துக்கெழமைகூட ஆபீஸ் போய்ப் பழகினவன்மா நான்... சும்மா உக்காரச் சொன்னா, உயிர் போகுது!"

"கால்ல சுடுதண்ணிய ஊத்திக்கிட்டது போல ஓடிட்டிருந்த... இப்ப உனக்குன்னு நேரம் கெடைச்சிருக்கு... உனக்குப் பிடிச்ச புஸ்தகம் படி... சினிமா பாரு... கேமராவை எடுத்துட்டுப் போய் ஆசைப்பட்டதை படம் பிடி! ஏன், எனக்குக்கூட கிச்சன்ல ஹெல்ப் பண்ணலாமே நீ..? கல்யாணத்துக்கு முன்னால சமையலும் கத்துக்கிட்டா மாதிரி இருக்கும்..." என்று கண்ணடித்தாள், மரகதம்.

ஆனால், அவளுடைய நகைச்சுவை விஜய்யிடம் எந்த

மாற்றத்தையும் ஏற்படுத்தவில்லை.

அவன் சட்டென தலைநிமிர்ந்து "எவ்வளவும்மா சேர்த்து வெச்சிருக்க..?" என்று கேட்டான்.

"ஏன்டா..?"

"ஒருவேளை என்னை வேலைய விட்டுத்தூக்கிட்டா, எத்தனை நாளைக்கும்மா நம்மால சமாளிக்க முடியும்..?"

"டேய்! லீவுல போகச் சொன்னதுக்கே ஏன் பயப்படற..? உன்னைலாம் வேலைலேர்ந்து தூக்க உன் முதலாளிக்கு மனசு வராது. அப்படியே தூக்கினாலும், மத்த சேனல்கள்ல உன்னை அள்ளிப்பாங்க... கவலைப்படாத!"

"அடிக்கடி போலீஸ் வந்தா, யாராயிருந்தாலும் யோசிப்பாங் கம்மா! செய்யாத தப்புக்கு துரத்துதுனு நெனைக்க மாட்டாங் கம்மா..."

எப்போதும் உற்சாகமாகவே பார்த்திருந்த மகனை இவ்வளவு கவலையுடன் மரகதம் பார்த்ததேயில்லை. அவளையறியாமல் கண்கள் கலங்கின.

"பொட்டிக்கடை வெச்சுக்கூட பொழைச்சுக்க முடியும். என் உடம்புல தெம்பு இருக்கு... பத்து வீட்ல வேலை செஞ்சு உனக்கு சோறு போட எனக்கு வக்கிருக்கு..." என்றாள்.

"கல்யாணியை கூடப்பொறக்காத தங்கையாதான்மா நெனைச்சு நான் பழகினேன். நீ என்னை நம்பற இல்லம்மா..?"

"என்னடா கேள்வி இது... நான் எப்படா உன்னை சந்தேகப் பட்டேன்..?"

"நந்தினிகூட என்னை சந்தேகமாப் பாக்கறதைத் தாங்க முடியலை..."

"சீச்சீ! அவளுக்கு உன்மேல சந்தேகம் இல்லடா... நந்தினி உம்மேல வெச்சிருக்கறது உயிருக்குயிரான ஆசை. பொம்பி ளைங்களுக்கு அடிப்படைல இருக்கற பயம் இது. ஒருத்தரைப் பிடிச்சிட்டா, அன்பையும், பாசத்தையும் மிச்சம் வெக்காம கொட்டறவங்க அவங்கதான..? அந்த உரிமை தனக்கு மட்டுமே வேணும்னு அவங்களுக்குப் பேராசை... அதை யாராவது தட்டிப் பறிச்சுருவாங்களோனு சதா பயம்! தனக்குச் சொந்தமானதை வேற யாரும் உரிமை கொண்டாடறதை ஒரு பொண்ணு விரும்பற தில்ல... அதனாலதான மாமியார் மருமகள் சண்டையே வருது..?"

விஜய் உலர்ந்த புன்னகையை பதிலாகக் கொடுத்தான். அவன் லேப்டாப்பில் 'டிடிங்' என்று ஓர் ஒலி. புதிதாக மின்னஞ்சல் வந்திருப்பதை அறிவிக்கும் ஒலி. மெயில்பாக்ஸைத் திறந்து

பார்த்தான். அவனுடைய எம்.டி. கிரிதரிடமிருந்து வந்திருந்தது.

மின்னஞ்சலைத் திறந்தான். வந்திருந்த செய்தி அவனை வெகுவாகக் குழப்பியது.

அரசு மருத்துவமனை.

இன்ஸ்பெக்டர் துரைஅரசனுடன் நடந்துகொண்டே மருத்துவர் பேசினார்: "ஜார்ஜ் ரொம்ப பலவீனமா இருக்கான்! ஆக்ஸிஜன் வெக்க வேண்டியிருக்கு... கவனமாப் பாத்துக்க வேண்டியிருக்கு... நெறைய கேள்வி கேட்டு தொந்தரவு பண்ணாதீங்க..."

"அவசியமானதுதான் கேப்பேன், டாக்டர்..."

"அதுக்கில்ல இன்ஸ்பெக்டர்! வேற ஒருத்தனா இருந்தா, இத்தனை ரத்தம் இழந்தப்புறம், பொழைச்சிருக்கவே வாய்ப்பில்ல. இவன் திடகாத்திரமா இருக்கான். உயிர் வாழணும்ங்கற போராட்டத்தை இவன் உடம்பு விட்டுக்கொடுக்கவே இல்லை. அதுக்காக நாம பொறுப்பில்லாம அவனை பலவீனமாக்கிடக் கூடாதில்ல..?" என்று மருத்துவர் சொன்னதும், துரை அரசன் எரிச்சலானார்.

"நான் என்ன அவன்கிட்ட அரிசி வெலை, பருப்பு வெலை பத்திக் கேக்கவா வந்திருக்கேன்..? நம்ம கோயில்ல பல நூற்றாண்டா பாதுகாத்த ஒரு நடராஜர் சிலை திருடு போயிருக்கு. அப்ப ரெண்டு, இப்ப ரெண்டுனு நாலு உயிர் போயிருக்கு... அதுல இவனுக்கு என்ன தொடர்புனு தெரிஞ்சாத்தான நாங்க மேற்கொண்டு நடவடிக்கை எடுக்க முடியும்..!"

மருத்துவர் தோள்களைக் குலுக்கினார். "எச்சரிக்க வேண்டியது என் கடமை..."

"எனக்கும் என் லிமிட் தெரியும் டாக்டர்! நீங்க நெனைச்சா என்னை இப்படியே திருப்பி அனுப்ப முடியும்... ஆனா, செய்யல! நாம ரெண்டு பேரும் அவங்கவங்க கடமையைத்தான் செய்யறோம். எதையும் மனசுல வெச்சுக்காதீங்க..." என்று புன்னகைத்து அவரை சுலபமாக சமாதானம் செய்தார், துரைஅரசன்.

அந்த அறை வாசலில் இருந்த கான்ஸ்டபிள் எழுந்து சல்யூட் அடித்தார்.

"நான் கூப்பிடாம யாரும் உள்ள வராமப் பாத்துக்கய்யா..." என்றார், துரைஅரசன்.

"யெஸ் சார்!"

"நீங்க வாங்க சுகுமார்..." என்று சப்-இன்ஸ்பெக்டரை அழைத்துக் கொண்டு உள்ளே நுழைந்தார், இன்ஸ்பெக்டர் துரைஅரசன்.

இரண்டு மூன்று முயற்சிகளுக்குப் பிறகு ஜார்ஜ் இமைகளைத் திறந்தான். தன்னை அறிமுகம் செய்துகொண்டு, ஒவ்வொரு

கேள்வியாக உதிர்த்தார், இன்ஸ்பெக்டர்.

ஜார்ஜ் பேசியபோது பேட்டரி தீர்ந்துபோன ரேடியோ போல் வெகு ஆழத்திலிருந்து அவன் குரல் வந்தது. பல சந்தர்ப்பங்களில் அவனுடைய உதடுகளுக்கருகில் தன் காதைக் கொண்டுபோய் வார்த்தைகளைக் கேட்டறிய வேண்டியிருந்தது.

சப்-இன்ஸ்பெக்டர் கொண்டுவந்திருந்த போன் மூலம் அவன் சொல்லச்சொல்ல அதைப் பதிவு செய்தார், இன்ஸ்பெக்டர் துரைஅரசன். தன் நோட் புத்தகத்திலும் குறிப்புகள் எடுத்துக் கொண்டார்.

அவ்வப்போது, ஜார்ஜ் மிகவும் களைத்துக் கண்களை மூடினான். சில நிமிட இடைவெளி கொடுத்துதான் மீண்டும் பேசினான். அவன் சொன்ன வாக்கியங்களில் நடுவில் பல வார்த்தைகள் விடுபட்டிருந்தன. அவற்றையும் சேர்த்து துரைஅரசன் ஒரு காகிதத்தில் தெளிவாக எழுதினார்.

"ஜார்ஜ்... நீ கொடுத்த வாக்குமூலத்தை இப்ப படிச்சுக் காட்ட றேன். கரெக்டான்னு சொல்லு!"

துரைஅரசன் தான் எழுதியதை சற்றே உரத்த குரலில் வாய் விட்டுப் படித்தார்:

"என் பேரு ஜார்ஜ். நான் அமெரிக்கக் குடிமகன். பாண்டிச் சேரியில தனியா வசிக்கிறேன்.. நீங்க விசாரிக்கற குற்றம் தொடர்பா முக்கியமான ஒரு விஷயத்தை உங்ககிட்ட பகிர்ந்துக்கறேன்..

இது எல்லாத்துக்கும் பின்னணில இருக்கறவன் விஜய். கே.ஜி டி.வில வேலை பார்க்கறவன். நான் கோயில்கள்லேர்ந்து சில சிலைகளைத் திருடி, அந்த சிலைகளை அமெரிக்கால இருக்கற சில பேருக்கு விக்கற புரோக்கர். உலகத்துல பெரிய பணக்காரங்க சில பேர் இருக்காங்க. அவங்களுக்கு பங்களா, சொத்து, சுகம் எல்லாம் சேர்ந்துரும்... அப்புறமும் நிக்காம பணம் வந்து குவியும்! அதை வெச்சுக்கிட்டு என்ன செய்யறதுன்னு தெரியாம, தனியா தனக்குனு ஒரு மியூசியம் ஆரம்பிப்பாங்க... ஒரிஜினல் பெயின்டிங், ஒரிஜினல் சிற்பம்னு சேர்க்க ஆசைப்படுவாங்க.. அதுக்காக உல கம் பூரா வேட்டையாடுவாங்க... விலையைப் பத்தி யோசிக்காம வாங்குவாங்க!

இந்தியாவைப் பொறுத்தவரைக்கும், ஓவியங்களைவிட இங்க இருக்கற புராதன சிற்பங்களுக்கும், சிலைகளுக்கும், வெளிநாட்டுல பெரிய மரியாதை உண்டு. விஜய் அந்த மாதிரி சில சிலைகளை எனக்குக் காட்டிக் குடுத்திருக்கான். அதை எப்படி திருடணும்னு நான் திட்டமிடுவேன். கூட்டாளிங்களோட சேர்ந்து கொள்ளைய டிச்சு, இந்தப் பணக்காரங்ககிட்ட பெரிய விலைக்கு வித்துடுவேன்..

விஜய்தான் அரவமணிநல்லூர் நடராஜர் பத்தியும் எனக்குச் சொன்னான். அதைக் கொள்ளையடிக்க ஒரு நாளை நான் தேர்ந் தெடுத்தேன். அன்னிக்கு கூடுதலா இன்னொரு வேலையும் எங்களை செய்யச் சொன்னான் விஜய். அவன்கூட வேலை செய்யற ஒரு பொண்ணுக்கும் அவனுக்கும் கள்ளத்தொடர்பு இருந்திருக்கு. 'அதை வெச்சு அவ கல்யாணம் பண்ணிக்கச் சொல்லி மிரட்டிட்டு இருக்கா, அவளையும் தீர்த்துக் கட்டணும்'னு சொல்லியிருந்தான்.. நாங்க அந்த சந்தர்ப்பத்தைப் பயன்படுத்தி, அவளை வெட்டிட்டு சிலையோட தப்பிச்சிட்டோம்.

அப்புறம் அந்த நடராஜரை வாங்க ஒரு அமெரிக்கன் வந்தாரு... சிலையைக் கைமாத்த மகாபலிபுரம் கிட்ட சவுக்குத் தோப்பைத் தேர்ந்தெடுத்தோம். பணம் கைக்கு வந்ததும், விஜய் திடீர்னு துப் பாக்கி எடுத்தான். அதை வெச்சு மிரட்டி சிலையையும் பிடுங்கிட் டான். விஜய்யோட கூட்டாளி ஒருத்தன் அங்க காத்திருந்தான். அவன்கிட்ட சிலையைக் குடுத்து அனுப்பிட்டான்.

தடுக்கப் பார்த்த எங்காளுங்க ரெண்டு பேரையும் சுட்டுட் டான். அந்த அமெரிக்கன் உயிர் தப்பிச்சா போறும்னு ஓடிப் போயிட்டாரு... இதெல்லாம் தப்புனு நான் எதிர்த்தேன்... அந்தக் கோபத்துல என்னையும் சுட்டுட்டான்..!"

தான் திக்கித்திக்கிச் சொன்னதைத் தெளிவாக துரை அரசன் எழுதி யிருப்பதை ஜார்ஜ் பாராட்டுவதுபோல் ஆமோதித்துத் தலையசைத் தான். 'எல்லாம் சரியாக இருக்கிறது' என்று களைப்புடன் இடதுகை கட்டைவிரலை உயர்த்திக் காட்டி சைகை செய்தான். அவர் காட்டிய வாக்குமூலத்தின் கீழே கையொப்பமிட்டான். இடதுகை கட்டைவிரலையும் பதித்தான். பின்னர், கண்களை அழுந்த மூடிக்கொண்டான்.

இரவு. அந்த அறை வாசலில் காத்திருந்த கான்ஸ்டபிளின் போன் ஒலித்தது. எடுத்தார்.

"சொல்லுங்கய்யா..." என்றார்.

"ஆமாங்கய்யா... நீங்க சொன்ன மாதிரியே இன்ஸ்பெக்டர்கிட்ட ஜார்ஜ் வாக்குமூலம் கொடுத்துட்டாரு!"

எதிர்முனைக் குரல் தெளிவாக உத்தரவுகள் கொடுத்தது...

"இனிமே ஜார்ஜால எனக்கு உபயோகம் இல்ல! அதனால..."

"புரியுதுங்கய்யா!"

# 12

மரகதம் கொண்டுவந்து நீட்டிய எலுமிச்சை ஜூஸை உறிஞ்சிய படி, விஜய் மீது தீற்றிக்கொண்டு சோபாவில் அமர்ந்திருந்தாள் நந்தினி. அவன் மடியில் அவனுடைய லேப்டாப் திறந்திருந்தது.

“இதான் அந்த இமெயில்... உனக்கு ஏதாவது புரியுதா, பார்...” என்றான், விஜய்.

அவளுடன் சேர்ந்து மறுபடியும் அந்த மின்னஞ்சலை அவனும் பார்த்தான். சத்தியமாக ஒரு எழுத்துகூடப் புரியவில்லை.

பூஜ்யம் முதல் ஒன்பது வரை பத்து எண்களும், ஆங்கிலத்தில் இருக்கும் இருபத்தாறு எழுத்துகளுமாக வெவ்வேறு கலவை யில் வார்த்தைகளாகக் குவிந்திருந்தன. ஒன்றுக்கொன்று எந்தத் தொடர்புமில்லை.

“சில சமயம் இங்கிலீஷ் எழுத்துக்களை டைப் அடிச்சே, காந்தி, விவேகானந்தர், நேரு முகம் போல உருவாக்குவாங்க. அந்த மாதிரி ஏதாவது இருந்து, ஒருவேளை எழுத்துல்லாம் கலைஞ்சு போச்சா..?” என்று சந்தேகத்துடன் கேட்டாள் நந்தினி.

“அப்படியே இருந்தாலும், அது ரெண்டு பக்கமா போகும்? எம். டி.யும் நானும் என்ன க்ளோஸ் ஃப்ரெண்ட்ஸா..? இதை அவர் எதுக்கு எனக்கு அனுப்பப் போறாரு..? குழப்பமா இருக்கே...”

“இதை அவர்கிட்டயே காட்டி விளக்கம் கேக்கறதுதான் புத்தி சாலித்தனம்னு எனக்குத் தோணுது. ஒரு ப்ரின்ட் அவுட்

எடுத்திட்டுப் போ..."

விஜய் அந்த மெயிலை தன் பென் ட்ரைவில் தரவிறக்கம் செய்தான்.

"வாயேன்... வீட்ல ப்ரின்ட்டர் வேலை செய்யல! ஒரு ப்ரின்ட் அவுட் போட்டுட்டு வருவோம்..."

ஜெராக்ஸ் கடையில் அதை அச்சிட்டுத் தந்தவன் முகத்திலும் குழப்பம் இருந்தது.

"இது ஏதாவது கேமா சார்..?" என்று கேட்டான்.

"யாருக்குத் தெரியும்..?" என்று விஜய் சிரித்தான்.

அடுத்து அவர்கள் போய் அமர்ந்தது ஐஸ்க்ரீம் பார்லர்.

"நந்து... நீ என்கூட இருக்கும்போது நிம்மதியா இருக்கு. ஆனா, நெனைச்சு நெனைச்சு சந்தேகப்பட்டுக் கோச்சுக்கிட்டு போயிட்டா எனக்குப் பாதி உயிர் போயிடுது!"

நந்தினி அவனைக் கண்ணுக்குள் ஆழமாகப் பார்த்தாள்.

"கொலை பண்ணினே, கல்யாணியோட குடித்தனம் பண்ணினே அப்படின்னுலாம் நான் உன்னை ஒருநாளும் சந்தேகப் படலை! ஆனா, நீ என்கிட்ட எதையோ மறைக்கிறேனு எனக்குத் தோணுதே... என்ன செய்யட்டும்..?"

"எனக்கு வந்த இமெயிலைக் கூட உன்கிட்ட காட்டி விளக்கம் கெடைக்குமானுதான் பார்க்கறேன்... உன்கிட்ட சத்தியமா எதையும் மறைக்கல, நந்து!"

விஜய்யின் கண்கள் சட்டென்று ஈரமானதும், நந்தினி அவன் தொடையில் தட்டிக் கொடுத்தாள்.

"ஓகே... இனிமே ரெண்டு பேருக்குள்ளயும் எந்த ரகசியமும் வேணாம். சரியா..?"

"அப்ப மறைக்காம ஒரு விஷயம் சொல்வியா..?"

"என்ன..?"

அவள் காதில் அவன் கிசுகிசுக்க, நந்தினியின் முகம் வெட்கத்தில் சிவந்தது.

"ச்சீ... உன் நாக்குல சூடு வெச்சாதான் இனிமே இந்த மாதிரி கேள்விலாம் வராது!" என்று செல்லமாக அவனைக் கிள்ளினாள்.

"சூடு அப்புறம் வைக்கலாம்... இப்ப சில்லுனு வெய்யி..." என்று அவளுடைய ஐஸ்க்ரீமைப் பிடுங்கி அவன் ஆசையுடன் நாவால் தீண்டினான்.

மறுநாள்.

விஜய்யைப் பார்த்ததும், அலுவலக ரிசப்ஷனிஸ்ட் புருவங்களை உயர்த்தினாள்.

"நீ மூணு வாரம் லீவுல போயிருக்கறதா சொன்னாங்க..?"

"அவசரம். எம்.டியோட பி.ஏ.வுக்கு போன் போடு.." என்றான் விஜய்.

இன்டர்காமில் எம்.டி கிரிதரின் தனி உதவியாளர் செந்தாம ரையைப் பிடித்தாள் ரிசப்ஷனிஸ்ட்.

"என்ன விஷயம் விஜய்..?"

"சார், எம்.டி.கிட்டேருந்து ஒரு இமெயில் வந்திருக்கு. அதைப் பத்தி அவர்கிட்ட பேசணும்.."

"கொஞ்சம் இரு..." என்று செந்தாமரை கிரிதரைத் தொடர்பு கொண்டுவிட்டு, "மேல வரச் சொன்னாரு..." என்றார்.

மாடிக்குப் போனதும், உடனடியாக அவன் உள்ளே அனு மதிக்கப்பட்டான்.

கிரிதர் தன் லேப்டாப்பை மூடியபடி, "சொல்லு, விஜய்! எனக்கு அர்ஜன்ட் வேலை இருக்கு..." என்றார்.

"வழக்கமா நீங்க அனுப்பற மெயில் நாங்க பண்ணின ப்ரோகி ராமைப் பாராட்டி இருக்கும். குறைகள் இருந்தா, அதை சுட்டிக் காட்டற மாதிரி இருக்கும். ஆனா, இன்னிக்கு வந்திருக்கற இமெ யிலுக்கு தலையும் புரியல, காலும் புரியல..."

கிரிதரின் முகம் குழப்பத்தில் சுருங்கியது. "நான் எந்த மெயிலும் உனக்கு அனுப்பலியே..?"

"இதுதான் சார் அந்த மெயில்..." என்று விஜய், தான் கொண்டு வந்திருந்த காகிதத்தைப் பிரித்துக் காட்டினான்.

அந்தக் காகிதத்தை வாங்கிப் பார்த்த கிரிதரின் முகம் மேலும் குழப்பத்தைப் பிரதிபலித்தது.

"இது என்னனு புரியலியே விஜய்? இதை நான் உனக்கு அனுப் பல... யாரோ என்னோட மெயில் ஐ.டி.யை ஹேக் பண்ணி உள்ள நுழைஞ்சு குழப்பியிருக்காங்க... உடனே என் மெயில் ஐ.டி.யை நான் மாத்தணும்..." என்று சொல்லிக்கொண்டே, அந்தக் காகி தத்தை எட்டாக, பதினாறாகக் கிழித்தார். குப்பைத் தொட்டியில் போட்டார். தன் லேப்டாப்பைத் திறந்து பார்த்தார்.

"ஆமா... ஸென்ட் பாக்ஸ்ல இருக்கு! நம்ம டி.வி கிடுகிடுன்னு மேல வர்றதைப் பார்த்து பொறாமையில பலபேர் கொந்தளிச்சுக் கிட்டு இருக்காங்க. அவங்க யாரோ விளையாடறாங்கனு நினைக்க றேன். என் மெயில் ஐ.டி.லேர்ந்து இன்னும் யார் யாருக்கெல்லாம் இந்த மாதிரி மெயில் போச்சுனு தெரியலையே..? ஏதாவது வைரஸ்

அட்டாச் ஆகியிருக்கலாம். உன் லேப்டாப்லேர்ந்து அந்த மெயிலை மொதல் வேலையா உடனே டெலீட் பண்ணிடு விஜய்..."

"சரி சார்... ஸாரி சார்! எதுவா இருந்தாலும் உங்க பார்வைக்கு கொண்டு வரணும்னுதான் சார் வந்தேன்!"

"யா... யா... குட்!"

அறைக் கதவைத் தட்டிவிட்டு செந்தாமரை எட்டிப் பார்த்தார்.

"சார்! விஜய்யைத் தேடி இன்ஸ்பெக்டர் துரைஅரசன் வந்தி ருக்கார்..."

"ஓ காட்..!" என்றான், விஜய் வருத்தத்துடன். "ஸாரி சார். என் னைப் பார்க்கறதுக்காக நம்ம ஆபீசுக்கு போலீஸ் வர்றதுல உங்க ளுக்கு சங்கடம் இருக்குன்னு சொன்னீங்க. அதுக்குதான் லீவுல போகச் சொன்னீங்க. இத்தனை நேரம் வீட்லதான் இருந்தேன். இந்த மெயிலை காட்டறதுக்காகத்தான் வந்தேன்... இந்த சமயம் பார்த்து அவர் வந்திருக்கார். நான் வர்றேன் சார்!"

கிரிதர் எழுந்து அவன் தோளில் தட்டிக்கொடுத்தார். "எந்த ஹெல்ப் வேணும்னாலும் தயங்காம செந்தாமரைக்கு போன் பண்ணு. நான் பார்த்துக்கறேன்..."

ரிசப்ஷனில் இன்ஸ்பெக்டர் துரைஅரசன் அவனுக்காகக் காத்திருந்தார்.

"என்ன சார்? விசாரணையா... இல்ல, இன்னொரு தடவை அரெஸ்ட் பண்ணப் போறீங்களா..?" என்று விஜய் புன்னகை யுடன் கேட்டான்.

"அரெஸ்ட்தான். ஆனா இந்த தடவை கேஸ் உன்மேல ஸ்ட்ராங்கா இருக்கு..."

"என்ன சார் சொல்றீங்க..?"

"ஜீப்ல ஏறு... பேசிட்டே போவோம்!"

போலீஸ் வாகனத்தில் ஏறியதும், இன்ஸ்பெக்டர் பேசினார்.

"ஜார்ஜ் கண்ணைத் தொறந்துட்டான். உன்னைப் பத்தின எல்லா உண்மையையும் சொல்லிட்டான்..."

விஜய் முகத்தில் உடனடியாக விடுதலை உணர்வு.

"அவன் உண்மையைச் சொல்லிட்டா எனக்குப் பிரச்னை இல்லியே, சார்..?"

"அவன் கொடுத்திருக்கற வாக்குமூலத்தைப் படிச்சுப் பாரு..."

இன்ஸ்பெக்டர் துரைஅரசன் வாக்குமூலத்தின் ஒரு பிரதியை அவனிடம் நீட்டினார். விஜய் வாங்கினான். படித்தான். படிக்கப் படிக்க, அவனுடைய முகம் சுருங்கியது. புருவங்கள் முடிச்சிட்டன.

“என்ன சார் இது... சுத்தப் பேத்தலா இருக்கு? எனக்கும் அவனுக்கும் இதைப் போல எந்த நட்பும் இல்ல... உறவும் இல்ல! அன்னிக்குதான் முதல்முதலா ஜார்ஜைப் பார்த்தேன்...”

“அப்படியா..? உனக்கும் கல்யாணிக்கும் இருந்த உறவைப் பத்தில்லாம் அவன் சொல்றானே, எப்படி..?”

“இதுக்கெல்லாம் பின்னால ஏதோ ஒரு மிகப் பெரிய சதி இருக்குனு தோணுது, சார்...”

“அவன் சொல்றது பொய்ன்னா, நீ அதை நிரூபிச்சாகணுமே..?”

விஜய் சற்று நேரம் அமைதியாக இருந்தான். தலையை உலுக்கிக்கொண்டு அவர் பக்கம் திரும்பினான்.

“நான் உங்களை சில கேள்விகள் கேக்கலாமா சார்..?”

“கேளு...”

“சிலையைத் திருடறதுக்கு அவனுக்கு நான் உதவி செஞ்சிருக்கறதா சொன்னானே! எந்தெந்த கோயில்ல என்னென்ன சிலை திருடு போறதுக்கு நான் அவனுக்கு உதவி செஞ்சேன்..? அதை யார் யார்கிட்ட வித்தோம்..? எவ்வளவு டாலர் பரிமாற்றம் நடந்தது..? இத்தனை நாளா அவனுக்கு உதவியா இருந்த நான், இப்ப எதுக்கு திடீர்னு அவனை சுடணும்..?”

“அப்புறம்..?”

“கல்யாணியைக் கொல்லச் சொல்லி நான் அனுப்பியிருந்தா, அவ வீட்டுலேர்ந்து ஆபீஸ் வர்ற வழியில அவ ஸ்கூட்டரை லாரியால மோதித்தூக்கறது சுலபமா..? அரவமணி நல்லூர் கோயில்ல, நடராஜர் சிலையைக் கொள்ளையடிச்சிட்டு தப்பிச்சுப் போற வழியில குத்திக் கொல்றது சுலபமா..?”

“ம்ம்..?”

“ஜார்ஜுக்கும் எனக்கும் நட்பு இருந்திருந்தா, என் வீட்டுக்கு அவன் வந்திருக்கானா..? அவன் வீட்டுக்கு நான் போயிருக்கேனா..? அவனோட போன்லேர்ந்து இதுவரைக்கும் எனக்கு எவ்வளவு கால் வந்திருக்கு..? என் போன்லேர்ந்து அவனோட போனுக்கு எவ்வளவு கால் போயிருக்கு..? எங்களுக்குள்ள பேச்சுவார்த்தை இருந்ததுன்னு நிரூபிக்கறதுக்கு உங்ககிட்ட வேற என்ன ஆதாரம் இருக்கு..?”

“இந்தக் கேள்வியைலாம் நீயே ஜார்ஜைப் பார்த்து கேக்கறியா..?”

“ஷ்யூர், சார். தயவுசெஞ்சு என்னைக் கூட்டிட்டுப் போங்க..”

“முதல்ல ஸ்டேஷன். அங்க உன் தரப்புல சொல்ல வேண்டியதை எல்லாம் சொல்லு... அப்புறம் ஜி.ஹெச். போய் அவனைப் பார்ப்போம்!”

அரசு பொது மருத்துவமனை.

பகலாயிருந்தாலும், அந்த தளத்தில் மற்ற அறைகள் எல்லாம் ஒலியின்றி அடங்கிவிட்டன. செவிலி வந்து மருந்தை ஜார்ஜுக்குக் கொடுத்துவிட்டு விலகிப் போனபின், அந்த அறை வாசலில் காவலுக்கு இருந்த கான்ஸ்டபிள் எழுந்தார். அறைக்குள் நுழைந்து, முகத்தில் தண்ணீரை அடித்துக்கொண்டார். கட்டிலை நெருங்கினார்.

ஜார்ஜ் கண்களை மூடியிருந்தான். மருந்துகளின் ஆதிக்கத்தில் ஆழ்ந்த உறக்கத்துக்குப் போயிருந்தான்.

ஜார்ஜின் முகத்தில் பொருத்தப்பட்டிருந்த ஆக்சிஜன் முக மூடியைப் பட்டென்று விலக்கினார் கான்ஸ்டபிள்.

சற்று நேரத்தில் அவனுக்கு மூச்சுத்திணறி, கண்களைத் திறந்தான். கான்ஸ்டபிளைப் பார்த்து அதிர்ந்தான். ஏதோ சொல்ல வாய் திறந்தான். கான்ஸ்டபிள் ஒரு தலையணையை எடுத்து அவன் முகத்தில் வைத்து முழு பலத்துடன் அழுத்தினார். ஏற்கனவே பலவீனமாகிப் போயிருந்த ஜார்ஜ், போராட இயலாமல் மொத்தமாக அடங்கிப்போனான்.

இன்ஸ்பெக்டருடன் விஜய் அரசு பொது மருத்துவ மனைக்குள் நுழைந்தபோது, மாலை மணி ஆறு.

நோயாளி அறையின் வாசலில், நாற்காலியில் அமர்ந்து தலை சாய்த்து தூங்கிக்கொண்டிருந்த கான்ஸ்டபிளின் தோளில் இன்ஸ்பெக்டர் துரை அரசன் லேசாகத் தட்டினார். கான்ஸ்டபிள் திடுக்கிட்டுக் கண்விழித்தார். எழுந்து நின்று, படக் என்று சல்யூட் அடித்தார்.

"ஜார்ஜைப் பார்க்கணும்..."

"யெஸ் சார்..."

ட்யூட்டியில் இருந்த நர்ஸ் தன் இருப்பிடத்திலிருந்து பரபரப்பாக ஓடி வந்தாள்.

"சார், சும்மா சும்மா பேஷன்ட்டை டிஸ்டர்ப் பண்ணக் கூடாது.."

"தொந்தரவு செய்ய மாட்டோம்... கண்ணைத் திறந்தா பேசுவோம். இல்லன்னா, அப்புறம் வர்றோம். நீங்களும் கூட இருக்கலாம்..."

உள்ளே நுழைந்ததும், நர்ஸ் முகத்தில் திடுக்கிடல். ஜார்ஜின் இதயத்துடிப்பைக் காட்டும் இயந்திரத்தில் அசைவற்ற நேர்க்கோடு. இயந்திரத்தில் எச்சரிக்கை ஒலி முற்றிலுமாகக் குறைக்கப்பட்டிருந்தது. இதயம் செயலிழந்து போயிருந்தது. ஜார்ஜின்

உடலுக்குள் செலுத்தப்பட்டுக்கொண்டிருந்த சலைன் வாட்டர் நின்றுபோயிருந்தது. அவசரமாக ஜார்ஜின் மணிக்கட்டைப் பிடித்தாள். நாடியைப் பிடித்ததும், அவள் முகத்தில் கிலி வந்தது.

"சார், கொஞ்சம் வெயிட் பண்ணுங்க..." என்றபடி அவள் அவசர மணியை அழுத்தினாள். சில நிமிடங்களில் இரண்டு மருத்துவர்கள் வந்து சேர்ந்தனர். ஜார்ஜைப் பரிசோதித்தனர்.

"ஐ'ம் ஸாரி, இன்ஸ்பெக்டர். ஜார்ஜ் ஈஸ் நோ மோர்..."

"வ்வாட்...?"

"பேஷன்ட் இறந்துட்டார்..."

"எப்படி...?"

"ஏற்கனவே வீக்கா இருந்தார். கார்டியாக் அரெஸ்ட்டா இருக்கலாம். எதுவா இருந்தாலும், சீஃப் டாக்டர் வந்ததும், உங்களுக்கு ரிப்போர்ட் தருவாங்க. சிஸ்டர்! முதல்ல இவரை மார்ச்சுவரிக்கு ஷிஃப்ட் பண்ணுங்க..."

துரைஅரசன் விஜய்யைத் திரும்பிப் பார்த்தார்.

"வெறும் வாக்குமூலமா இருந்தா, அதுக்கு வேல்யூ கம்மி. இப்ப இது ஜார்ஜோட மரண வாக்குமூலமா மாறிடுச்சு. ஜார்ஜே எழுந்து வந்து இதை மறுத்தாதான் உண்டு. வேற வழியில்ல விஜய், உன்னை லாக்கப்ல போட வேண்டியிருக்கு..."

விஜய் அவரை அதிர்ச்சியுடன் பார்த்தான்.

# 13

போலீஸ் வாகனம் சென்னைப் போக்குவரத்தை ஊடுருவி பயணம் செய்துகொண்டிருந்தது. முன்னால் பொருத்தியிருந்த வயர்லெஸ் கருவி கொரகொரவென்று ஏதேதோ தகவல்களை ஒலிபரப்பிக்கொண்டிருந்தது. இன்ஸ்பெக்டர் துரைஅரசன் தன் செல்போனில் எதையோ பார்த்துக்கொண்டிருந்தார்.

விஜய் வறண்டிருந்த தொண்டையை செருமிக்கொண்டான்.

"இன்ஸ்பெக்டர் சார்! ஜார்ஜ் மரண வாக்குமூலம் கொடுத்திருக்கான், அவனே எழுந்து வந்து மறுத்தாதான் உண்டுனு சொன்னீங்களே, அது உண்மையா..?"

"சட்டம் அப்படித்தான் சொல்லுது..."

"கோர்ட்ல குறுக்கு விசாரணை செய்யற ஒரு வக்கீல் மாதிரி உங்களை ஒரு கேள்வி கேக்கலாமா..?"

இன்ஸ்பெக்டர் ஆர்வமாகி நிமிர்ந்தார்.

"கேளு..."

விஜய் குரலில் நாடகத்தனத்தைச் சேர்த்துக்கொண்டான்... "இறக்கும் தறுவாயில் இருக்கும் ஒருவர் நிகழ்ந்த குற்றத்தைப் பற்றி தனக்குத் தெரிந்த உண்மைகளைச் சொல்வதுதான் மரண வாக்கு மூலம். ஒருவர் இன்றைக்கு ஒரு வாக்குமூலம் கொடுத்து விட்டு, அதை மாற்றாமல் பன்னிரண்டு மாதங்கள் கழித்து இறந்து போனால்கூட அதை மரண வாக்குமூலம் என்று சொல்வீர்களா..?"

இன்ஸ்பெக்டர் துரைஅரசன் புன்னகைத்தார். அதே தொனியில் பதில் சொன்னார்... "வாக்குமூலம் கொடுத்துவிட்டு, காவல் துறையின் கட்டுப்பாட்டில் இல்லாமல் ஒரு முழு வருடம் வாழ்க்கையை வாழ்ந்தவர் பற்றிப் பேசினால் வேண்டுமானால் உங்கள் வாதம் எடுபடலாம். அரசு மருத்துவமனையில், போலீஸ் கண்காணிப்பில், உயிர் பிழைப்பாரா என்று தெரியாத நிலையில் இருக்கும் ஒருவர் கடைசியாகக் கொடுத்த வாக்குமூலத்தை மரண வாக்குமூலம் என்று சொல்வதில் என்ன தவறு..?"

விஜய் முகம் வாடிப்போனது.

"இன்ஸ்பெக்டர் சார்! இப்ப வெளிப்படையா உங்களைக் கேக்கறேன். 'நான் நெஜமாவே சிலையைக் கடத்தியிருப்பேன், தடுக்க வந்த குருக்களை வெட்டிக் கொலை பண்ண துணை போயிருப்பேன், அதை சாக்கா வெச்சு கல்யாணியைக் கொலை பண்ணச் சொல்லியிருப்பேன்'னு நீங்க நம்பறீங்களா..? உண்மையைச் சொல்லுங்க..."

இன்ஸ்பெக்டர் துரைஅரசன் முகத்தில் புன்னகை விலகவேயில்லை.

"ஒரு வழக்கை போலீஸ் விசாரிக்கும்போது, வழக்கு முடியறதுக்கு முன்னாலேயே, அதோட அதிகாரி வேற ஊருக்கு மாத்தலாகிப் போயிடலாம். ஏன், ரிட்டயரே ஆகிப்போயிடலாம். அதனால, போலீஸைப் பொறுத்தவரைக்கும் ஒரு குற்றத்தைப் பத்தி குறிப்பிட்ட அதிகாரி என்ன நினைக்கறாரு என்பது வேலைக்கு ஆகாது. ஆதாரங்கள் என்னென்ன கெடைச்சுது, சூழ்நிலை என்ன குறிப்பிடுது, சாட்சிகள் என்ன சொல்றாங்கனு அந்தக் குற்றத்தைப் பத்தி போலீஸ் சேகரிச்சு வெச்சிருக்கற தகவல்கள்தான் முக்கியம். விசாரணை நடக்கற கோர்ட்லயும், 'போலீஸ் அதிகாரியோட கருத்து என்ன'னு கேட்டு, அதுக்கு மதிப்பு குடுக்கறதில்ல. அவர் கோர்ட்ல சமர்ப்பிக்கற தடயங்களையும், ஆதாரங்களையும்தான் அவங்களும் கணக்குல எடுத்துப்பாங்க..."

விஜய் புரிகிறது என்பது போல் தலையசைத்தான். "ஆனா, நீங்க என் கேள்விக்கு நேரடியா இன்னும் பதில் சொல்லல... நீங்க என்னைப் பத்தி என்ன நெனைக்கறீங்கனு எனக்குத் தெரிஞ்சுக்கணும்!"

"வெல்! எனக்கு உன் மேல சந்தேகம் இல்ல..."

"தேங்க்ஸ் இன்ஸ்பெக்டர்..."

"ஆனா, 'இதுக்கெல்லாம் பின்னால ஏதோ ஒரு சதி இருக்கு'னு நீ சொல்றியே... அது என்ன சதின்னு நிருபணம் ஆகறவரைக்கும் நான் உன்னை என் சந்தேகப்பட்டியல்லேர்ந்து விலக்க முடியாது. அதே சமயம், உன் மேல சுமத்தப்பட்ட குற்றச்சாட்டுகள்

ஒவ்வொண்ணைப் பத்தியும் நான் தீர விசாரிக்காம எந்த முடிவுக்கும் வர மாட்டேன். அதனால இப்போதைக்கு நீ போலீஸ் கஸ்டடிலதான் இருக்கணும்...” என்று அவன் தொடையில் தட்டிக் கொடுத்தார், இன்ஸ்பெக்டர் துரைஅரசன்.

லாக்கப்பில் விஜய்யை வந்து சந்தித்தார் முரளிதரன்.

“கவலைப்படாத விஜய்! பெரிய வக்கீலுங்ககிட்டலாம் எம்டி பேசிட்டிருக்காரு. நம்ம டி.வி. மேல இருக்கற பொறாமையால நம்ம மேல சேறடிக்கணும்னு யாரோ செய்யற வேலையாவும் இது இருக்கலாம். நீ கைதான செய்தியை அத்தனை சேனல்லயும், ‘கே.ஜி டி.வி கேமராமேன் கைது’, ‘கே.ஜி டி.வி கேமராமேன் கொலையாளியா...’ அப்படின்னு எல்லாம் மறுபடி மறுபடி சொல்லி அசிங்கப்படுத்தறாங்க. அவங்க வாயை எல்லாம் அடைக்கணும்கறதுக்காக உன்னை மூணு மாசம் சஸ்பெண்ட் பண்ணிட்டதா எம்டி மீடியாவுல சொல்லப் போறாரு. ஆனா, அந்த மூணு மாசமும் உனக்கு சம்பளம் வரும். உன் சர்வீஸ் ரெக்கார்ட்ல எந்த விதத்துலயும் உன் மேல கறுப்புப் புள்ளி விழாது.. அவரைத் தப்பா நினைக்க வேண்டாம்னு சொன்னாரு..!” என்றார்.

விஜய் வறண்ட புன்னகையை பதிலாகத் தந்தான்.

மரகதம் விடிகாலையிலேயே எழுந்து குளித்து, கடவுள் படங்களுக்கு எதிரில் கண்மூடி நின்றிருந்தாள். மூடிய இமைகளுக்கு அடியிலிருந்து கண்ணீர் திரண்டு வழிந்துகொண்டிருந்தது. முந்தின இரவு விஜய் போன் செய்து போலீஸ் காவலில் இருப்பது பற்றி தகவல் தெரிவித்ததில் இருந்து, அவள் நிம்மதியைத் தொலைத்திருந்தாள்.

அழைப்பு மணி ஒலித்ததும், ‘ஒருவேளை விஜய்தான் விடுவிக்கப்பட்டு வந்துவிட்டானோ’ என்று பதைபதைத்துக்கொண்டு வாசலுக்கு ஓடினாள். கதவைத் திறந்ததும், எதிரில் இன்ஸ்பெக்டர் துரைஅரசன் நின்றிருந்தார்.

“என்னையும் அரெஸ்ட் பண்ணிக் கூட்டிட்டுப் போக வந்தீங்களா..?” என்று காட்டமாகக் கேட்டாள்.

துரைஅரசன் தன் பணியில் இதுபோன்ற பல சந்தர்ப்பங்களைச் சந்தித்தவர் என்பதால் கோபமுறவில்லை.

“உங்க வீட்டை பரிசோதனை பண்ணணும்மா... உத்தரவோடு வந்திருக்கேன்...” என்றார்.

மரகதம் கதவுகளை அகலமாகத் திறந்துவிட்டாள்.

“கிச்சன்ல கடுகு, உளுத்தம்பருப்பு டப்பாவைக்கூட எடுத்து கவிழ்த்து பார்த்துக்குங்க. என் பையன் சத்தியமா எந்தத் திருட்டுத்தனமும் பண்ணமாட்டான்...” என்று சொல்கையில்,

அவள் குரல் உடைந்தது.

இரண்டு கான்ஸ்டபிள்களுடன் நுழைந்தார் இன்ஸ்பெக்டர். “எதை எடுத்தாலும், அதை பழையபடி எடுத்த இடத்துல வையுங் கப்பா...” என்று உத்தரவிட்டார்.

கிட்டத்தட்ட மூன்று மணிநேரம் ஆராய்ந்துவிட்டு, இன்ஸ்பெக்டர் விஜய்யின் அறையிலிருந்து வெளிப்பட்டார்.

“இந்த நோட்புக்கை மட்டும் நான் எடுத்துட்டுப் போறேம்மா..” என்று விஜய்யின் பர்சனல் டைரி ஒன்றைக் காட்டினார்.

அரவமணி நல்லூர். குருக்கள் வீடு களையிழந்திருந்தது.

குருக்கள் மனைவி, அழுக்குச் சுவரில் சாய்ந்து அமர்ந்திருந்தாள். கண்கள் காய்ந்திருந்தன. அவள் மடியில் பாவாடை, சட்டை அணிந்த மகள், தன் கண்ணாடி வளையல்களை முன்னும் பின் னும் நகர்த்துவதிலேயே கவனமாயிருந்தாள்.

எதிரில் இன்ஸ்பெக்டர் சந்திரமோகன் மற்றும் துரை அரசன்.

“இல்ல, எனக்கு அந்தப் பையன் மேல சந்தேகம் இல்லை. கூட வந்த பொண்ணை அடிக்கடி டி.வி.ல நாங்க பார்த்திருக்கோம். ரெண்டு வாரம் முன்னால, பிடிவாதமா நடராஜர் சிலையைப் பார்க்கணும்னு பத்தாயிரம் ரூபாயைக் குடுத்தவன் மேலதான் எனக்கு சந்தேகம்...” என்றாள், குருக்கள் மனைவி தீர்மானமாக.

“பத்தாயிரம் கொடுத்த ஆளு, இதுல இருக்கானா பாருங்க...”

இன்ஸ்பெக்டர் துரைஅரசன் நீட்டிய புகைப்படங்களை வாங்கிப் புரட்டினாள், அவள். ஜோஷ்வாவின் புகைப்படத்தைப் பார்த்ததும், நிமிர்ந்து அமர்ந்தாள்.

“இதோ... இவன்தான்! இவன்தான் பணத்தைக் காட்டி, மூடின கோயிலைத் தெறக்கச் சொல்லி அவரை சபலப்படுத்தினான்!”

“தேங்க்ஸ்மா... இவன் பேரு ஜோஷ்வா!”

“இவனைப் பிடிச்சுட்டீங்களா..?” என்று கேட்டபோது அவள் கண்களில் ஆர்வமும் ஆற்றாமையும் கலந்திருந்தன.

“உயிரோட கெடைக்கலை... கூட்டாளிங்களுக்குள்ள தகராறு. இவனைக் கொலை பண்ணிட்டாங்கம்மா...”

“பின்னே..? நடராஜர் வேடிக்கை பார்த்திட்டிருப்பாரா! அவன் குடும்பமே நாசமாகிப்போகும்...” என்று அவள் ஆவேசத்துடன் விரல்களை நொடித்தாள்.

ஹால் சுவரில் கல்யாணியின் புகைப்படத்துக்குக் குங்குமப் பொட்டு வைக்கப்பட்டிருந்தது.

சோபாவில் சரிந்து அமர்ந்திருந்தார், கல்யாணியின் தந்தை.

எதிரில் இருந்த இன்ஸ்பெக்டரின் கேள்வியை அவர் சற்றும் ரசிக்கவில்லை என்று முகம் சொல்லியது.

"ச்சீ... ச்சீ... போலீஸ்னா கொஞ்சம்கூட கண்ணியம் இல்லாம இப்படியா சந்தேகப்படுறது..? எங்களுக்கு கல்யாணியையும் தெரியும். விஜய்யையும் தெரியும்..." என்று அழுத்தமாகச் சொன்னார்.

கல்யாணியின் அம்மா கொண்டுவந்து வைத்த காபியைச் சுவைத்தபடி, "அவ கொலையானபோது, கர்ப்பமா இருந்ததால தான் இந்தக் கேள்வி..." என்றார், இன்ஸ்பெக்டர்.

"அந்தத் தகவல் எங்களுக்கு அதிர்ச்சியாதான் இருக்கு. ஆனா, அதுக்குக் காரணம் சத்தியமா விஜய்யா இருக்க முடியாது. அவன் என்னை 'அப்பா'ன்னுதான் கூப்பிடுவான். இவளை 'அம்மா'ன்னுதான் கூப்பிடுவான். அவங்க ரெண்டுபேரும் அண்ணன், தங்கச்சியாதான் பழகினாங்க.. அவன் அப்படி பண்ணியிருக்க வாய்ப்பே இல்ல..."

"தேங்க்ஸ்..." என்று துரைஅரசன் எழுந்தார்.

நடுக்கடலில் நங்கூரம் பாய்ச்சி நின்றிருந்தது அந்தக் கப்பல். குளிரூட்டப்பட்ட முதல் வகுப்பு அறையில் அந்தச் சந்திப்பு நிகழ்ந்தது.

துணியை விலக்கி நடராஜர் சிலையை இரு கைகளிலும் ஏந்தி ஆராய்ந்தார், அந்த ஜெர்மானியர். வழுக்கைத்தலை. செக்கச் சிவந்த முகம். கன்னமேடுகளில் வெயில் புள்ளிகள். மஞ்சள் பற்கள் தெரிய புன்னகைத்தார். அவர் முகத்தில் திருப்தி தெரிந்தது.

"பேசிய தொகை யூரோக்களாக இந்தப் பெட்டியில் இருக்கிறது..." என்று உடைந்த ஆங்கிலத்தில் சொன்னார்.

தீபக் தர்மசேனா கரன்ஸியை எண்ணினார்.

"இந்தச் சிலையை உங்களிடம் சேர்ப்பதற்காக பலர் உயிரையே பலி கொடுத்திருக்கிறார்கள்..." என்று புன்னகைத்தார். "பொதுவாக இந்த மாதிரி வியாபாரத்துக்கு நான் நேரடியாக வருவதில்லை. நம்முடைய சந்திப்பு முதன்முறையாக நிகழ்கிறது என்பதால், நீங்கள் என்னிடம்தான் கரன்ஸியைக் கொடுப்பேன் என்று சொல்லி விட்டீர்களாம். அதனால் வந்தேன். அடுத்த முறையிலிருந்து என் ஆட்களில் யாராவது வருவார்கள். நீங்கள் மாட்டினாலோ, இந்த சிலை பிடிபட்டாலோ என் பெயரை நீங்கள் எங்கேயும் சொல்லக் கூடாது என்பதை மறக்காதீர்கள்!"

மொழிபெயர்ப்பாளர் அதை ஜெர்மன்மொழியில் விவரித்ததும், அவர் தலையசைத்தார்.

"ஒவ்வொரு முறையும் கரன்ஸியாகக் கொடுப்பது இயலாது. ஏதாவது வெளிநாட்டுக் கணக்கு இருந்தால் விவரங்கள்

கொடுங்கள்...”

“தொடர்ந்து வியாபாரம் நடக்கட்டும். உங்கள் மீது முழு நம்பிக்கை வரும் வரையில் கரன்ஸிதான் எனக்குச் சரிப்படும்...”

- தீபக் தர்மசேனா கரன்ஸிப் பெட்டியுடன் எழுந்தார்.

இன்ஸ்பெக்டர் துரைஅரசனின் முன்னால் கோப்புகளைப் பரப்பினார், சப் இன்ஸ்பெக்டர் சுகுமார். பாண்டிச்சேரியில் ஜார்ஜின் வீட்டில் கண்டெடுக்கப்பட்ட தகவல்களின் அடிப் படையில் அவன் ஈடுபட்டிருந்த முந்தின சிலைத் திருட்டுகள் பற்றி விசாரணை நடத்திவிட்டு வந்திருந்தார்,

“தெளிவா விசாரிச்சுட்டேன், சார். திருட்டு நடந்த பல கோயில்கள்ல ஜோஷ்வா,லியோ, ஜார்ஜை எல்லாம் யார் யாரோ பார்த்திருக்காங்க. எந்தக் கோயில்லயும், யாருமே விஜய்யைப் பார்த்ததேயில்லைனு சொன்னாங்க. அது மட்டுமில்ல, சிலை திருடுபோன நாட்கள்ல விஜய், வெவ்வேறு ஊர்ல வேற வேற வேலைல இருந்ததுக்கும் ஆதாரம் கெடைச்சிருக்கு...”

இன்ஸ்பெக்டர் துரைஅரசன் திருப்தியுடன் தலையசைத்தார்.

“ஆஸ்பத்திரில ஜார்ஜைப் பார்க்க நான் போயிருந்தபோது, அவனோட ஹார்ட் மெஷின் நின்னு போயிருந்தது. அப்படி நிக்க றதா இருந்தா ‘பீப்... பீப்...’னு சத்தம் போடுமாம். அந்த சவுண்டை யாரோ குறைச்சிருந்தாங்க... அதனால, ஜார்ஜ் செத்ததுலயே ஒரு சதி இருக்குனு எனக்கு சந்தேகம். அன்னிக்கு அங்க காவலுக்கு இருந்த கான்ஸ்டபிள் யாரு..?”

“மாத்ருபூதம்தான் சார். நைட் ட்யூட்டியும் அவரே தொடர்ந்து செய்யறேன்னு முந்தின நாளு கேட்டாரு. நான் ஒத்துக்கல...”

“ஒத்துக்கிட்டிருந்தா, ஒருவேளை ஜார்ஜ் நைட்டே இறந்திருப் பானோ என்னவோ..?”

சப் இன்ஸ்பெக்டர் சட்டென்று நிமிர்ந்து பார்த்தார்.

“மாத்ருபூதம் மேல உங்களுக்கு சந்தேகமா சார்..?”

“அந்தப் பையன் விஜய் கொலைகாரன்னு எனக்குத் தோணல.. அதனால, நாம அலர்ட்டா இருக்கணும்னு சொல்றேன்...”

“புரியுது, சார்...”

இரண்டு வாரங்கள் லாக்கப்பில் செலவுசெய்தபின், விஜய் பெயிலில் விடுவிக்கப்பட்டான். நீதிமன்றத்தில் விஜய் சார்பில் ஆஜரான வக்கீல்கள் அனைவரும் செல்வாக்கு மிக்கவர்கள். கே.ஜி தொலைக்காட்சியால் நியமிக்கப்பட்டவர்கள். அவர்கள் எடுத்துவைத்த வாதங்களுக்கு எதிராக வாதங்களை எடுத்து வைக்க போலீஸ் தயாராக இல்லை.

வீட்டுவாசலில் அவன் டாக்சியிலிருந்து இறங்கியபோது, அக்கம்பக்கத்தில் பல ஜன்னல்களில் வேடிக்கை பார்க்கும் முகங்கள் தென்பட்டன.

"இந்த வேலையே வேணாம்டா..." என்று மரகதம் அவனைக் கட்டிப் பிடித்துக்கொண்டு அழுதபோது, விஜய் அவள் முதுகை ஆதரவாக அழுத்திக்கொடுத்தான்.

"கிரிதர் இல்லேன்னா இப்ப வெளிய வந்திருக்கவே முடியா தும்மா... அந்த நன்றி எனக்கு வேணும்..."

"விஜய் எல்லா குற்றத்துலேர்ந்தும் நிச்சயம் விடுதலையா வான்மா... அப்புறம் இந்த வேலைல தொடரணுமா, வேணாமானு முடிவு செய்யட்டும்..." என்றாள், நந்தினி.

வீட்டு போன் ஒலித்தது. மரகதத்தின் முகத்தில் கிலி வந்தது.

நந்தினி எடுத்தாள்.

"உனக்குத்தான்..." என்று விஜய்யிடம் நீட்டினாள்.

# 14

விஜய் ரிசீவரைக் கையில் வாங்கினான்.

"ஹலோ விஜய்! நீ விடுதலை ஆகி வந்தது எனக்கு சந்தோஷம்ப்பா... யார் பேசறேன்னு புரியுதா?"

எதிர் முனையில் ஒலித்த குரல் வெகு பரிச்சயமானதாக இருந்தது.

"புரியுது... பிரகாஷ் அண்ணன்தானே?"

"ஆமாம் தம்பி..." என்றார், எதிர்முனையில் இருந்த டிரைவர் பிரகாஷ். "நடக்கக்கூடாதது ஏதேதோ நடந்துடுச்சு. உன்னை போலீஸ் பிடிச்சிட்டுப் போகும்போது, என் மனசாட்சி என்னைக் குத்துது. எனக்கு மட்டும் தெரிஞ்ச ஒரு உண்மையை நான் இன்னும் யார்கிட்டயும் சொல்லல. உன்கிட்ட அதை சொல்லணும்னு தோணுது!"

"சொல்லுங்க..."

"போன்ல வேண்டாம்ப்பா! நீ ஒண்ணு செய்... பெசன்ட்நகர் டெர்மினஸ் பக்கத்துல ஒரு கையேந்தி பவன் இருக்கு இல்ல?"

"ஆமாம்!"

"சாயந்திரம் எட்டுமணிக்கு அங்க வந்துரு... நான் டியூட்டி முடிஞ்சு உன்னைப் பாக்க வர்றேன். ஆனா விஜய் தம்பி, நான் புள்ளகுட்டிக்காரன். என்னை போலீஸ்ல மாட்டிவிட்டுடாதே..!" என்று கெஞ்சும் தொனியில் சொன்னபடி போனை வைத்து விட்டார் பிரகாஷ்.

தன்னிடம் பேசுவதற்கு அவரிடம் என்ன விவரங்கள் இருக்கப் போகின்றன என்று அவனுக்குப் புரியவில்லை.

"யாருடா போன்ல..?" என்றாள் மரகதம்.

"எங்களுக்கு வண்டி ஓட்டுவாரே, டிரைவர் பிரகாஷ், அவர் தாம்மா! நான் பெயில்ல வெளிய வந்ததையே விடுதலை ஆகி வந்துட்டேன்னு நினைச்சுப் பேசறார். நைட் மீட் பண்ணணும்னு சொன்னாரு..."

"எங்கேயும் தனியா போய் மாட்டிக்காத, விஜய்..." என்று தன் ஆட்சேபத்தைத் தெரிவித்தாள் நந்தினி.

"ஆசை இருந்தா நீயும் வரணும்னு நேரடியா கேளு, நந்து..." என்று கண்ணடித்தான் விஜய்.

"விளையாட்டா பேசி வந்து சேர்ந்திருக்கற பிரச்னை போதும், விஜய்! அவ சொல்றதுலயும் அர்த்தம் இருக்கு..."

"நீ பயந்தது போதாதுன்னு அம்மாவையும் பயமுறுத்திட்டியே, நந்து..." என்றபடி மரகதத்தைக் கட்டிப்பிடித்துக்கொண்டான் விஜய்.

"கவனமா இருப்பேன்மா..."

நந்தினி தன் கைப்பையிலிருந்து ஒரு புது செல்போனையும், சிம் கார்டையும் எடுத்து நீட்டினாள்.

"நீ என்னிக்கு சொன்ன பேச்சைக் கேட்டிருக்க..? இதையாவது பத்திரமா வெச்சிக்க. யாராவது துப்பாக்கி எடுத்தா, இதை காலுக் கடியில போட்டு மறைச்சு வச்சுக்க..."

விஜய் சிரித்தான்.

பெசன்ட் நகர். பேருந்து நிலையத்தையொட்டி அந்த வணிக வளாகம். ஆண்களும் பெண்களும் மற்ற கடைகளில் பரபரப்பாக இருக்க... டாஸ்மாக் கடை வாசலில் குடிமகன்கள் கூட்டமாய் மொய்த்திருந்தனர்.

சுண்டல், வறுவல் என்று அவர்களைத் துரத்தும் பொடியன்கள். ஒற்றைக்காலில் சாய்ந்து நின்று வரிசையாக தவம் செய்யும் மோட்டார் சைக்கிள்கள். அந்த வரிசையில் தன் பைக்கையும் நிறுத்திவிட்டு, விஜய் கையேந்தி பவனை அடைந்தான். ஒன்றிரண்டு முறை நந்தினியுடன் அந்த உணவு விடுதிக்கு அவன் வந்திருக்கிறான். சட்டியில் இருப்பதை முறத்தில் அரிசியைத் தூக்கிப் போடுவதைப் போல் போட்டு லாகவமாகத் திரும்ப வாங்கிக்கொண்டிருந்த மலையாள நண்பன், விஜய்யைப் பார்த்துப் புன்னகைத்தான். பதில் புன்னகையை உதிர்த்துவிட்டு, விஜய் நகர்ந்தான்.

ஐந்து நிமிடங்கள் கழித்து பிரகாஷின் பைக் வந்து நின்றது.

அவனைப் பார்த்ததும், அங்கிருந்தே அவர் கை உயர்த்திக் கூப்பிட்டார்.

அருகில் சென்றதும், "இங்க வேண்டாம் தம்பி... சுத்தி இவ் வளவு பேர் இருக்காங்க. சத்தத்துல நான் உரக்கப் பேசணும். பீச்ல உக்காந்து பேசலாம், வர்றியா..?" என்று கேட்டார். அவனால் புரிந்துகொள்ள முடியாத ஒரு பதற்றம் அவரிடம் இருந்தது.

சிற்றுண்டிகள் விற்கும் தள்ளுவண்டிகள் கடற்கரை மணலை வீணடித்துக்கொண்டிருந்தன. குழந்தைகள் பலூன்களைத் துரத்திப் பிடித்துக்கொண்டிருந்தனர். பெரியவர்கள் குழந்தைகளைத் துரத்திப் பிடித்துக்கொண்டிருந்தனர். வண்டிகளின் எண்ணெய்க் கமறலும், பேட்டரி விளக்குகளின் வெளிச்சமும் எட்டாத ஒரு திட்டில் சென்று அவர்கள் அமர்ந்தனர்.

"விஜய் தம்பி, நான் சொல்லப்போறதை வெளில யார்கிட்டயும் சொல்ல மாட்டேன்னு சத்தியம் பண்ணிக் குடு..." என்று பிரகாஷ் கையை நீட்டினார்.

"அது என் உயிரைக் காப்பாத்த அவசியம்னா மட்டும் சொல்ல லாமா..?"

"அதுக்கில்ல தம்பி... என்னை போலீஸ், கோர்ட்னு அலைய விட்டுராதே!"

"சரி, சொல்லுங்க! பிரகாஷ் அண்ணே..."

பிரகாஷ் மணலை அளைந்துவிட்டு, மெல்லப் பேசினார். "நீயும் கல்யாணியும் கும்பமேளா புறப்பட்டுப் போனீங்களே, அதுக்கு ஒரு நாலஞ்சு நாள் முன்னால இருக்கும். முரளிதரன் சார் ஒரு மீட்டிங்குக்குப் போகணும்னு என்னைக் கூப்பிட்டார். தேனாம் பேட்டை கிட்ட அண்ணாசாலைல சப்வே பக்கத்துல ஒரு பெரிய ஹோட்டல் இருக்கு இல்ல..?"

"ஆமாம்... சூர்யகலா ஹோட்டல்!"

"அதுக்கு எதிர்ல லேம்ப் ஷேடுலாம் விக்கற ஒரு கடை இருக்கு. அது வாசல்ல அவர் இறங்கினாரு. 'பிரகாஷ், நீ போய் டிபன் சாப்பிடணும்னா சாப்பிட்டுட்டு வா... எனக்கு ஒரு ரெண்டு மணி நேரம் வேலை இருக்கு'னு சொல்லிட்டு கடைக்குள்ள போனாரு. நான் காரை பக்கத்து சந்துல கொண்டு நிறுத்திட்டு ஒரு தம் அடிக்கலாம்னு வந்தேன்!"

அண்ணா சாலையில் மெட்ரோ ரயில் பாதைக்காக ஆங்காங்கே தடைகள் போடப்பட்டிருந்ததால், அன்று போக்குவரத்து நெரி பட்டுக்கொண்டிருந்தது. பிரகாஷ் பெட்டிக்கடையில் ஒரு சிகரெட் வாங்கினார். பற்ற வைத்துக்கொண்டார். சுரங்கப் பாதையிலிருந்து பாதசாரிகள் பரபரவென்று வெளிப்பட்டுக்கொண்டிருந்தனர்.

திடீரென்று மின்விளக்குக் கடையிலிருந்து முரளிதரன் தலையைக் குனிந்தபடி வேகமாக வெளியில் வருவது தெரிந்தது. தன்னைத்தான் தேடுகிறாரோ என்று பிரகாஷ் உடனே சிகரெட்டைக் கீழே போட்டு நசுக்கிவிட்டு, ஓரடி எடுத்து வைக்க, முரளிதரன் அவரைக் கவனிக்காமல் அவசரமாக சுரங்கப்பாதையில் இறங்கினார்.

பிரகாஷ் ஆர்வமாகிப் பார்த்தார். முரளிதரன் சுரங்கப் பாதை வழியே சாலையைக் கடந்து எதிர்ப்புறம் வெளியில் வந்தார். திரும்பிப் பார்த்துவிட்டு, அங்கேயிருந்த அந்தப் பெரிய ஹோட்டலுக்குள் நுழைந்தார்.

'காரை இங்கே நிறுத்தச் சொல்லிவிட்டு, அவர் ஏன் அங்கே போகிறார்? ஹோட்டலிலேயே காரைக் கொண்டுபோய் நிறுத்த பார்க்கிங் வசதி இருக்குமே..?' - பிரகாஷின் மனதில் குழப்பமான கேள்விகள் எழுந்தன.

இன்னொரு ஆச்சரியமாக, அதே ஹோட்டல் வாசலில் ஒரு ஆட்டோ வந்து நிற்பதும், அதிலிருந்து கல்யாணி இறங்குவதையும் பார்த்தார். ஆட்டோவிலிருந்து இறங்கியதும், துப்பட்டாவை இழுத்துத் தலையைப் போர்த்தி மூடிக்கொண்டு, கல்யாணி அதே ஹோட்டலுக்குள் நுழைந்தாள். பிரகாஷ் திகைத்துப் போனார்.

முரளிதரன் மீட்டிங் என்று சொன்னது, இவளுடன்தானா..? அவர் அறிந்திருந்த கல்யாணிக்குப் பின்னால், அவர் அறியாத ஒரு முகமும் இருக்கிறதா..?

கிட்டத்தட்ட இரண்டு மணி நேரம் கழித்து, சுரங்கப் பாதையில் இறங்கி, சாலையைக் கடந்து பழைய இடத்துக்கு வந்த முரளிதரன், ஷட்டர்களை இழுத்து மூடத் துவங்கியிருந்த அந்தக் கடைக்குள் அவசரமாக நுழைந்தார். ஏதோ ஒரு விளக்கை வாங்கிக்கொண்டு வெளியில் வந்தார். பிரகாஷை போனில் அழைத்தார். பிரகாஷ் உடன் வர, காரை நிறுத்தியிருந்த இடம் வரை நடந்தார்.

"சித்தப்பா பையன் புது வீடு கட்டறான்... ஷாண்ட்லியர் வாங்கித் தரச் சொன்னான். யப்பா... வீட்டை அலங்காரம் பண்ண எத்தனை லைட்டு இருக்குன்றே..?" என்று கேட்காமலேயே பொய்யாக விளக்கம் கொடுத்தார்.

"ஒண்ணுமே சொல்லாம இருந்திருந்தாக்கூட எந்த சந்தேகமும் வந்திருக்காது.. ஆனா, அந்தாளு பொய் சொன்னாரு. நான் எதிர்க் கேள்வி கேட்காம வண்டியை எடுத்தேன்..." என்று பிரகாஷ் குரல் நடுங்கச் சொன்னார்.

அந்தத் தகவல் கேட்டு, விஜய் அதிர்ந்து போயிருந்தான். ஒரு ஹோட்டலுக்குள் சேர்ந்து போவதாலேயே இரண்டு பேரை

சந்தேகப்பட வேண்டுமா? புரியவில்லை.

பிரகாஷ் தொடர்ந்து பேசினார்... "பெரிய எடத்து விவகாரம் லாம் எனக்கு எதுக்குனு அதோட அதை மறந்துட்டேன் தம்பி! ஆனா, கல்யாணி கண்ணு முன்னால செத்துப்போச்சு. 'அது வயித்துல குழந்தை இருக்கு, அதுக்குக் காரணம் நீயா'னு போலீஸ் உன்னைக் கேக்குது. இதையெல்லாம் பார்த்துட்டு என்னால நைட்டு தூங்க முடியல..."

"அந்த ஹோட்டலுக்குள்ள ரெண்டு பேரும் போனாங்கன்றது னாலயே, அங்க தப்பு நடந்துச்சுன்னு எப்படி அண்ணே சொல்ல முடியும்..? ரெஸ்டாரன்ட்ல உக்காந்து சாப்பிடக்கூட போயிருக்க லாம்..."

"அதுக்கு எதுக்கு திருட்டுத்தனமா எதிர்க்கடைல நுழையற மாதிரி நாடகமாடணும்..? எதுவா இருந்தாலும், இனிமேலும் உன்கிட்ட இந்த விஷயத்தைச் சொல்லாம இருக்கக்கூடாதுனு சொல்லிட்டேன்..."

விஜய்யின் முகம் வெளிறிப் போயிருந்தது. "தேங்க்ஸ்..." என்று பிரகாஷின் கையை அழுத்திக் கொடுத்தான்.

"இது நமக்குள்ளயே இருக்கட்டும் தம்பி..." என்று மீண்டும் ஒரு முறை பிரகாஷ் சொல்லிவிட்டு, மணலைத் தட்டிக்கொண்டு எழுந்தார்.

விஜய் நிலவை இன்னும் சற்று நேரம் வெறித்துக்கொண்டிருந்து விட்டு, யோசனையுடன் எழுந்தான். தன் பைக்கை நிறுத்தியிருந்த இடத்துக்கு நடந்தான்.

மறுநாள் கல்யாணியின் வீட்டு வாசலில் பைக்கை நிறுத்திவிட்டு இறங்கியபோது, விஜய் எந்தத் தீர்மானத்துக்கும் வர முடியாமல் தவித்துக்கொண்டிருந்தான்.

அழைப்புமணி ஒலி கேட்டு, கதவைத் திறந்தவர் கல்யாணியின் அப்பா.

"வா தம்பி... எப்படிப்பா இருக்கே?"

விஜய் புன்னகையுடன் வீட்டுக்குள் நுழைந்தான்.

சாய்வு நாற்காலியின் கித்தானில் திட்டுத்திட்டாக அழுக்கு ஏறியிருந்தது. அதன் காலடியில் வைக்கப்பட்டிருந்த காலியான காபி டம்ளரை இரண்டு ஈக்கள் வட்டமிட்டுக்கொண்டிருந்தன.

தரையில் கால் நீட்டி அமர்ந்து, ஆர்வமின்றி கறிகாய் நறுக்கிக் கொண்டிருந்தாள், கல்யாணியின் அம்மா.

"கேள்விப்பட்டேன் தம்பி... போக்கத்த போலீஸ் அடிக்கடி உன்னை இழுத்திட்டுப் போயிடுதாமே! எங்களுக்குத் தெரியும்.

கல்யாணிக்கும், உனக்கும் இருந்த உறவைப் பத்தி... போலீஸ் கேட்டபோதும் அதைத்தான் சொன்னோம்!"

விஜய் அவளருகில் சென்று தரையில் அமர்ந்தான். "எனக்கு ஒரு விவரம் வேணும்மா.."

"கேளு தம்பி..."

"நான் கல்யாணியோட கும்பமேளாவுக்குப் புறப்பட்டுப் போற துக்கு முன்னால, கல்யாணி என்னிக்காவது வீட்டுக்கு லேட்டா வந்தாளா..?"

கல்யாணியின் அப்பா நெற்றியைச் சுருக்கிக்கொண்டு அவ னைப் பார்த்தார். கல்யாணியின் அம்மா, அவருடைய விழிகளைப் பார்க்காமல், "ஆமாம்..." என்றாள்.

"கும்பமேளாவுக்கு ஒரு நாலைஞ்சு நாள் முன்னால, ஃப்ரெண் டைப் பார்க்கப்போறேன்னு சொல்லி புறப்பட்டுப் போனா. நைட்டு பத்து மணிக்கு மேல டாக்ஸியில வந்து இறங்கினா. 'என்னம்மா இவ்வளவு லேட்டா வர..?' அப்படின்னு கேட்டேன். 'அம்மா! மீடியா தொழில்ல நேரம், காலம்லாம் பார்க்க முடியாது..'ன்னு கடுப்படிச்சிட்டு உள்ள போயிட்டா. அவளால வேகமா நடக்க முடியல. வயித்தைப் பிடிச்சிக்கிட்டு சுருண்டு படுத்துக்கிட்டிருந்தா. 'என்னம்மா பண்ணுது..?'னு கேட்டேன். 'பயங்கர வயித்து வலி... ஏன் என்னனு கேட்டு தொந்தரவு செய்யாத. என்னை நிம்மதியாத் தூங்க விடு..' அப்படின்னு சொல்லி திரும்பிப் படுத்துக்கிட்டா..."

சொல்கையில் அவள் கண்கள் கலங்கியிருந்தன.

"நானும் ஒரு பொண்ணுதான..? அவ எதையோ மறைக்கறானு எனக்கு உடனே புரிஞ்சுது. 'எதுவா இருந்தாலும், என்கிட்ட சொல் லு'ன்னு எத்தனையோ தடவை கேட்டுப் பார்த்தேன். 'அதெல்லாம் ஒண்ணும் இல்ல'ன்னு கடைசிவரைக்கும் பிடிவாதமா சொல் லிட்டா!"

"ஏன் என்கிட்ட இதையெல்லாம் சொல்லல..?" என்று கல்யா ணியின் அப்பா நடுக்கத்துடன் கேட்டார்.

"நீங்க ஒண்ணும் இல்லாததுக்கே கவலைப்பட்டுக்கிட்டு தூங்க மாட்டீங்க... அதனாலதான் சொல்லல!"

"என்கிட்ட சொல்லியிருந்தா, பொளேர்னு கன்னத்துல ஒண்ணு விட்டுக் கேட்டிருப்பேனே..?"

"அதுவும்தான் ஒரு காரணம் உங்ககிட்ட சொல்லாததுக்கு..." என்று அவள் மூக்கை உறிஞ்சினாள். விஜய்யின் பக்கம் திரும்பி, "அம்மாவும் மகளுமா இருந்தாலும், நாங்க அவளோட சம்பாத் தியத்துல வாழ்ந்துட்டு இருக்கும்போது, அதிகாரம் பண்ணி

எப்படிப்பா கேட்க முடியும்..?"

விஜய், சற்றுநேரம் மௌனமாக இருந்தான்.

"கல்யாணி இல்லன்றதுக்காக உங்களுக்கு யாருமில்லனு நெனைக்காதீங்க... உங்களுக்கு எப்ப, எது தேவைன்னாலும் எனக்கு போன் பண்ணலாம்!"

"உன்னை எங்க மகனாத்தான் நெனைச்சிருக்கோம், விஜய்..." என்று சொல்கையில் கல்யாணியின் அம்மாவுக்குத் தொண்டை அடைத்தது.

"கல்யாணி செத்தபோது, அவ வயித்துல நாப்பது நாள் கரு இருந்ததுனு சொன்னாங்க. அதுக்கு நான் காரணம் இல்லனு எனக்குத் தெரியும். காரணம் யாருனு தெரிஞ்சு உங்களுக்குத் தகவல் கொடுக்க வேண்டியது என்னோட கடமை..." என்றான் விஜய்.

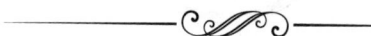

# 15

**மா**லை வெயில், நிழல்களை நீளமான கோடுகளாக இழுத் திருந்தது.

விஜய் பைக்கை நிறுத்திவிட்டு, கால்கள் புதையப் புதைய கடற்கரை மணலில் தனியே நடந்தான். மகிழ்ச்சியோ, துக்கமோ, குழப்பமோ, அவனுடைய போதிமரமாக சென்னை கடற்கரை தான் நட்புடன் இருந்து வந்திருக்கிறது. இப்போது அவனுக்குத் தனிமை தேவைப்பட்டது.

கரையோரம் அலைகளைப் பார்த்தபடி மணலில் அமர்ந்தான். அங்கங்கே மீனவர்கள் குவித்து வைத்திருந்த கயிற்றுச் சுருள்கள். கரை ஏறியிருந்த மீன்பிடி படகுகள். முழங்கால்களைக் கட்டிக்கொண்டான். திடீரென்று அவன் வாழ்க்கை ஏன் இப்படித் தடம்புரண்டு ஓடுகிறது..?

இரண்டு முக்கியக் குற்றச்சாட்டுகளிலிருந்து விடுபட வேண்டும் என்று மனம் தவித்தது. ஒன்று, நடராஜர் சிலைத் திருட்டு. மற்றது கல்யாணியுடன் சந்தேகிக்கப்படும் உறவு.

கல்யாணி விவகாரத்திலாவது சிறு தகவல் கிடைத்திருந்தது. முரளிதரன் பற்றி பிரகாஷ் தெரிவித்ததை யோசிக்கலாம். திருடு போன நடராஜர் சிலை பற்றி யோசித்தால், அதில் அவனுக்குத் தெரிந்த தொடர்புகள் ஒவ்வொன்றாக அறுபட்டுப் போயிருந் தன. ஒரே ஒரு தொடர்புதான் மிச்சமிருந்தது. ஜார்ஜிடமிருந்து சிலையை வாங்கிப் போனவன். 'சின்னா' என்று ஜார்ஜால்

அழைக்கப் பட்டவன். அந்த முகம் விஜய்யின் நினைவடுக்குகளில் தெள்ளத் தெளிவாகப் பதிந்திருந்தது. அவன் யார், எங்கிருக்கிறான் என்பதைக் கண்டுபிடிக்க எங்கே தன் தேடலைத் துவங்க வேண்டும்..? புரியவில்லை.

முதலில் கல்யாணி விவகாரத்தை கவனிக்கலாமா? கல்யாணியின் பெற்றோரிடம் சவாலாகப் பேசிவிட்டு வந்துவிட்டானே தவிர, அவளுக்கு வயிற்றில் கரு கொடுத்தது யார் என்பதை எவ்வாறு கண்டறியப் போகிறான்..? புரியவில்லை.

எதிலிருந்தாவது, ஏதாவது குறிப்பு கிடைக்காதா என்ற சபலத்துடன் - அவளுக்கும், அவனுக்கும் இடையிலான பல நிகழ்வுகளை, அலைகளை வேடிக்கை பார்த்தபடி மனதில் அசை போட்டான்.

கடல் அலைகள் பொங்கியெழுந்து வந்து, கரையை அறைந்தன. வலுவிழந்தன. தாய் வீட்டுக்குத் திரும்பின. உடைகளை முழங்கால் வரை சுருட்டிவிட்டுக்கொண்டு, சில இளம்பெண்களும் இளைஞர்களும் கால்கள் நனைய, நனைய அலைகளில் நின்று, சந்தோஷத்தில் ஆர்ப்பரித்துக்கொண்டிருந்தனர். பெற்றோரின் கையை இறுகப் பற்றியபடி சில குழந்தைகள் தங்களைத் தேடி வரும் அலையைக் கண்டதும் அலறின. அம்மாவின் கால்களைக் கட்டிக்கொண்டன.

கவுன் நனைய, நனைய ஒரு சிறுமி உட்கார்ந்து ஈர மணலில் தன் பெயரை ஒற்றை விரலால் எழுத ஆரம்பித்தாள். ஓங்கி அடித்த அலை ஒன்று, மணல் சரிவில் சர்ப்பம் போல் ஏறி வந்து அந்த எழுத்தை சாப்பிட்டுவிட்டுப் போனது. சிறுமி அழுகையுடன் அம்மாவை நிமிர்ந்து பார்த்தாள்.

“இப்ப, உனக்கும், அலைக்கும் போட்டி...! யார் ஜெயிக்கறாங்க பார்ப்போம்.. வா, இப்படித் தள்ளி வந்து உட்கார்ந்து எழுது...!”

குழந்தை சந்தோஷமாக சற்றுத் தள்ளி வந்து அமர்ந்து மீண்டும் மணலில் தன் பெயரை எழுதத் துவங்கியது. அதைப் பார்த்துக் கொண்டிருந்தபோது, விஜய்யின் மனதில் மின்னலடித்தது போல் ஒரு காட்சி நினைவில் புரண்டது.

விஜய்யும், கல்யாணியும் கும்பமேளாவுக்காக வடநாட்டில் ஹோட்டலில் ஒரே அறையைப் பகிர்ந்துகொண்ட தினங்கள். அவன் தரையில் படுத்து உறங்கியிருந்தாலும், எழுந்தவுடன் சுறுசுறுப்பானான். காலை உணவை முடித்துக்கொண்டு, படப் பிடிப்புக்காகப் புறப்படத் திட்டமிட்டார்கள்.

கல்யாணி குளித்து உடை மாற்றும் நேரம், அவன் வெளியில் உலாத்திக்கொண்டிருந்தான். பளிச்சென்று உடுத்தி, கல்யாணி

அறைக்கு வெளியில் வந்தாள்.

"போ.. நீ சொரண்டிக் குளிச்சிட்டு வா.. நான் கீழ ரெஸ்டாரன்ட்ல வெயிட் பண்றேன்!" என்று சிரித்தபடி சொல்லிவிட்டு அவள் இறங்கிப் போனாள். குளித்துவிட்டு, அவன் கீழே இறங்கி வந்தான். கூட்டம் நெரிபட்டுக்கொண்டிருந்த உணவு விடுதியில் கல்யாணி ஓரத்தில் அமர்ந்திருந்தாள். கேமரா பையை அவளருகில் இறக்கி வைத்தபோதுதான் விஜய் கவனித்தான். சதுரமாக மடிக்கப்பட்ட கை துடைக்கும் காகிதத்தை மேஜை மீது வைத்து, கல்யாணி ஏதோ கிறுக்கிக்கொண்டிருந்தாள். விஜய் எட்டிப் பார்த்தான். ஆங்கில எழுத்து 'எம்' என்பதைப் பெரிதாக எழுதி, அதன் ஒவ்வொரு கோட்டையும் அடர்த்தியாக்கி, வளைகோடுகளால் அவள் அலங்கரித்துக்கொண்டிருந்தாள்.

"அப்படிப் போடு..." என்றான் விஜய். "எம் என்றால், மேரேஜ்... வீட்ல கல்யாணத்தைப் பத்தி அடிக்கடி கேக்க மாட்டேங்கறாங்களேனு தவிப்பா..?"

"தப்பு..."

"வெயிட்.. அந்தக் கல்யாணத்துக்குக் கொஞ்சம் கொஞ்சமா சேர்த்துட்டு இருக்கியே, பணம்..! எம் என்றால் மனி... கரெக்ட்..?"

அவள் வாய்விட்டுச் சிரித்தாள்.

"உன்னோட எறும்பு மூளையை வச்சுக்கிட்டு, நீ எவ்வளவு யோசிச்சாலும், நான் என்ன எழுத வந்தேன்னு உன்னால கண்டு பிடிக்க முடியாது..."

"கல்யாணமும் இல்ல, காசு பணமும் இல்ல... அப்படின்னா, ரெண்டே நாள்ல சப்பாத்தி சாப்பிட்டு நாக்கு செத்துப் போச்சு... எம் என்றால் மசால் தோசை..?"

"போடா முட்டாள்..!"

"ஓ, எம் என்றால் முட்டாளா..?"

"டேய், கடிக்காத..!"

"எம்னா என்ன..? ஒழுங்கா சொல்லிரு..."

"நாம எதுக்கு வந்திருக்கோம்..? கும்பமேளா.. எம் என்றால் மகா கும்பமேளா..." என்று சொல்லியபடியே கல்யாணி அந்தக் காகிதத்தைக் கிழித்து, கசக்கி எறிந்தாள்.

கும்பமேளாவுக்கு அவனுடன் புறப்பட்டு வருவதற்கு நான்கைந்து நாட்களுக்கு முன், முரளிதரனை ரகசியமாக அவள் சந்தித்தாள் என்று பிரகாஷ் கூறியதற்கு இப்போது அர்த்தம் கிடைத்துவிட்டாற்போல் இருந்தது.

முரளிதரன் என்பதைக் குறிக்கத்தான் எம் என்று அவள்

கிறுக்கிக் கொண்டிருந்தாளோ? இனி அவளிடம் கேட்க முடியாது. உண்மையை அறிந்துகொள்ள ஒரே ஒருவரைத்தான் நாட முடியும்.

முரளிதரன்..!

இன்ஸ்பெக்டர் துரை அரசன் விஜய்யின் வீட்டிலிருந்து எடுத்து வந்திருந்த அவனுடைய டைரியைப் புரட்டிக்கொண்டிருந்தார். டைரி என்றால், சுவாரசியமான அந்தரங்கத் தகவல்கள் இருக்க வேண்டாமோ..? ஒவ்வொரு பக்கத்திலும், ஏதோ பல் டாக்டர் அப்பாயின்ட்மென்ட் அட்டவணை போல், எத்தனை மணிக்கு யாருடன் சந்திப்பு, எங்கே படப்பிடிப்பு என்றுதான் குறித்து வைத்திருந்தான்.

அரவமணி நல்லூருக்குப் புறப்பட்டுப் போன தினம் வரை தான் குறிப்புகள் இருந்தன. அதற்கப்புறம் வெறுமையான பக்கங் கள். வேகமாகப் புரட்டியவர் கடைசிப் பக்கத்தில் பார்வையை நிறுத்தினார்.

அங்கே ஒரு அரசுடைமை வங்கிப் பெயரும், பதினைந்து இலக்க எண்ணும் இருந்தன. அந்த வங்கிக் கணக்குக்கு இணையம் மூலம் பணம் அனுப்புவதற்குத் தேவையான விவரங்களும் இருந்தன.

இது யாருடைய கணக்கு? மறுநாளே அது பற்றி விசாரிக்க வேண்டும் என்று முடிவு செய்தார்.

முன்னிரவு நேரத்தில் காற்றில் வெளிச்சப் புள்ளிகள் வைத்தது போல் தெருவிளக்குகள் விழித்திருந்தன.

வாடகைக் காரிலிருந்து முரளிதரன் இறங்கினார். கண்ணாடிக் கதவைப் பணியாளர் திறந்துவிட அந்த உயர்ரக உணவு விடுதியில் நுழைந்தார். கண்கள் நாற்புறமும் தேடின. வெளிச்சம் குறைவான ஒரு மூலையில் இருந்த மேஜையில் விஜய் காத்திருந்தான். அங் கிருந்தே கையசைத்தான். முரளிதரன் அந்த மேஜைக்கு வந்து அமர்ந்தார்.

“என்ன விஜய் இது புதுசா..? மீட் பண்ணணும்னா, ஆபீஸ் வர வேண்டியதுதான..? எதுக்கு என்னை இந்த ஹோட்டலுக்கு வரச்சொன்ன..?”

“உங்ககிட்ட கொஞ்சம் பர்சனலா பேசணும் சார்... உங்களுக்குப் பிடிக்குமேனு இறால் சுக்கா ஆர்டர் பண்ணிட்டேன்... இந்த ஹோட்டல் உங்களுக்கு ஓகேதான..? இல்ல, அண்ணா சாலைல இருக்கற சூர்யகலா ஹோட்டல்தான் பிடிக்குமா..?”

“உன் பேச்சே குழப்பமா இருக்கு..? சூர்யகலா ஹோட்டல் பேரை இப்ப எதுக்கு சொல்றே..?”

“சார், நேரடியா சில கேள்விகள் கேக்கறேன். உண்மையான பதில் சொல்வீங்களா..?”

ஹோட்டல் சிப்பந்தி கொண்டுவந்து வைத்த இறால் சுக்காவை கவனித்துவிட்டு, முரளிதரன் புருவங்களைச் சுருக்கினார்.

"கேளு..."

சிப்பந்தி விலகும் வரை காத்திருந்துவிட்டு, விஜய் மெல்லிய குரலில் பேசினான்:

"கல்யாணி செத்துப் போனது உங்களுக்கும் அதிர்ச்சியா இருக்கும்னு நெனைக்கறேன்..!"

முரளிதரன் தலையசைத்தார். "அதைவிட அதிர்ச்சி, கொலையானபோது, அவ கர்ப்பமா இருந்தாங்கறதுதான்..." என்றார்.

"அதைவிடப் பெரிய அதிர்ச்சி, அந்தக் கருவைக் கொடுத்தது யாருனு தெரியாம இருக்கறது..." என்று சொல்லியபடி விஜய் மேஜை மீது வைக்கப்பட்டிருந்த டிஷ்யூ காகிதத்தை எடுத்தான். அதில் பெரிதாக ஆங்கிலத்தில் 'எம்' என்று எழுதினான். முரளிதரன் முகத்தில் சலனமில்லாமல் அவனைப் பார்த்துக்கொண்டே சுக்காவை முள்கரண்டியால் எடுத்தார்.

விஜய் தொடர்ந்தான். "ஒரு சமயத்துல கல்யாணி இதே போல 'எம்'னு ஒரு பேப்பர்ல எழுதிட்டிருந்தா. நான் என்னனு கேட்டேன். தன் மனசுல இருக்கறவரோட பேருனு சொன்னா... நீங்க ரெண்டு பேரும் சூர்யகலா ஹோட்டல்ல சந்திச்சது பத்தியும் லேசா சொன்னா..." என்று கொஞ்சம் பொய்யையும் கலந்து சொன்னான்.

முரளிதரன் அவனைக் குழப்பமாகப் பார்த்தார்.

"என்னப்பா சொல்ற..? கல்யாணியை தனியா ஹோட்டல்ல நான் சந்திச்சேனா..? எப்போ..? எதுக்கு..?"

"எதுக்குனு நீங்கதான் சார் சொல்லணும். ஏன்னா, அதைச் சொல்றதுக்கு கல்யாணி இப்ப உயிரோட இல்ல..!"

"சூரியகலா ஹோட்டலுக்கு நான் போறது உண்டு. ஆனா, நீ சொல்ற மாதிரி கல்யாணியைப் பார்க்க நான் அங்க போனது இல்ல..."

"உங்க ரெண்டு பேரையும் அந்த ஹோட்டல்ல சேர்ந்து பார்த்ததா என் ஃப்ரெண்ட் ஒருத்தன் எனக்கு சொல்லியிருக்கான்!"

முரளிதரன் முகத்தில் குழப்பம் விலகி, கோபம் குடியேறியது. "சுத்த உளறல்..."

"சார், நடராஜர் சிலை திருடு போனபோது, அதைக் கடத்தறதுக்குப் பயன்பட்ட கார், நம்ப ஆபீஸ்ல உங்களுக்குக் கொடுத்த கார். அது தொலைஞ்சு போச்சுனு போலீஸ்ல புகார் குடுத்திருந்தீங்க.. அந்த காரைப் பயன்படுத்தினவங்கதான் கல்யாணியைக்

கொலை பண்ணாங்க... இதுவும் உளறல்னு நெனைக்கறீங்களா..?”

முரளிதரனுடைய கண்கள் சிவந்தன.

“என் கார் திருடு போனதுக்கும், சிலை கடத்தலுக்கும் என்ன தொடர்பு..? கல்யாணியைக் கொலை பண்ணணும்னு நான் ஏன் நினைக்கணும்..? அவ என்னை ஒரு அண்ணன் மாதிரிதான் நெனைச்சுப் பழகிட்டிருந்தா.. எனக்குக் கல்யாணம் ஆகி, அன்பா ஒரு பொண்டாட்டி இருக்கா, ரெண்டு குழந்தைங்க இருக்கு... இனிமேலாவது இந்த மாதிரி பைத்தியக்காரத்தனமா கற்பனை பண்ணாத..!”

“இல்ல, சார், நீங்க பொய் சொல்றீங்க.. அந்த ஹோட்டலுக்கு எதிர்ல இருந்த கடையில லேம்ப் ஷேட் வாங்கற மாதிரி போயிட்டு, அங்கேர்ந்து கிளம்பி அந்த ஹோட்டலுக்கு ரகசியமா நீங்க போகல..?”

முரளிதரன் முள்கரண்டியை ஓசையுடன் மேஜை மீது வைத்தார்.

“போனேன். என் தங்கைக்குக் கல்யாணத்துக்கு வரன் பார்த்துட்டு இருக்கோம்.. மாப்பிள்ளை வீட்டுக்காரங்க அங்க வந்து தங்கியிருந்தாங்க.. அவங்களைப் பார்க்கப் போனேன்...”

“ஏன் சார் நேரடியா ஹோட்டலுக்குப்போகக் கூடாது..?”

“இந்தக் கேள்விக்கு நான் பதில் சொல்ல வேண்டிய அவசியம் இல்ல... இருந்தாலும், சொல்றேன். அன்னிக்கு எனக்கு கார் ஓட்டிட்டு வந்தது பிரகாஷ். ஆபீஸ் கார்ல ஏற்கெனவே ரெண்டு தடவை நான் போனபோது, வந்த வரன் தட்டிப் போயிருந்தது. பிரகாஷ்க்கு ராசியில்ல, வேற கார்ல வாங்கனு என் மனைவி சொல்லியிருந்தா... அவ முன்னாலயே போய் அந்த ஹோட்டல்ல எனக்காகக் காத்திருந்தா... பிரகாஷை ராசியில்லாதவன்னு நான் நெனைக்கல. ஆனா, அந்தக் கார்ல அங்க போய் இறங்கி, மனைவி மனசைக் காயப்படுத்த வேண்டாம்னு நெனைச்சேன். மாப்பிள்ளை வீட்டுக்காரங்களை நாங்க ரெஸ்ட்டாரன்ட்ல மீட் பண்ணிப் பேசினோம். என் ஒய்ஃபை அனுப்பிட்டு நான் என் கார்ல ஆபீஸ்க்குத் திரும்பினேன். அதே ஹோட்டலுக்கு கல்யாணி வந்ததே எனக்குத் தெரியாது!”

அவர் பதில் கேட்டு, விஜய் திகைத்தான். ஆனால், அதைப் பொய் என்று நிராகரிக்க அவனிடம் காரணங்கள் இல்லை.

“ஸாரி சார்..!” என்று தலைகுனிந்தான்.

“இப்படிச் சில்லறைத்தனமா யோசிக்கறதை விட்டுட்டு, பெரிய மனுஷத்தனமா யோசி..! அவசரப்பட்டு ஏதாவது செய்யறதால தான், ஒவ்வொண்ணா இழந்துட்டு இருக்க..!” என்று சொல்லி விட்டு, முரளிதரன் தன் பர்ஸை எடுத்தார். சாப்பிட்ட உணவுக்குப்

பணத்தை வைத்தார்.

"அதில்ல சார்... கல்யாணி 'எம்'னு எழுதினா... அதான்..."

"மேல மேல முட்டாள்தனமா யோசிக்காத.. 'எம்'னு எழுதிட்டா, முரளிதரன்தானா..? மாங்கா மடையனா இருக்கலாம்... ஏன், எம். டி-யா கூட இருக்கலாம்..."

முரளிதரன் கோபமாக வெளியேறினார். விஜய் திகைத்துப் பார்த்துக்கொண்டிருந்தான்.

# 16

நகரத்தில் மற்றவர்க்கு, காலை நேரம் சுறுசுறுப்பாகத் துவங்கியிருந்தது. விஜய் சோம்பலாக எழுந்தான். அலுவலகம் செல்ல வேண்டியிராததால், வெளியே வந்து தன் மோட்டார் சைக்கிளைத் துடைத்துக்கொண்டிருந்தான்.

கேட்டுக்கு வெளியே போலீஸ் மோட்டார் சைக்கிள் வந்து நிற்கும் சத்தம் கேட்டது. நிமிர்ந்தான். இன்ஸ்பெக்டர் துரை அரசன் இறங்கினார்.

"குட் மார்னிங் சார்..."

"குட் மார்னிங்" என்று உள்ளே வந்தார்.

அவர்கள் வீட்டினுள் நுழைந்ததும், மரகதம் எதிர்கொண்டாள். "வாங்க சார்... இன்னிக்கு எப்படி? சும்மா விசாரணையா, இல்ல... கையில விலங்கை மாட்டி என் பையனை மறுபடி கூட்டிட்டுப் போகப்போறீங்களா..?" என்று புன்னகையுடன் கேட்டாள்.

"அது உங்க பையன் சொல்ற பதில்லதான்மா இருக்கு..." என்று சொல்லிவிட்டு, துரை அரசன் அமர்ந்தார். ஆவி பறக்கும் காபியை அவர் முன்னால் கொண்டுவந்து வைத்தாள் மரகதம்.

தன்னுடைய தோள் பையிலிருந்து அந்த நோட் புத்தகத்தை எடுத்தார், இன்ஸ்பெக்டர்.

"இது உங்க வீட்லேர்ந்து எடுத்துட்டுப் போனது... புதுசா ஏதாவது விவரம் கிடைக்குதான்னு படிச்சுப் பார்த்தேன்..."

"கெடச்சுதா..?" என்றான் விஜய்.

"உங்கிட்ட கேள்வி கேக்கறதுக்கு முக்கியமா ஒரு விவரம்தான் கெடச்சுது... இது!" என்று அந்த நோட் புத்தகத்தின் கடைசிப் பக்கத்தைப் புரட்டி அவனுக்குக் காட்டினார்.

விஜய் அதைப் பார்த்தான். அவன் புருவங்கள் நெரிந்தன.

"இது என்னோட பேங்க் அக்கவுண்ட் நம்பர்... இதை யார் இங்கே எழுதினது..?"

"நீ எழுதலியா, விஜய்..?"

"இல்ல, நான் எழுதல.." என்று விஜய் அவரை நிமிர்ந்து பார்த் தான்.

"என்ன சார் இது? எவ்வளவோ பெரிய கேஸையெல்லாம் ஈஸியா துப்பு துலக்குவீங்க... இவ்ளோ சின்ன விஷயத்தைக் கோட்டை விட்டுட்டீங்களே..? இந்த டைரில மத்த பக்கங்கள்ல இருக்கற என் கையெழுத்தோட இந்தக் கையெழுத்து ஒத்துப் போகுதா..? நான் பொதுவா கறுப்பு இங்க்ல எழுதறவன். இது, நீல இங்க்ல எழுதியிருக்கு. இதைப் போல அடுத்த பக்கத்துல விழற மாதிரி பேனாவை வெச்சு உழுது, உழுது நான் எழுத மாட்டேன். இது வேற யாரோ எழுதினது..."

இன்ஸ்பெக்டர் மரகதத்தை நிமிர்ந்து பார்த்தார். "இது உங்க கையெழுத்தாம்மா..?"

மரகதம் எட்டிப் பார்த்தாள்.

"எங்க வீட்ல எழுதப்படாத, கண்ணியமான சட்டம் இருக்கு. அவசியம் இல்லாம, அவனோட டைரியை நான் திறந்து பார்க்க மாட்டேன். என் போனை அவன் குடைய மாட்டான்..."

"போலீஸ்காரன் அந்த கண்ணியத்தை எல்லாம் பார்க்க முடி யாதும்மா..! கேட்ட கேள்விக்கு நேரடியா பதில் சொல்லுங்க... இது உங்க கையெழுத்தா.?"

"இல்ல..."

"பின்ன யார் இதை எழுதினது..?"

"இந்த நோட்புக் எங்க வீட்ல இருக்கறவரைக்கும், இதுல யாரும் எழுதல... அதுக்கப்புறம் நீங்கதான் எடுத்துட்டுப் போனீங்க. இது உங்க கையெழுத்து இல்லையே இன்ஸ்பெக்டர்..?" என்று மரகதம் சிரித்தபடி கேட்டாள்.

"கிண்டலா..?"

"இது உங்க கஸ்டடில இருக்கும்போதுதான் யாரோ எழுதி யிருக்காங்கனு தோணுது, இன்ஸ்பெக்டர்..."

இன்ஸ்பெக்டர் கோபப்படவில்லை. தலையசைத்தார்.

“நீ சொல்றது கரெக்ட். இந்தக் கையெழுத்து யாரோடதுன்னு கூட எனக்கு இப்போ தோணுது. தேங்க்ஸ்...” என்றவர் அந்த நோட் புத்தகத்தை அவனிடம் திருப்பிக் கொடுத்தார். “இனிமே இதனால எனக்கு எந்த உபயோகமும் இல்ல...”

“கேஸ்ல ஏதாவது முன்னேற்றம் இருக்கா இன்ஸ்பெக்டர்..?”

“திருடு போன ஒரு நடராஜர் சிலையைப் பத்தி நாம பேசிட்டிருக்கோம் விஜய். இப்ப தமிழ்நாடே இந்த மேட்டர்லதான் கொந்தளிச்சிட்டிருக்கு... எத்தனையோ கோயில்ல எத்தனையோ புராதன சிலைகளைத் திருடியிருக்காங்க... தைரியமா நகரத்துல ஒரு கோடவுன்ல அதையெல்லாம் போட்டு வெச்சிருக்காங்க... நினைச்சபோது நினைச்சவங்களுக்கு அரிசி, பருப்பை ஏற்றுமதி பண்ற மாதிரி, இதையெல்லாம் நாடு விட்டு நாடு அனுப்பியிருக்காங்க. ஒத்தை ஆள் பண்ற வேலை இல்ல இது. மிகப்பெரிய ஒரு கூட்டமே இதுக்குப் பின்னால வேலை செய்யுது. அதுல யார் யார்லாம் இன்வால்வ் ஆகியிருக்காங்கன்னு கண்டுபிடிச்சுத் தடுக்க வேண்டியது எங்க கடமை. ஏதோ ஒரு விதத்துல இந்த கேஸ்ல எனக்கும் ஒரு தொடர்பு வந்திருக்கேன்னு நான் சந்தோஷப்படறேன்!”

“அந்தக் கையெழுத்து யாருதுன்னு கண்டுபிடிச்சிட்டதா சொன்னீங்களே, அது யாருனு சொல்லலையே இன்ஸ்பெக்டர்..?”

“இப்போ எதையும் நான் லீக் பண்ண விரும்பல..” என்றார் துரைஅரசன்.

“சுகுமார்..!” என்று துரைஅரசன் அழைத்ததும், சப் இன்ஸ்பெக்டர் வந்து பணிவுடன் எதிரில் நின்றார்.

“அந்த ஜார்ஜ் அன்னைக்கு ஹாஸ்பிட்டல்ல இறந்தபோது, டியூட்டில இருந்த கான்ஸ்டபிள் யார்னு சொன்னீங்க..?”

“மாத்ருபூதம், சார்...”

“அவரைப் பத்தி அப்புறம் விவரங்கள் ஏதாவது கெடச்சுதா..?”

“விசாரிச்சேன், சார்! அவர் கொஞ்சம் தப்பான ஆளுதான் சார். அவருடைய வீட்ல ஏ.சி இருக்கு, அம்பது இன்ச் டி.வி இருக்கு, பெரிய ஃப்ரிட்ஜ் இருக்கு, சமீபத்துல பெரும்பாக்கத்துல ஒரு ஃப்ளாட் புக் பண்ணியிருக்கறதா சொல்றாங்க...”

“ஏன், போலீஸ்காரன்னா வசதியா இருக்கக்கூடாதா..?”

“இருக்கலாம் சார்... ஆனா, கணக்கு சொல்ல முடியாதபடி சொத்தைச் சேர்த்தா, சந்தேகம் வரும் இல்ல..? அப்படி இப்படி விசாரிச்சபோது, ஆக்ஸிடென்ட் கேஸ்ல மாட்டுனவன்,

கோர்ட்டுக்குக் கொண்டு போற ஆளு, எஃப்.ஐ.ஆர் காப்பி கேக்கற வங்கனு எல்லார்கிட்டயும் கை நீட்டறார்னு தெரிஞ்சுது...”

“இப்போ டியூட்டிக்கு வந்திருக்காரா..?”

“எட்டாவது தெருவுல ஒரு ஸ்கூட்டர் மிஸ்ஸிங்னு கம்ப்ளெ யின்ட் வந்தது... விசாரிக்கப் போயிருக்கார் சார்...”

“சரி, நீங்களும் வாங்க...”

துரை அரசன் சப் இன்ஸ்பெக்டரையும் ஜீப்பில் ஏற்றிக்கொண்டு புறப்பட்டார்.

எட்டாவது தெரு.

பதைப்பில் வியர்த்து, பயத்தில் முகம் சுண்டிப்போன ஓர் இளம் பெண்ணிடம் கான்ஸ்டபிள் மாத்ருபூதம் விசாரித்துக்கொண்டி ருந்தார். அப்போதுதான் கல்லூரி முடித்து வேலைக்குச் செல்ப வளைப் போல் இருந்தாள்.

“வண்டிய கண்டிப்பா இங்கதான் நிறுத்தினியா..?”

“ஆமா, சார்...”

“சாவியை வண்டிலயே வெச்சிட்டுப் போனியா..?”

“ஐயோ! இல்ல சார். என் ஹேண்ட்பேக்லதான் வெச்சிருந் தேன்... இதோ இருக்கு பாருங்க...”

அவள் கண்களில் கண்ணீர் தேங்கியிருந்தது.

“வீட்ல டூப்ளிகேட் சாவி இருக்குமா..? உன் பிரதர், சிஸ்டர் யாராச்சும் வெளையாடறாங்களா..?”

“அவங்கல்லாம் சேலத்துல இருக்காங்க, சார்... நான் ஹாஸ் டல்ல தங்கி வேலைக்குப் போயிட்டிருக்கேன்...”

“தம் பிடிச்சு நெம்பியே ஸ்கூட்டர் பூட்டை உடைச்சுடறானுங்க, பாவிங்க... கூட்டாளி ஒருத்தன் பைக்ல வந்து காலால முட்டுக் குடுத்து வண்டியை எடுத்திட்டுப் போயிடறான். கேஸ் எழுதினா, கண்டுபிடிச்சுரலாம். ஆனா இன்ஸ்பெக்டர், சப் இன்ஸ்பெக்டர் லாம் கொஞ்சம் எதிர்பார்ப்பாங்க... உன்னோட மாச சம்பளம் எவ்ளோ..?” என்று அவர் விசாரித்துக்கொண்டிருந்தபோது, ஜீப் வந்து நின்றது.

மாத்ருபூதம் மிரண்டு ஓரடி பின்வாங்கி சல்யூட் அடித்தார்.

“சுகுமார்... அந்த மேட்டர் என்னனு பாருங்க! வாங்க மாத்ரு பூதம், போயிட்டே பேசலாம்...”

சப் இன்ஸ்பெக்டர் இறங்கி அந்தப் பெண்ணிடம் விசாரணை யைத் தொடர... மாத்ருபூதம் தயங்கி நின்றார். ‘நீ, வா’ என்றெல்லாம் தன்னை ஒருமையில் அழைக்கும் இன்ஸ்பெக்டர் திடீரென்று

ஏன் தன்னை மரியாதையாக 'வாங்க' என்று கூப்பிடுகிறார் என்று புரியாமல் குழம்பி நின்றார்.

"ம்ம், வண்டில ஏறுங்க..." என்று துரை அரசன் அதிகாரத்துடன் சொன்னதும், ஜீப்பில் ஏறினார்.

ஜீப்பைக் கொண்டு போய் ஓதுக்குப்புறமாக நிறுத்தினார் துரை அரசன். கீழே இறங்கினார். மாத்ருபூதமும் இறங்கி அச்சமும், பணிவுமாக இருந்தார்.

"சுத்தி வளைச்சுக் கேள்வி கேட்டு உங்களை டென்ஷன் பண்ணல... நேரடியாவே விஷயத்துக்கு வர்றேன்.. ஹாஸ்பிட்டல்ல ஜார்ஜைக் கொல்லச் சொன்னது யாரு..?"

"சார்...!" என்று அதிர்ந்துபோய், மாத்ருபூதம் பார்த்தார்.

"என்ன சொல்லப் போறீங்க? 'சார், நான் கொல்லல... யாரோ கொல்றதுக்கு வந்தாங்க. அவங்களுக்குத் துணைபோனேன், அவ்வளவுதான்'னு சொல்லப் போறீங்க... கரெக்டா?"

"ஐயோ சார், அப்படில்லாம் எதுவும் இல்ல.. ஜார்ஜ் ஹார்ட் அட்டாக்லதான் இறந்தான்னு டாக்டரே சொல்லியிருக்காரே, சார்..?"

"ஆனா, நீங்க என்ன பண்ணீங்கன்னு சிசிடிவில பதிவாயிருக்கே..?"

மாத்ருபூதத்தின் கண்கள் விரிந்தன. மருத்துவமனையில் அந்த அறையில் கேமரா எதுவும் இல்லை என்றல்லவா நினைத்திருந்தார்! எச்சிலைக் கூட்டி விழுங்கினார். "அங்க சிசிடிவி கேமரா இருந்துச்சா சார்..?"

துரைஅரசன் தன் பொய் வேலை செய்துவிட்டதை உடனே உணர்ந்தார். "கோர்ட்ல அந்த ஃபுட்டேஜைக் காட்டினா, உங்க நிலைமை என்ன ஆகும்னு யோசிங்க..."

மாத்ருபூதம் சட்டென்று மண்டியிட்டார். அழ ஆரம்பித்தார். "சார், என்னை மன்னிச்சிருங்க..." என்று துரை அரசனின் கால்களைப் பிடித்துக்கொண்டார்.

"காசுக்கு ஆசைப்பட்டு தப்பு பண்ணிட்டேன். ஆனா, என்னைக் காட்டிக் குடுத்துடாதீங்க..."

அந்த நொடிவரை அவரே கொலை செய்தாரா, கொலைக்குத் துணை போனாரா என்று துரைஅரசனுக்குப் புரியவில்லை. விசாரணையை அடுத்து எப்படித் தொடர்வது என குழப்பமாக இருந்தது. "உண்மையைச் சொல்லுங்க... ஏன் அப்படிச் செஞ்சீங்க..?" என்று பொதுவாகக் கேட்டார்.

மாத்ருபூதம் மிக மிரண்டு போயிருந்தார்.

"சார், ஒருத்தர் எனக்குப் பழக்கம்.. அவர்கிட்டேர்ந்து போன் வந்துச்சு. விஜய்தான் எல்லாத்துக்கும் பின்னணில இருக்கான்னு வாக்குமூலம் கொடுக்கச் சொல்லி, ஜார்ஜ்கிட்ட அவர் சொன்னாரு. அதேபோல, வாக்குமூலம் ஜார்ஜ் குடுத்தப்புறம், அவனால உபயோகம் இல்லன்னு தீர்த்துக்கட்டச் சொன்னாரு..."

"பாதுகாப்பு கொடுக்க வேண்டியவங்களே கொலை பண்ணினா அது நியாயமா, மாத்ருபூதம்..?"

"சார்.. சத்தியமா, இதுவரைக்கும் சின்னச் சின்னத் தப்புதான் பண்ணிட்டிருந்தேன். லட்சரூபா தர்றேன்னு அவன் சொன்னதும், எப்படியும் சாக வேண்டியவன்தானேனு ஜார்ஜ் மேட்டர்ல அத்துமீறிட்டேன்..." என்று சொல்கையில் மாத்ருபூதத்தின் குரல் விம்மியது.

"சரி, உங்களுக்கு உத்தரவு கொடுத்தது, யாரு..?"

"சார்! பேரைச் சொன்னா, என் உயிர் போயிடும் சார்..."

"பேரைச் சொன்னா, அது நமக்குள்ள மட்டும் இருக்கும்... சொல்லலேன்னா, நீங்க அவன் பேரைச் சொல்லிட்டதா பேப்பர்லயும், டி.விலயும் சொல்வேன். எப்படியும் உயிர் போயிடும்..."

வியர்த்துவிட்டதில், மாத்ருபூதத்தின் காக்கிச் சட்டை நனைந்தது.

"சின்னானு ஒருத்தன் சார்... முழுப்பேரு, சின்னதுரை!"

"போலீஸ் ஸ்டேஷன்ல என் டிராயர்ல வெச்சிருந்த விஜய்யோட டைரில அவன் அக்கவுன்ட் நம்பர் எழுதினது நீங்கதானே..? கையெழுத்து காட்டிக் கொடுத்திருச்சு..."

'ஆமாம்' என்று மாத்ருபூதம் தலையசைத்தார்.

"இதையும் அந்த சின்னா சொல்லிதான் செய்ஞ்சீங்களா..?"

மீண்டும் ஆமோதித்து தலையசைத்தார். "விஜய் பேர்ல சந்தேகம் வரணும்னு செய்யச் சொன்னான் சார்..."

"போலீஸுக்கு விஷயம் தெரிஞ்சிருச்சுனு இப்ப அந்தச் சின்னாவைக் கூப்பிட்டு நீங்க எச்சரிக்கை பண்ணுவீங்கதானே..?"

"ஐயோ, மாட்டேன் சார்.."

"அப்ப உங்க போனக் குடுங்க.." என்று, அவரிடமிருந்து போனை வாங்கி தன் பாக்கெட்டில் போட்டுக்கொண்டார், துரை அரசன்.

"வண்டில ஏறுங்க... உங்க மேட்டரை நாம எப்படி டீல் பண்றதுனு முடிவாகற வரைக்கும், நீங்க சுதந்திரமா சுத்த முடியாது!"

"சார்... என்னை லாக்கப்ல போட்டா, அசிங்கமாயிரும் சார்..." மாத்ருபூதம் அழ ஆரம்பித்தார்.

“செய்யாத குத்தத்துக்கு ஒரு நிரபராதியை லாக்கப்ல போட்டு வெக்கும்போது வேடிக்கை பாத்திட்டிருந்தீங்களே! சட்டத்தை மீறும்போது சிரிச்சிட்டே பெருமையா செய்யறீங்க. சட்டப்படி நடக்கணும்னா, அசிங்கம்னு அழறீங்க...”

துரைஅரசனின் குரலில் அதிகாரம் கூடிக்கொண்டே வந்தது.

“சரி... நம்ம ஸ்டேஷன்ல வேண்டாம். கமிஷனர் ஆபீஸ்ல ஏற்பாடு பண்றேன். இப்ப அவங்களுக்குத் துணை போறேன்னு ஏதாவது செய்ஞ்சு என் வேலையைக் கஷ்டமாக்கினீங்கன்னா, அப்புறம் உங்க குடும்பம் நடுத்தெருவுக்கு வர்ற மாதிரி நான் நடந்துக்க வேண்டியிருக்கும்!”

மாத்ருபூதம் ‘புரிந்தது’ என்று தலை அசைத்தார்.

“வண்டில ஏறுங்க... யாரு அந்த சின்னா, உங்களுக்கும் அவனுக்கும் இத்தனை நாளா என்ன தொடர்பு... உங்களுக்குத் தெரிஞ்ச அத்தனை விவரத்தையும் ஒண்ணு விடாம சொல்லுங்க!”

# 17

கமிஷனர் அலுவலகம். சிறப்பு அனுமதி பெற்று, ஒரு தனி அறையில் கான்ஸ்டபிள் மாத்ருபூதத்தை விசாரித்துக் கொண்டிருந்தார், இன்ஸ்பெக்டர் துரைஅரசன். மகாபலிபுரம் அருகில் சவுக்குத் தோப்பில் ஜார்ஜை சந்தித்து நடராஜர் சிலையை வாங்கிச் சென்றவனை ஜார்ஜ் 'சின்னா' என்று அழைத்ததாக விஜய் சொல்லியிருந்தது அவர் நினைவுக்கு வந்தது.

மாத்ருபூதம் குறிப்பிடுவதும் அதே 'சின்னா'வைத்தான் என்று அவருக்குப் புரிந்தது.

"அந்த சின்னாவைப் பத்தி எதையும் மறைக்காம சொல்லுங்க, மாத்ருபூதம்..." என்று இன்ஸ்பெக்டர் துரைஅரசன் தன் ரெக்கார்டரை ஆன் செய்தார்.

கான்ஸ்டபிள் மாத்ருபூதம் குற்ற உணர்ச்சி கலந்த குரலில் சொல்ல ஆரம்பித்தார்:

"சுமார் ஒன்றரை வருஷத்துக்கு முன்னால, நான் ஈ.சி.ஆர்ல நைட் டியூட்டில இருந்தேன் சார். குடிச்சிட்டு வண்டி ஓட்டறவங்களைப் பிடிக்கறதுக்காக டிராபிக் போலீஸ் ஒரு பக்கம் நின்னுட்டிருந்தாங்க. கடலூர்லேர்ந்து யாரோ தங்கம் கடத்திட்டு வர்றாங்கன்னு கேள்விப்பட்டு, க்ரைம் போலீஸ் ஒரு பக்கம் வண்டிங்களை நிறுத்தி சோதனை பண்ணிட்டு இருந்தோம். அப்போ இன்ஸ்பெக்டர் இந்திய தேவன் டியூட்டில இருந்தாரு..."

இன்ஸ்பெக்டர் இந்தியத் தேவன் அந்த அகால நேரத்தில் வேறொரு இளைஞனை விசாரித்துக்கொண்டிருந்தார்.

அவன் காரைச் சோதனை செய்தபோது, ஒரு பெட்டி நிறைய பணத்தை அடைத்து எடுத்து வந்திருந்ததை கவனித்து அவனை மடக்கிப் பிடித்திருந்தார்.

"கணக்குதானே கேக்கறேன்..? சொல்லு, ஏது இவ்வளவு பணம்..? எங்கேர்ந்து கொண்டு வர்றே? எங்கே கொண்டு போறே..?"

அவன் அர்த்தமில்லாமல் ஏதேதோ மாற்றி மாற்றிச் சொல்லி அவரை வதைத்துக்கொண்டிருந்தான்.

அப்போது மாத்ருபூதத்தின் அருகில் அந்தக் கார் வந்து நின்றது.

"நீ செக் பண்ணுய்யா..." என்று இன்ஸ்பெக்டர் சொன்னதால், மாத்ருபூதம் காரை நெருங்கினார். அப்போதுதான் முதன்முதலாக சின்னாவை அவர் பார்த்தார். அவன் பயப்படாமல் சிரித்தான். தன் பர்ஸ் திறந்து, அதிலிருந்து ஐந்தாயிரம் ரூபாயை எடுத்து சுருட்டி அவரிடம் நீட்டினான்.

மாத்ருபூதம் மிரண்டார். "தண்ணியடிச்சிருக்கியா..?" என்றார்.

'இல்லை' என்று தலையை ஆட்டினான்.

மாத்ருபூதம் குழம்பினார். "பின்ன, எதுக்கு இது..?"

"என் ஃப்ரெண்ட்ஸுக்கு ஒரு பார்ட்டி கொடுக்கப் போறேன். பாண்டிச்சேரியில மலிவா இருக்கேனு அட்டைப் பெட்டி அட்டைப் பெட்டியா சரக்குப் பாட்டில் வாங்கி டிக்கி பூரா அடைச்சு வெச்சிருக்கேன். டிக்கியைத் திறக்கச் சொல்லி செக் பண்ணினா, கோர்ட், கேஸ்னு நான் அலைய வேண்டியிருக்கும். இதை வெச்சுக்கிட்டு என்னை விட்டுருங்க..." என்று சற்றும் பதற்றமில்லாமல் சொன்னான்.

அன்றைய தேதியில் அந்தப் பணம் அவரை உடனடியாக சபலப்படுத்தியது. இன்ஸ்பெக்டர் பார்க்காத நேரம், பணத்தை அவசரமாகப் பறித்து தன் பாக்கெட்டில் வைத்துக்கொண்டார். டார்ச் வெளிச்சத்தை சும்மா காருக்குள் செலுத்தி, "போ... போ..." என்று அவனைப் போகச் சொல்லிவிட்டார்.

அன்றைக்கு மட்டும் அது உறுத்தலாக இருந்தது. அப்புறம், சரியாகிவிட்டது.

அந்த சம்பவத்துக்குப் பிறகு, நான்கைந்து வாரங்கள் ஓடியிருக்கும். திடீரென்று ஒருநாள் அவருக்கு ஒரு போன் வந்தது. பேசியவன், "என் பேரு சின்னா... என்னை உங்களுக்கு ஞாபகம் இருக்கா..?" என்று கேட்டான்.

குரலை வைத்து அடையாளம் புரியாமல், "யாருன்னு

தெரியலையே..?” என்று மாத்ருபூதம் குழம்பினார்.

“பாண்டிச்சேரி... சரக்கு பாட்டில்... அஞ்சாயிரம்...” என்று எதிர்முனை சிரித்ததும், மிரண்டார்.

“ஏய், என் நம்பர் உனக்கு எப்படிக் கிடைச்சது..?”

“உங்க அட்ரஸ்கூட என்னால சொல்ல முடியும். அப்புமுதலித் தெருவுல இருக்கீங்க. உங்க மனைவி பேரு மஞ்சுளா. கவர்மென்ட் ஸ்கூல்ல டீச்சரா இருக்காங்க... பொன்னி, பூமணினு ரெண்டு பெண் கொழந்தைங்க... ரெண்டும் ஸ்கூலுக்குப் போகுது... கரெக்டா..?”

மாத்ருபூதத்துக்கு வியர்த்தது. மிரட்சியில் தொண்டை உலர்ந்தது. “யாரு நீ..? என்னைப் பத்தி எதுக்கு இத்தனை விவரங்களை சேகரிச்சே..?”

“போன்லயே பேசணுமா, மாத்ருபூதம் சார்..? எல்லாத்துக்கும் காரணம் இருக்கு. நாம மீட் பண்ணலாமா..?”

அவன் வரச்சொன்ன இடத்துக்கு ரகசியமாகப் போனார்.

சின்னதுரை நேரடியாக விஷயத்துக்குவந்தான்.

“நீங்க ஒத்துழைச்சா, உங்களுக்கு அம்பதாயிரம், லட்சம்னு பணம் கொட்டும்...”

“என்ன ஒத்துழைக்கணும்..? மறுபடியும் சரக்கு பாட்டில் எடுத்திட்டு வரப்போறியா..?”

“உங்களுக்கு நைட் டியூட்டி போடும்போது, நீங்க எந்த ரோட்ல, எந்த ஸ்பாட்ல இருப்பீங்கன்னு சொல்லுங்க. என் காரை செக் பண்ணாம விடுங்க, போதும்...”

“ஏய்... இவ்வளவு பணம் தர்றேன்னு சொல்றியே, தங்கம் கடத்தறியா..?”

“கார்ல நான் என்ன எடுத்துட்டுப் போறேன்னு தெரிஞ்சுக்காத வரைக்கும் உங்களுக்கு நல்லது...”

“நான் இதுக்கு ஒத்துக்கலேன்னா..?”

“ஒத்துக்கலைன்னா நஷ்டம் உங்களுக்குத்தான்! இந்தப் பணத்தை வாங்கிட்டு இன்னொரு கான்ஸ்டபிளோ, இன்னொரு இன்ஸ்பெக்டரோ இதே வேலையை எனக்கு செஞ்சு தருவாரு... உங்களுக்கு பதிலா அவர் எங்கே டியூட்டில இருக்காருனு தெரிஞ்சுக்கிட்டு அவரைப் பயன்படுத்திப்பேன். பணம் அவர் கைக்குப் போகும்... உங்களுக்கு வேணுமா, வேண்டாமான்னு முடிவு பண்ணுங்க...”

மாத்ருபூதம் அதிக நேரம் யோசிக்கவில்லை. ஆமோதித்து தலையை அசைத்தார். அன்றிலிருந்து சின்னா அவருக்கு முதலாளி ஆனான். பெயர் சொல்லி அழைக்காமல், ‘அய்யா’ என்று அவனை

அழைக்க ஆரம்பித்தார், மாத்ருபூதம்.

சொல்வதை நிறுத்திவிட்டு, கான்ஸ்டபிள் மாத்ருபூதம் பாட்டிலை எடுத்து தண்ணீரை வாய்க்குள் சரித்துக்கொண்டார்.

"அப்போ என் வீட்ல பயங்கர பணப் பிரச்னை, சார்... மச்சினி கல்யாணத்துக்கு எங்கிட்ட கடன் கேட்டிருந்தாங்க. நான் சம்பாதிக்கற பணம் போதலைனு பொண்டாட்டி தகராறு பண்ணிட்டே இருப்பா. வீட்ல எப்பவும் சண்டை. கண்ணை மூடிக்கிட்டு காரை வழியனுப்பினா, அம்பதாயிரம், லட்சம்னு கணக்கில்லாம வருதுன்னா, அதை எதுக்கு விடணும்னு சபலம் வந்தது. அப்படித்தான் எனக்கும், சின்னாவுக்கும் பழக்கம் ஆச்சு..."

"சின்னா பாண்டிச்சேரிலேர்ந்து சரக்கு பாட்டில் எடுத்துட்டு வரல! அந்த நேரத்துல, சிதம்பரம் பக்கத்துல ஒரு கிராமத்துக் கோயில்ல திருடு போச்சே, அந்த சிலையைக் கடத்தி எடுத்திட்டு வந்திருக்கான்னு நெனைக்கறேன்..." என்றார், இன்ஸ்பெக்டர் துரை அரசன்.

"இருக்கலாம், சார்..."

"அவன் சிலை திருடறது உங்களுக்குத் தெரியவே தெரியாதா, மாத்ருபூதம்..?"

"ஒரே ஒரு தடவை சந்தேகம் வந்தது சார். ஆனா, என்ன எடுத் திட்டு வர்றான்னு கேள்விகேக்கக்கூடாதுனுதான் எங்களுக்குள்ள எழுதப்படாத ஒப்பந்தம்!"

"ஒப்பந்தம், மை ஃபுட்..."

"தப்புதான் சார்... ஆனா, புலிவாலைப் பிடிச்சப்புறம், விட முடியல சார்!"

"இப்ப, அந்தப் புலியே உங்களை அடிக்கப்போவுது, மாத்ரு பூதம்..!"

"சார்... என் குடும்பத்தை நடுத்தெருவுக்குக் கொண்டு வந்துடாதீங்க. நீங்க சொல்றபடி செய்யறேன்!"

இன்ஸ்பெக்டர் துரைஅரசன் சற்று நேரம் யோசித்தார்.

"அந்த சின்னாவோட நம்பரை எங்கிட்ட கொடுங்க..."

மாத்ருபூதம் எண்ணைக் குறித்துக் கொடுத்தார்.

"சரி, அந்த சின்னாவுக்கு இப்ப போன் போடுங்க..."

"போட்டு..?"

"நான் சொல்ற இடத்துக்கு அவனை வரவழைங்க..!" என்றார் இன்ஸ்பெக்டர் துரைஅரசன்.

மாத்ருபூதம் திடுக்கிட்டுப் பார்த்தார்.

"சார், அப்படியெல்லாம் நான் கூப்பிட்டது இல்ல. கூப்பிட்டா உடனே வந்துடவும் மாட்டான் சார்..."

இன்ஸ்பெக்டர் துரைஅரசனுக்குப் பொறுமை பறிபோனது. மரியாதையை விடுத்து, மாத்ருபூதத்திடம் ஒருமையில் பேசலானார்.

"யோவ், 'போலீஸ்கிட்ட முக்கியமான எவிடென்ஸ் மாட்டியிருக்கு... அதைப் பத்தி பேசணும்'னு கூப்பிடு. இன்னிக்கு இருக்கற நெலமைல எந்தக் கொம்பனா இருந்தாலும் பதறியடிச்சிட்டு வருவான்..."

கான்ஸ்டபிள் மாத்ருபூதம் உலர்ந்த உதடுகளை நாவால் வருடி ஈரப்படுத்திக்கொண்டார். டயல் செய்தார். சின்னதுரை எடுக்க வில்லை. மறுபடியும், மறுபடியும் டயல் செய்தார். ஐந்தாவது முறை பலன் கிடைத்தது.

மறுமுனையில், சின்னதுரை எரிச்சலுடன் போனை எடுத்தான்.

"என்ன மாத்ரு, மறுபடி மறுபடி ஃபோன் பண்றீங்க..?"

"ஒரு விஷயம் கைமீறிப் போகுதுங்கய்யா... அதுக்காகத்தான் கூப்பிட்டேன்!"

"என்ன..?"

"போன்ல வேண்டாம். நேர்ல வாங்க..."

"எங்க..?"

"நாகேஸ்வரராவ் பார்க் பின்னால காத்திருக்கேன்..."

நாகேஸ்வர ராவ் பூங்காவைச் சுற்றி விளிம்பிட்ட சாலையை மின்சார இலாகா குடைந்து எதையோ தேடிக்கொண்டிருந்தது. மிச்சமிருந்த இடத்தை நடைப்பயிற்சிக்கு வந்த பணக்காரர்களின் கார்கள் ஆக்கிரமித்திருந்தன. பலாப்பழத்தைக் குறுக்கில் கூறு போட்டு, அதன் வயிற்றைப் பிளந்து சுளைகளை எடுத்துக்கொண்டி ருந்த வண்டியின் வாசம் காற்றில் கலந்திருந்தது. டியூஷன் முடிந்து சைக்கிளில் மாணவிகள் சிரித்தபடி கடந்து போயினர்.

மரத்தடியில் கான்ஸ்டபிள் மாத்ருபூதம் சாதாரண உடையில் காத்திருந்தார். வெள்ளை வெளேரென்று ஒரு ஸ்விஃப்ட் கார் வந்து நின்றது. மாத்ருபூதம் அக்கம்பக்கம் பார்த்துவிட்டு, காரின் பின்னிருக்கையில் ஏறி அமர்ந்தார்.

காரோட்டும் இடத்தில் அமர்ந்திருந்த சின்னதுரை கழுத்தை வளைத்து அவரைப் பார்த்தான்.

"என்ன மாத்ரு! திடீர்னு வயித்துல புளியைக் கரைக்கறீங்க..? பிரச்னை என்னனு விஷயத்தைச் சொல்லுங்க..." என்றான், பொறுமையில்லாமல்.

"நீங்க சொல்லி நான் ஜார்ஜை கொலை பண்ணது சிசிடிவி கேமராவுல பதிவாயிடுச்சு... மாட்டிக்கிட்டேன்!" என்றார் மாத்ரு பூதம், தடாலென்று.

"என்னது..? அங்க சிசிடிவி கேமரா இருக்குன்னு நீங்க சொல்லவே இல்லையே..?"

"எனக்கே இப்பத்தானே தெரியுது... வசமா மாட்டிக்கிட்டேன்... வேற வழியில்ல... உங்க பேரையும் சொல்லிட்டேன்..."

சின்னதுரை அதிர்ந்தான். "என்ன இது முட்டாள்தனம்..?" என்று கொதித்தான். "இறங்குங்க முதல்ல வண்டிலேர்ந்து..!" என்று மிரட்டினான்.

அவனருகில் கதவு சடக்கென்று திறந்தது.

"நீ இறங்குடா வண்டிலேர்ந்து..!" என்ற குரல் கேட்டது. பிஸ்டலைக் காட்டிக்கொண்டு, இன்ஸ்பெக்டர் துரைஅரசன் அங்கு நின்றார்.

"மாத்ரு, தப்பு பண்றீங்க... உங்க குடும்பத்தைப் பத்திக் கவலைப்படாம தப்பு பண்றீங்க..." என்று சின்னதுரை மிரட்டலாகச் சொன்னான். பிஸ்டலுக்குப் பணிந்து, கைகளைத் தூக்கினான்.

அவன் மிரட்டியதும், மாத்ருபூதத்தின் கண்களில் மிரட்சி பொங்கியது.

"இறங்குடா..." என்று துரைஅரசன் அவன் கைகளைப் பின்னால் வளைத்து, விலங்கைப் பூட்டினார்.

காவல்நிலையம். தனிமையான விசாரணை அறை. சின்னதுரையின் கைகள் பின்னால் கட்டப்பட்டிருந்தன. கால்களும் நைலான் கயிற்றால் கட்டப்பட்டிருந்தன. எதிரில் முதுகில்லாத நாற்காலியில் அமர்ந்திருந்த இன்ஸ்பெக்டர் துரை அரசன், அவன் முகவாயைப் பிடித்து நிமிர்த்தினார்.

"தெரிஞ்ச உண்மையை எல்லாம் சொல்லிடு... உன்னை விட்டுடறேன்..."

சின்னதுரை ஏளனமாகச் சிரித்தான். "எந்த உண்மையும் எனக்குத் தெரியாது..." என்றான்.

"விளையாட்டுக்கு மிரட்டறேன்னு நினைக்காத! எழுந்தேன்னா, உன் கை, காலை எடுத்துருவேன்..."

"கை வேணுமா எடுத்துக்குங்க... கால் வேணுமா எடுத்துக் குங்க... ஆனா, என்கிட்டேர்ந்து ஒரு வார்த்தையும் உங்களால வாங்க முடியாது!"

இன்ஸ்பெக்டர் துரைஅரசன் எழுந்தார். அங்கிருந்த லத்திக்

கொம்பை எடுத்து உருட்டினார்.

"உன்கிட்ட எப்படி உண்மையை வரவழைக்கணும்னு எனக்குத் தெரியும் சின்னா..." என்றார்.

"அடிச்சு, உதைச்சு காயப்படுத்திக் கேட்டாலும், பேச முடியாத நிலைமைல இருக்கேன் இன்ஸ்பெக்டர். கோர்ட்டுக்குக் கொண்டுபோய் நிறுத்தப் போறீங்களா..? என்னை வெளில கொண்டு வர்றதுக்கு நூறு வக்கீல் அங்க இருக்காங்க. அவசியப்பட்டா மிகப்பெரிய வக்கீல் டெல்லியில இருந்து வருவாரு. நீங்க அடிச்சு, என்கிட்ட பொய் வாக்குமூலம் வாங்கினீங்கன்னு கோர்ட்ல நிரூபிப்பாரு. ஒருவேளை என்னை வெளில எடுக்க முடியலைன்னா, கோர்ட்லயே என்னை வெட்டித் தள்றதுக்கும், சுட்டுத் தள்றதுக்கும் ஆளுங்க இருக்காங்க..."

"அவ்வளவு பெரிய நெட்வொர்க்கா இது..?"

சின்னதுரை கலகலவென்று சிரித்தான்.

"பொய்யா மிரட்டல இன்ஸ்பெக்டர்! நீங்க போலீஸ்ல ஒரு மேலதிகாரிக்கு பயப்படுவீங்க... அவரு அரசியல்ல ஒருத்தருக்கு பயப்படுவாரு... அந்த அரசியல்வாதி ஒரு பிசினஸ்மேன் கிட்ட பயப்படுவாரு... அவங்க அத்தனை பேரும் இந்த நெட்வொர்க்குல இருக்கறவங்கதான். நீங்க என்ன வலை பின்னினாலும், அறுத்துட்டு வெளில வர்ற சுறா மீன் நாங்க..!"

ஒரு குற்றவாளி எந்தவித அச்சமும் இல்லாமல் காவல் துறையினரைப் பார்த்து சவால் விடும் அளவுக்கு இந்திய சமூகம் சீரழிந்து போயிருக்கிறதே என்று துரை அரசன் நெஞ்சுக்குள் பதைத்தார்.

"நீ சொல்ற மேலதிகாரி, அரசியல்வாதி, பிசினஸ்மேன் அத்தனை பேரையும் மடக்கி ஜெயில்ல தள்ளாம நான் ஓய மாட்டேன், சின்னா..."

"நீதி, நேர்மைனு பொங்கியெழுந்தா, உங்க குடும்பம் காணாமப் போயிடும், இன்ஸ்பெக்டர் சார்..." என்று சின்னா மறுபடி சிரித்தான்.

ரகசிய விதிகள்

# 18

இன்ஸ்பெக்டர் துரை அரசன் சரேலென்று பொறுமையிழந்தார். சின்னதுரையின் கன்னத்தில் பொறி பறக்க அடித்தார்.

"எனக்குக் குடும்பமே இந்த போலீஸ் ஸ்டேஷன்தான். நான் நேர்மையா இருந்தா, மொத்தமா இந்த ஸ்டேஷனையே வெடி வெச்சு தகர்ப்பியோ..? அதையும் பார்ப்போம்..."

சின்னதுரை தன் கன்னத்தில் அவர் விரல்கள் விட்டுச் சென்ற தடங்களை வருடிக்கொண்டான். வலியில் தன்னிச்சையாக அவன் கண்களில் நீர் துளிர்த்தாலும், அவன் உதடுகளில் புன்னகை மாறவில்லை.

சென்னையின் மைய நரம்பாக ஓடும் அண்ணா சாலை. பர பரப்பான போக்குவரத்து மிகுந்த அந்த மாலைநேரத்தில், ஒரு திரையரங்கையொட்டிய அந்த உயரக் கட்டிடத்தின் நான்காவது மாடி. 'தீபக் டிராவல்ஸ்' என்று பெயர் எழுதிய கண்ணாடிச் சுவர்களுக்குப் பின்னால், நிசப்தமாக இயங்கிக்கொண்டிருந்தது அந்த அலுவலகம்.

நந்தினி தன் வேலைகளை முடித்துவிட்டு நிமிர்ந்து பார்த்தாள். 'மணி ஏழு' என்றது டிஜிட்டல் கடிகாரம். மேஜை மீது இருந்த கடைசிக் காகிதங்களைத் திரட்டினாள். அடுக்கினாள். மேஜை இழுப்பறையில் போட்டாள். பூட்டினாள். ஹேண்ட்பேக்கை எடுத்துக்கொண்டாள். பாத்ரூமில் நுழைந்தாள். கூந்தலை ஒரு முறை சீவிக்கொண்டாள். நெற்றிப் பொட்டை சரி செய்துகொண்டாள்.

ஈரக்கைக்குட்டையால் கண்களுக்குக் கீழ் துடைத்துக்கொண்டாள். பிம்பத்திடம் புன்னகைத்துவிட்டு, புறப்பட்டாள்.

லிஃப்ட்டில் இறங்கி, வெளிப்பட்டபோது அவளுக்கு ஆச்சரியம் காத்திருந்தது. வருகையாளர்கள் காத்திருப்பதற்குப் போடப் பட்டிருந்த சோபாவில் விஜய் அமர்ந்திருந்தான்.

அவளைப் பார்த்து, "ஹாய்..!" என்றான். படித்துக்கொண்டி ருந்த ஆங்கிலப் புத்தகத்தை மூடிவைத்தான். எழுந்தான். அவன் அணிந்திருந்த சிவப்புநிற காட்டன் டி-ஷர்ட் உடலோடு ஒட்டி அழகூட்டியிருந்தது.

நந்தினி புருவங்களைச் சுருக்கினாள்.

"ஏய், போன்ல நீ என்ன சொன்ன..? நான் தப்பாப் புரிஞ்சிக் கிட்டேனா..?" என்றாள்.

"என்னை வந்து பிக்அப் பண்ணிக்கோன்னு சொன்னேன்.."

"அப்புறம் நீ இங்க வந்து வெயிட் பண்ற..?"

"ஸாரி... வேலை இல்லாம போரடிச்சுது. வீட்ல உட்கார்ந்து உனக்காக வெயிட் பண்றதுக்கு பதிலா கிளம்பி வரலாமேனு தோணிச்சு!"

"புரியுது... என் ஸ்கூட்டர்ல வர உனக்கு பயம்!"

"அப்படியில்ல கண்ணம்மா... வேணா என் பைக்கை நீயே ஓட்டு. நான் பின்னால உக்காந்து உன்னைக் கட்டிப் பிடிச்சிட்டு வர்றேன்!"

"இப்ப என்ன செய்யச் சொல்றே..?"

"உன் ஸ்கூட்டரை இங்கியே விட்டுடு... என் பைக்ல வா!"

"நாளைக்கு ஆபீசுக்கு உங்கப்பனா கொண்டு வந்து விடுவான்..?"

"இந்த விஷயத்துல எங்கப்பன் போட்டிக்கு வந்தா, அப்பன்னு கூடப் பார்க்காம காலி பண்ணிடுவேன்..."

"இந்த மாதிரி பையனுக்கு பயந்துதான் எப்பவோ போய்ச் சேர்ந்துட்டாரு அவரு..."

"நான்தான் வேலை, வெட்டி இல்லாம கெடக்கேனே... காலைல உன்னை பிக் அப் பண்ணி ஆபீஸ்ல கொண்டுவந்து விட மாட்டேனா..?"

"இப்படித்தான் பிராமிஸ் பண்ணுவ... நைட்டோட ஏதாவது லாக்கப்புல போய் உக்காந்துருவ..." என்று சொல்லிச் சிரித்தபடியே நந்தினி விஜய்யின் பைக்கில் ஏறிக்கொண்டாள். "வேலையை முடிச்சிட்டியா, பாக்க வரலாமானு நாலு தடவை போன் பண்ணிட்ட.... செம மூடா..?"

“விஷயம் இருக்கு...” என்றான் விஜய்.

உழைப்பாளர் சிலைக்குப் பின்னால் இருந்த உள்சாலையில் பைக்கைக் கொண்டு நிறுத்தினான் விஜய். மணலில் கால்கள் புதையப் புதைய நடந்தார்கள்.

“ஏண்டா, பீச்சை விட்டா உனக்கு வேற இடத்துக்குக் கூட்டிட்டுப் போகவே தெரியாதா..?”

“தெரியும்... ஆனா, நீ வருவியானு தெரியலையே?”

“சொல்லு... எங்கேன்னு சொல்லு! நான் வரேனா, வரலையான்னு பார்ப்போம்...”

“தெரிஞ்ச லாட்ஜ் ஒண்ணு இருக்கு... மூணு மணி நேரத்துக்கு ரூம் தர்றாங்க. ‘யாரைக் கூட்டிட்டு வந்தே... உள்ளே என்ன பண்ணினே’னு கேக்கவே மாட்டாங்க. அங்க போலாம் வர்றியா..?”

ஹேண்ட்பேக்காலேயே அவனை ஓங்கி அடித்தாள் நந்தினி.

“ராஸ்கல்! ஒண்ணு, உர்... உர்...னு இருப்பே. இல்ல, பேசினா இப்படி நா கூசாமப் பேசுவ...”

“நீ மட்டும் என்ன! என்னவோ இந்தப் பேச்சே பிடிக்காதவ மாதிரி ஹேண்ட்பேக்கைத் தூக்கறியே தவிர, உள்ளுக்குள்ள ரசிச்சுக்கிட்டுதானே இருக்கே..?”

“ரசிச்சிட்டு இருக்கேனா, சகிச்சிட்டு இருக்கேனானு இப்ப விவாதம் வேணாம்... கம் டு தி பாயின்ட்!”

வெளிச்சமும் இல்லாத, இருட்டும் இல்லாத ஒரு மையமான பகுதியைத் தேர்ந்தெடுத்து அமர்ந்தார்கள். மணியடித்துக்கொண்டு வந்த வண்டியில், ஆளுக்கொரு கோன் ஐஸ்க்ரீம் வாங்கிக்கொண்டார்கள்.

“கல்யாணி மேட்டர் என்னைக் குடைஞ்சிட்டே இருக்கு, நந்தினி! நடராஜர் சிலை திருடு போச்சு... அதே சமயம், கல்யாணி உயிரை விட்டா! ஒரே நாள்ல நடந்ததால ரெண்டு விஷயங்களையும் சம்பந்தப்படுத்தியே போலீஸ் குழப்பிக்குது. சிலைத் திருட்டுல ஈடுபட்டவனுக்கு கல்யாணியோட பர்சனல் லைஃப்லயும் ஏதோ தொடர்பு இருக்குன்னு ஏன் நினைக்கணும்? ரெண்டையும் தனித்தனியாப் பிரிச்சு டீல் பண்ணினாலே, பாதிக் குழப்பம் தீர்ந்துடாது..?”

“இப்ப என்ன சொல்ல வர்றே..?”

“கும்பமேளா போயிருந்தபோது, கல்யாணி ‘எம்’னு கிறுக்கிட்டிருந்தானு சொன்னேன் இல்லையா? முரளிதரனா இருக்கும்னு கூப்புட்டு விசாரிச்சேன். அவர் மூஞ்சில அடிச்ச மாதிரி பதில் சொல்லிட்டார்...”

"டேய்!'எம்'னு எழுதினா, அது அவகூட படுத்தவன் பேராதான் இருக்கும்னு யார்டா உனக்குச் சொன்னது..?"

"மனசுல ஏதோ உறுத்திட்டு இருக்கும்போது, கை நம்மை அறியாமலேயே தானா சில விஷயங்களைக் கிறுக்கிட்டிருக்கும் நந்து. கல்யாணி மனசுல உறுத்திட்டிருந்ததுதான் அந்த எம்..."

"சரி... முரளிதரன் என்ன சொல்றாரு..?"

"மாங்கா மடையனா இருக்கும். ஏன், எம்.டியா கூட இருக்கலாம்னு போற போக்குல சொல்லிட்டுப் போயிட்டார்..."

"இப்ப எம்.டி மேல சந்தேகமா..?"

"இல்ல... எம்.டி.யோட லெவலே வேற, நந்தினி! அவர் நினைச்சா மினிஸ்டர் பொண்ணு, பெரிய பிசினஸ்மேன் பொண்ணுங்கனு தொடர்பு வெச்சிக்க முடியும். கல்யாணி ஒரு மிடில் க்ளாஸ் பொண்ணு. பார்க்கறதுக்கு உன்னை மாதிரி அழகாக்கூட இருக்க மாட்டா.."

"சந்தடி சாக்குல ஃபைல்ல இப்படி ஒரு பேப்பரைச் சொருகிடுவியே..?"

"எங்க டெலிவிஷன்ல வேலை பார்க்கறவங்கள்ல 'எம்'ல பேரு ஆரம்பிக்கறவங்களை எல்லாம் மண்டைல போட்டு உருட்டிட்டு இருக்கேன். ஒரு முகமது இருக்கான். ஒரு முகுந்தன் இருக்கான். ஒரு முனுசாமி இருக்கான்..."

"நூறு மாங்கா மடையன் இருக்கான்றதை விட்டுட்டியே..? டேய், நான் இப்ப எங்க ஆபீஸ்ல இருக்கறவனையா லவ் பண்ணிட்டுத் திரியறேன்..? கல்யாணியோட ஆளும் வெளில இருக்கலாம் இல்ல..?"

"அப்படியிருந்தா, எனக்கு ஒரு ஓரத்துலயாவது க்ளூ கிடைச்சிருக்குமே..? வேற எந்த விஷயத்திலயும் கல்யாணி இவ்வளவு அழுத்தமா இருந்ததேயில்ல..."

"ஒண்ணு செய்வோமா? அவளோட ஃபேஸ்புக் அக்கவுன்ட்ல 'எம்'னு ஆரம்பிக்கற ஃப்ரெண்ட்ஸ் பேர்லாம் செக் பண்ணலாமா..?"

"நல்ல ஐடியாதான்..." என்று அவன் சொல்லிக்கொண்டிருக்கும்போது, நந்தினியின் போன் ஒலித்தது. எண்ணைப் பார்த்தாள்.

"ஏய், உங்கம்மா போன்..!"

"எங்கம்மாவா..? உனக்கு எதுக்கு போன் பண்றாங்க..?"

நந்தினி, பச்சை பட்டனை அழுத்தி, "சொல்லுங்கம்மா.." என்றாள்.

சுபா

"ஏய்..!" என்று எதிர்முனையிலிருந்து கரகரப்பான, மிரட்டலான ஆண் குரல் ஒன்று ஒலித்தது.

"விஜய், உங்கம்மா போன்லேர்ந்து யாரோ ஆம்பளை பேச றான்..." என்று சொல்லிவிட்டு, போனில் "ஹலோ... யார் பேசறது..?" என்றாள்.

"உன் லவ்வருக்கு உயிர் மேல ஆசை இல்லியா..?"

"ஹலோ.." என்று இந்த முறை நந்தினி குரலை உயர்த்தினாள். "யார் பேசறது..?"

விஜய் தவிப்போடு அவளைப் பார்த்தான்.

"கல்யாணியை யார் கர்ப்பமாக்கினதுனு ஒங்காளு தனியா ஏதோ துப்பறிஞ்சுக்கிட்டு இருக்கான்.. அந்த வேலையை உடனே நிறுத்தச் சொல்லு. இல்லேன்னா, கல்யாணிகிட்டயே நேரடியா விசாரிச்சிக்கட்டும்னு, அவ போன அதே இடத்துக்கு அவனையும் அனுப்பி வெக்க வேண்டியிருக்கும். இது லாஸ்ட் வார்னிங்..!"

சட்டென்று எதிர்முனையில் தொடர்பு அறுந்தது.

"ஹலோ... ஹலோ..." என்று போனில் இரைந்துவிட்டு, நந்தினி நிமிர்ந்தாள். அந்தக் குரல் தன்னிடம் அதிகாரமாக எச்சரித்த விவரத்தை விஜய்யிடம் சொன்னாள்.

"ஐயோ, அம்மாவுக்கு என்னாச்சு..? அவங்க போன் எப்படி அவன் கிட்ட போச்சு..?" என்று விஜய் பதறினான். தன் போனி லிருந்து தன் அம்மாவின் எண்ணை மறுபடி, மறுபடி முயற்சி செய்தான். போன் ஒலித்துக்கொண்டேயிருந்ததே தவிர, யாரும் எடுக்கவில்லை.

டிடிங் என்ற ஒலியுடன் அவன் போனுக்கு ஒரு குறுஞ்செய்தி வந்தது.

"அம்மா போன்லேர்ந்து மெசேஜ்..." என்று அவசரமாகத் திறந்து பார்த்தான்.

'எம்-மரகதம்' என்று ஒற்றை வார்த்தை.

விஜய் முகம் வெளிறியது.

"நந்து... வா! உடனே வீட்டுக்குப் போய்ப் பார்க்கணும்..."

மணல் தெறிக்க இருவரும் கிட்டத்தட்ட ஓடி சாலைக்கு வந்தார்கள். பைக் சீறிக்கொண்டு புறப்பட்டது.

வீட்டு வாசலில் பைக்கை சைட் ஸ்டாண்ட் போட்டுவிட்டு, விஜய் அழைப்பு மணியை நிறுத்தாமல் அழுத்தினான். சில விநாடி களில் கதவு திறந்து மரகதம் அங்கே நின்றாள்.

"அம்மா... உனக்கு ஒண்ணும் இல்லியே..?"

"ஏன், எனக்கு என்ன..?" என்று மரகதம் கேட்க, அவர்கள் உள்ளே புயலாக நுழைந்தார்கள்.

"உன் போன் எங்க..?"

"ஓ, கண்டுபிடிச்சிட்டாங்களா..?"

"என்னம்மா சொல்ற..?"

"இன்னிக்கு பிரதோஷம் இல்ல..? கோயிலுக்குப் போயிருந்தேன். கூட்டமான கூட்டம். தரிசனத்துக்குப் போனபோது, நெரிசல்ல போன் எங்கயோ கை நழுவிப் போயிடுச்சுடா! கோயிலுக்குள்ள போறமேனு சைலன்ட் மோட்ல வேற வெச்சிருந்தேன். தேடித் தேடிப் பார்த்தேன். கண்டுபிடிக்க முடியல. அப்புறம், கோயில்ல வாட்ச்மேன் கிட்ட 'போன் கிடைச்சா, எடுத்து வைங்க. நான் அப்புறம் வந்து வாங்கிக்கறேன்...'னு சொல்லிட்டு வந்தேன்.. அவர்தான் உனக்கு போன் பண்ணிட்டாரோனு நினைச்சேன்..."

மரகதம் எந்தப் பதற்றமும் இல்லாமல் பேசப் பேச, விஜய்க்குப் பதற்றம் ஏறியது. "எந்தக் கோயில்..?"

"யோகேஸ்வரர் கோயில்டா..."

அவர்கள் ஏரியாவில் ஒரு காலனியில் இருந்தது அந்தக் கோயில்.

"சரி, கதவைச் சாத்தி தாழ்ப்பாள் போட்டுக்க... வா, நந்தினி!"

மரகதம் குழப்பத்துடன் பார்க்க.. நந்தினியுடன் வேகமாக பைக்கைக் கிளப்பினான். சர்ரென்று புறப்பட்டான்.

யோகேஸ்வரர் கோயில், அந்தக் காலனி மக்களால் சுமார் எழுபது வருடங்களுக்கு முன்பு கட்டப்பட்ட கோயில். வணங்குபவர்களுக்கு யோகம் கிடைக்கிறது என்று நம்பப்பட்டு, காலனி ஆட்களுக்கு இணையாக பொது மக்களிடமும் பிரசித்தி பெற்று அந்தக் கோயில் விளங்கியது. மரகதம் வழக்கமாக அங்கு போய் வந்ததால், அங்கிருப்பவர்கள் அனைவருக்கும் அவளைத் தெரியும்.

விஜய் வண்டியை நிறுத்திவிட்டு, செக்யூரிட்டியாக நின்றிருந்த வரை அணுகினான்.

"அம்மாவோட போன் இங்க மிஸ் ஆயிடுச்சுனு சொன்னாங்க..."

"ஆமா... இன்னிக்கு சரியான தள்ளுமுள்ளு. கூட்டத்துல போனைத் தவற விட்டுட்டாங்க. கீழ கிடந்ததுனு கொஞ்ச நேரம் முன்னாடிதான் ஆபீஸ்ல யாரோ குடுத்துட்டுப் போனாங்க..."

கோயிலின் உள்ளேயே இருந்த அலுவலகத்துக்கு விரைந்தான். தன்னை அறிமுகப்படுத்திக்கொண்டான். அங்கிருந்தவர் மேஜை இழுப்பறையைத் திறந்து மரகதத்தின் போனை எடுத்துக்கொடுத் தார்.

“இதை யார் குடுத்தாங்க..?”

“தரிசனத்துக்கு வந்தவாதான். அந்தம்மா பேர்லாம் கேட்டு வாங்கி வெச்சிருக்கேன். அவா பேரு பவானி. இந்தக் காலனிலதான் இருக்கா. கால்ல ஏதோ இடறுதேனு பார்த்து, எடுத்துண்டு வந்து குடுத்துட்டுப் போனா...”

“எத்தனை மணிக்கு..?”

“ஒரு பத்து நிமிஷம்தான் ஆகியிருக்கும். அதுக்குள்ள நீங்க வந்துட்டேள்...”

“தேங்க்ஸ்...”

“நீங்க அன்னதானத்துக்கு ஏதாவது தரேளோ..?”

“மாசம் ஒருநாளுக்கான பணம் எங்கம்மா கட்டியிருக்காங்க...”

“அத்தனையும் புண்ணியம்...”

மீண்டும் நன்றி சொல்லிவிட்டு, அந்த போனை வாங்கிக் கொண்டான்.

வெளியில் வந்ததும், முதல் வேலையாக அதிலிருந்து கடைசியாக டயல் செய்த எண்ணைப் பார்த்தான். நந்தினியின் எண்!

“இதை போலீஸ்ல கொண்டு கொடுத்தா, இதில யார் கைரேகை இருக்குனு பார்த்து, யார் கடைசியாகக் கையாண்டதுனு சொல்ல முடியுமில்ல..?” என்றான் விஜய்.

“போடா மாங்கா மடையா! கூட்டத்துல அம்மாவோட போன் விழுந்ததை யாரோ எடுத்து, பயன்படுத்திட்டு மறுபடியும் கீழ போட்டுட்டுப் போயிருக்காங்க. பத்து, இருபது பேர் காலு மிதிச்சிருக்கும். பவானின்னு ஒரு அம்மாவோட கைரேகை, ஆபீஸ்ல இருந்த மாமாவோட கைரேகை, உன் ரேகை, என் ரேகைனு எல்லாத்தையும் கழிச்சிட்டு கண்டுபிடிக்கறது சுலபமில்ல...”

“இல்ல நந்து.. நெரிசல்ல தற்செயலா கீழ விழுந்திருக்கும்னு நான் நினைக்கல. யாரோ அம்மாவை வேணும்னே இடிச்சு, போனைத் தட்டிவிட்டிருக்காங்க. திருட்டுத்தனமா உனக்கு போன் பண்ணிட்டு கீழ போட்டிருக்காங்கன்னுதான் தோணுது...”

விஜய்யின் குரலில் பீதி சேர்ந்திருந்தது.

# 19

"அம்மாகிட்டே இருந்து போனை வேணும்னே தட்டிப் பறிச்சது யார்னு எப்படிக் கண்டுபிடிக்கறது விஜய்..?" என்று கேட்ட போது, நந்தினியின் கண்களிலும் முதல் தடவையாக அச்சம் குடியேறிவிட்டதை விஜய் கவனித்தான்.

"யார் போன் பண்ணி மிரட்டினதுன்னு நாம கண்டுபிடிக்கக் கூடாதுன்னுதானே அம்மாவோட போன்லேர்ந்து பேசியிருக் காங்க. எனக்கு ரொம்ப பயமா இருக்கு, நந்து. எனக்கு ஒண்ணுன்னா பரவாயில்ல... அம்மா வீட்லயும் தனியா இருக்காங்க. கோயிலுக் கும், மார்க்கெட்டுக்கும் தனியா வந்து போறாங்க. அம்மாவை இன்னிக்கு ஃபாலோ பண்ணி போனைப் பிடுங்கின ஒருத்தன், நாளைக்கு வேற ஏதாவது செய்துட்டான்னா..?"

"விஜய்... நீ சூப்பர்மேன் இல்ல. உங்கம்மாவைப் பத்தி நினைச்சு பயப்படறதைவிட, இந்த விஷயத்தை இன்ஸ்பெக்டர்கிட்ட சொல் லிடறதுதான் புத்திசாலித்தனம்" என்றாள் நந்தினி.

"ஆனா, இதைப்பத்தி அம்மாகிட்ட சொல்லாத... அநாவசியமா பயந்துருவாங்க" என்றான் விஜய்.

இன்ஸ்பெக்டர் துரை அரசன் ஒரு காகிதத்தில் வட்டங்கள் இட்டார். மேலும் கீழுமாகக் கோடுகள் போட்டார். நட்சத் திரமாக்கினார். குறுக்கிலும் நெடுக்கிலும் அழுத்திக் கிறுக்கி னார். பின், அந்தத் தாளையே கிழித்துப் போட்டார். சின்ன துரையைப் பிடித்தபிறகும், அவனிடமிருந்து உபயோகமான

தகவல்கள் எதுவும் கிடைக்கவில்லையே என்ற எரிச்சல் ஒருபுறம். பயப்பட வேண்டியவன் பயமுறுத்துகிறானே என்ற கோபம் ஒரு புறம். அந்தக் கோபத்தைத் தணித்துக்கொள்ள அந்தச் செயல் தேவைப்பட்டது.

காவல்துறை அதிகாரியை கைநீட்டி, 'உன் குடும்பமே இருக் காது..!' என்று மிரட்டும் அளவு கயவன் ஒருவன் பேசுகிறான் என்றால், அவனுக்குப் பின்னால் எப்பேர்ப்பட்ட செல்வாக்கு மிக்க ஒரு கூட்டம் இருக்க வேண்டும்..? 'கோர்ட்டுக்குக் கூட் டிப் போனால், அங்கே நீதிபதியின் முன்னாலேயே கொலை செய்ய ஆளிருக்கிறது...' என்று அவன் கொக்கரிக்கிறான் என்றால், குற்றங்கள் செய்யும் அந்தக் குழுவின் வீச்சு சட்டங்களுக்குள் எந்த ஆழத்துக்குத் துளைத்திருக்க வேண்டும்..? பின்னணியில் இருந்து அப்படி இயக்குபவர்கள் யார் என்று கண்டுபிடிப்பதே அவருக்கு முன்னால் இருந்த பெரும் சவால்.

சப் இன்ஸ்பெக்டர் சுகுமாரை அழைத்தார்.

"இது அந்த சின்னாவோட போன். இந்த நம்பருக்கு வந்த கால், இந்த போன்லேர்ந்து போன கால்... எல்லாத்தையும் லிஸ்ட் எடுங்க! சந்தேகத்துக்கிடமா எந்த பேர் அடிபட்டாலும், எனக்குச் சொல்லுங்க..." என்று அந்த போனை அவரிடம் கொடுத்தார்.

"யெஸ் சார்..."

"சுகுமார், போனோட போட்டோ கேலரியில பாருங்க..."

சப் இன்ஸ்பெக்டர் சுகுமார், சின்னதுரையின் போனில் புகைப்ப டங்கள் இருந்த பகுதியை நிமிண்டினார்.

சில உற்சவ மூர்த்திகள், சில மூலவர் விக்கிரகங்கள் என்று பல்வேறு கோயில்களின் அரிதான சிற்பங்களின் புகைப் படங்கள் அணிவகுத்தன. அவற்றுக்கு வரிசையாக எண்கள் இடப்பட்டிருந்தன.

"இவனுக்கு நிச்சயமா இந்த சிலைக் கடத்தல்ல பெரிய பங்கு இருக்கு, சார்..."

"இந்த போன் நமக்குக் கெடைச்சிருக்கற ஒரு பொக்கிஷம், சுகுமார். பத்திரமா வெச்சிருங்க. அவுட்கோயிங் கால்ஸ், இன்கமிங் கால்ஸ் லிஸ்ட்டை வெச்சு, அத்தனை பேர் அடையாளத்தையும் சரி பாருங்க... நேரமெடுக்கும், பரவாயில்லை. நிச்சயமா இந்த சங்கிலில சின்னதுரைக்கு ஒரு முக்கியமான இடம் இருக்குன்னு நினைக்கறேன்!"

"எஸ் சார்..."

"அது மட்டும் இல்ல... சின்னதுரையோட போன், ஜார்ஜோட

போன், செத்துப்போய் கிடந்தாங்களே, லியோ, ஜோஷ்வா, இவங்க போன்... நாலு போன்லேர்ந்தும் அவுட்கோயிங், இன்கமிங் கால்ஸ்ல பொதுவான நம்பர் ஏதாவது இருக்கான்னு செக் பண்ணுங்க. நம்பிக்கையான ஒரு டீமை கூட வெச்சுக்கங்க..."

"எஸ் சார்..." என்று சுகுமார் சல்யூட் அடித்தார்.

நடராஜர் சிலை கொள்ளைபோன நேரத்தில் விஜய் எடுத்திருந்த வீடியோ ஃபுட்டேஜை இன்ஸ்பெக்டர் துரை அரசன் நிதானமாக ஓட விட்டுப் பார்த்துக்கொண்டிருந்தபோது, விஜய், நந்தினி இருவரும் போலீஸ் ஸ்டேஷனுக்குள் நுழைந்தார்கள்.

வீடியோவை நிறுத்திவிட்டு, துரை அரசன் நிமிர்ந்தார்.

"என்ன விஜய்..?"

தன் அம்மாவின் போனிலிருந்து வந்த மிரட்டல் பற்றி துரை அரசனிடம் விஜய் சொன்னபோது, திகைத்தார்.

"சிலைத் திருட்டைப் பத்தி விசாரிக்கக் கூடாதுனு மெரட்டியிருந்தா, ஆச்சரியமில்ல... ஏன்னா, பின்னணியில ஒரு பெரிய குழுவே மாட்டக்கூடாதுனு பயந்து வேலை செய்யுதுன்னு சொல்லலாம். ஆனா, கல்யாணி ஒரு சாதாரண பிரஜை. அவ கர்ப்பத்துக்கு யார் காரணம்னு கண்டுபிடிக்க முயற்சி பண்ணக் கூடாதுன்னு ஏன் மெரட்டறாங்க..? யார் மெரட்டறாங்க..? புரியலியே..!"

"கல்யாணிக்குப் பின்னாலயும் நமக்குத் தெரியாத ஏதோ ஒரு ரகசியமான ஆபத்து இருந்திருக்குமா..?" என்று விஜய் தயக்கத்துடன் கேட்டான்.

"இந்த கேஸ் சிக்கலாயிட்டே போகுது... வெல், கொஞ்ச நாளைக்கு அம்மாவை தனியா வெளில போக வேண்டாம்னு சொல்லு, விஜய்!"

"பயந்துருவாங்க சார்..."

"பரவாயில்ல! ஆபத்துல சிக்கறதுதான் தப்பு... கவனமா இருக்கிறது தப்பில்ல. அவசியம்னா, ரகசியமா ஒரு பாதுகாப்பு கொடுக்க ஏற்பாடு பண்ணட்டுமா..?"

"வேண்டாம் சார்..." என்றான் விஜய். "மெரட்டறவங்களுக்கு கோபம் அதிகமாயிரும்..."

"நீ கொஞ்ச நாளைக்கு வெளிப்படையா கல்யாணி மேட்டர் பத்தி யார்கிட்டயும் விசாரிக்க வேண்டாம்..."

"ஓகே, சார்..."

"நந்தினி! விஜய்க்கு வேண்டியவங்கன்ற லிஸ்ட்ல நீங்களும் இருக்கீங்க.. நீங்களும் கவனமா இருந்துக்குங்க..." என்றார் இன்ஸ்பெக்டர் துரை அரசன்.

மூன்றாவது நாள். சப் இன்ஸ்பெக்டர் சுகுமார் பரபரப்பாக வந்தார். அவர் கையில் ஆறேழு தாள்கள். பல எண்கள் எழுதப் பட்டு அங்கங்கே சில எண்கள் வண்ண மசியால் வட்டமிடப் பட்டிருந்தன. அவற்றை துரைஅரசனின் மேஜையில் அவர் பரப்பினார்.

“சார், நாலுபேர் போன்லேர்ந்தும் பண்ணின கால்ஸ்ல, பொதுவா இருக்கறது ரெண்டே ரெண்டு நம்பர்தான். அந்த ரெண்டு நம்பருக்கும் சின்னாவுடைய போன்லேர்ந்து தான் அடிக்கடி கால் போயிருக்கு...”

இன்ஸ்பெக்டர் துரை அரசன் நிமிர்ந்து அமர்ந்தார்.

“வெரி குட்... அது யாருடைய நம்பர்னு பார்த்தீங்களா..?”

“பார்த்தேன் சார். அந்த ரெண்டு போனும் சின்னதுரைன்ற பேர்லயே பதிவாகியிருக்கு, சார்...”

“என்னது..!”

“சின்னதுரை பேரு, சின்னதுரையோட அதே அட்ரஸ்...”

“அந்த நம்பரைப் பயன்படுத்தறவங்க அடையாளம் வெளிய தெரியக் கூடாதுனு இப்படி ஒரு தந்திரமா..?”

“ஆனா, வேற ஒரு பிரேக் கெடைச்சிருக்கு, சார்...”

“இந்த நம்பர்ல ஏதாவது மாத்ருபூதத்தோட போன்லேர்ந்து போன நம்பரோட ஒத்துப்போகுதா..?”

“இல்ல சார்...”

“பின்ன..?”

“ஜோஷ்வாவோட போனுக்கு வந்த இன்கமிங் கால்ல, ஒரு லேண்ட்லைன் நம்பர் இருக்கு, சார்...”

“வெரிகுட். ஈஸியா கண்டுபிடிக்கலாமே..!”

“பார்த்தேன் சார். அடுத்த சர்ப்ரைஸ்... அது கே.ஜி டிவியோட நம்பர் சார்...”

“வ்வாட்..?”

“ஆமா சார்... கல்யாணியும் விஜய்யும் வேலைல இருந்த அதே டிவியோட நம்பர் சார்!”

“அந்த டி.வில ஐந்நூறு பேருக்கு மேல வேலை செய்வாங்களே..? லேண்ட்லைன்லேர்ந்து யார் போன் பண்ணினாங்கன்னு எப்படிக் கண்டுபிடிக்க முடியும்..?”

“ரொம்ப கஷ்டம் சார்... ஒரே நம்பர்ல பதினஞ்சு லைனுக்கு மேல கனெக்ஷன் கொடுத்திருக்காங்க. எல்லா டிபார்ட் மென்ட்லயும் போன் இருக்கும். பூஜ்யத்தை டயல் பண்ணி ஒரு

லைன் கிடைச்சா, அந்த லைன்ல யார் வேணும்னாலும் பேச முடியும்..."

"எந்தத் தேதில எத்தனை மணிக்கு கே.ஜி.டி.விலேர்ந்து ஜோஷ்வாவுக்கு போன் போச்சுன்ற விவரம் கெடைச்சுதா..?"

"நடராஜர் சிலை திருடு போனதுக்கு முதல் நாள் சாயந்திரம், இந்த நம்பர்லேர்ந்து ஜோஷ்வாவுக்கு போன் போயிருக்கு சார்..."

"கொள்ளைக்காரங்க பயன்படுத்தினது கே.ஜி.டி.வில காணாமப் போன கார்... கொள்ளைக்காரனுக்கு வந்த போன் கே.ஜி.டி.விலேர்ந்து வந்திருக்கு... நடுவுல உயிர விட்ட பொண்ணும் அந்த டி.வில வேலை பார்த்த பொண்ணு... சுத்திச் சுத்தி அந்த டி.விக்கும், சிலைத் திருட்டுக்கும் ஏதோ ஒரு விதத்துல தொடர்பு வந்துட்டே இருக்கே... அந்த டிரைவர் பிரகாஷ் மேல ஒரு கண்ணு வெச்சுக்கணும் சுகுமார்!"

"ஓகே சார்..."

"இந்த நாலு போனுக்கும் பொதுவா இருக்கற நம்பர்கள்னு சொன்னீங்களே, அந்த ரெண்டு நம்பரையும் குடுங்க..."

அந்த இரு எண்களையும் எடுத்துக்கொண்டார், இன்ஸ்பெக்டர் துரை அரசன்.

"நீங்களும் வாங்க, சுகுமார்..."

கமிஷனர் அலுவலகம். ஒரு தனியறையில் கடிதங்களை ஃபைல் செய்யும் பணியில் ஈடுபடுத்தப்பட்டிருந்தார், கான்ஸ்டபிள் மாத்ரு பூதம்.

தனியே வெளியே செல்லவோ, போனைப் பயன்படுத்தவோ அவருக்குத் தடை விதிக்கப்பட்டிருந்தது. 'முக்கியமான பந்தோபஸ்து பணியில் ஈடுபட்டிருப்பதால், வீட்டுக்கு வர இயலவில்லை' என்று மனைவிக்கு போனில் தகவல் கொடுக்க மட்டும் அனுமதிக்கப்பட்டிருந்தார்.

இன்ஸ்பெக்டர் துரை அரசனைப் பார்த்ததும், அவர் முகத்தில் பதற்றம் பெருகியது.

"சார்... நாலு நாளா நான் வீட்டுக்கே போகல, சார்!"

"உங்க பாதுகாப்புக்காகத்தான் இந்த ஏற்பாடு, மாத்ருபூதம்... புரிஞ்சுக்குங்க. இப்ப நான் சொல்றபடி நீங்க செய்யணும்..."

"சார், சொல்லுங்க சார்..."

"இந்தாங்க உங்க போன்... இந்த ரெண்டு நம்பருக்கும் போன் பண்ணுங்க. எதிர்முனையில எடுத்தவுடனே, 'கான்ஸ்டபிள் மாத்ரு பூதம் பேசறேன். சின்னாதான் இந்த நம்பர் குடுத்து, ஒரு முக்கியமான விஷயம் என்னை பேசச் சொன்னான்'னு சொல்லணும்..."

"சரி சார்..."

"சாமர்த்தியமா பேசி, எதிராளி யாருன்னு கண்டுபிடிக்கணும்..."

"சரி சார்..."

"சுகுமார்! எதிர் முனையில போனை எடுத்தா, அதை ட்ரேஸ் பண்ணுங்க..."

"சரி, சார்..."

"மாத்ருபூதம், இந்த ரெண்டு நம்பர்ல உங்களுக்குப் பரிச்சயமான நம்பர் ஏதாவது இருக்கா..? பொய் கலக்காம சொல்லுங்க..."

"சார், என் குழந்தை மேல சத்தியமா தெரியாது சார்..." என்றார் மாத்ருபூதம்.

"அப்ப, உங்க குரலும் எதிராளிக்குத் தெரிஞ்சிருக்க வாய்ப்பில்ல. நானே கொஞ்ச நேரத்துக்கு கான்ஸ்டபிள் மாத்ருபூதமா மாறினா என்ன..?"

இன்ஸ்பெக்டர் துரைஅரசன் போனை வாங்கி, இரண்டில் ஓர் எண்ணை முதலில் டயல் செய்தார்.

எதிர்முனையில் வெகுநேரம் மணியடித்தது. யாரும் எடுக்கவில்லை. அடுத்த எண்ணை முயற்சித்தார். அதுவும் அடித்து அடித்து ஓய்ந்தது. மீண்டும் அவர் முயற்சிக்குமுன், முதல் எண்ணிலிருந்து அழைப்பு வந்தது. எடுத்து, காதில் வைத்தார்.

"எனக்கு இந்த நம்பர்லேர்ந்து மிஸ்டு கால் வந்தது. யார் நீங்க..?" என்று எதிர்முனையில் ஓர் ஆழமான ஆண்குரல் கேட்டது.

"நான் சின்னாவோட ஃப்ரெண்ட்.. கான்ஸ்டபிள் மாத்ருபூதம் பேசறேன்..." என்றார் இன்ஸ்பெக்டர் துரைஅரசன்.

"எனக்கு எந்த சின்னாவையும் தெரியாது..." என்று மறுமுனை தொடர்பு சட்டென்று அறுந்தது.

இன்ஸ்பெக்டர் மீண்டும் முயற்சி செய்தார். இந்த முறை போன் எடுக்கப்படவில்லை. இப்போது இரண்டாவது எண்ணை டயல் செய்தார். இரண்டாவது மணியிலேயே அது எடுக்கப்பட்டது.

"ஹலோ..." என்றது அதே ஆண்குரல்.

"அய்யா! போனை கட் பண்ணாதீங்க... சின்னா ஒரு முக்கியமான விஷயத்தை உங்ககிட்ட சொல்லச் சொல்லியிருக்கார்..." என்றார் இன்ஸ்பெக்டர் துரைஅரசன்.

எதிர்முனை தொடர்பு அறுந்துபோகவில்லை. ஆனால், பதிலின்றி மௌனமாயிருந்தது.

"அய்யா! நான் பேசலாமா..?"

"சொல்லு... சின்னா எங்க..?"

"சின்னா எங்க கஸ்டடில இருக்காருங்கய்யா..."

"அவனை எப்ப கோர்ட்டுக்குக் கொண்டு வருவாங்க..?"

"அய்யா, அதுக்கு முன்னால சின்னா என்கிட்ட ரகசியமா ஒரு எஸ்டி கார்டைக் குடுத்திருக்காரு. இதை உங்ககிட்டதான் ஒப்படைக்கணும்னு சொல்லியிருக்காரு..."

எதிர்முனை சற்றுநேரம் மௌனம் சாதித்தது.

"ஒரு கவர்ல போட்டு நான் சொல்ற எடத்துல அதை வெச்சிரு. எங்காளுங்க எடுத்துப்பாங்க..."

"சொல்லுங்கய்யா..."

"நாளைக்குக் காலைல ஆறு மணிக்கு காந்தி சிலைக்குப் பின்னால இருக்கற ரோடுல 3366னு நம்பர் போட்டு ஒரு பைக் நிக்கும். அதோட சைட் பாக்ஸ்ல கவரைப் போட்டுரு..."

சொல்லிவிட்டு, மறுமுனை கட் ஆனது.

இன்ஸ்பெக்டர் துரைஅரசன் சுகுமாரை நிமிர்ந்து பார்த்தார்.

"கால் எந்த டவர்ல ரிசீவ் ஆச்சுனு விசாரிங்க, சுகுமார்..."

சில நிமிடங்களில் சுகுமார் அந்த விவரத்துடன் இன்ஸ்பெக்டர் துரைஅரசனுக்கு முன்னால் வந்து நின்றார்.

## 20

"சொல்லுங்க, சுகுமார்... கால் எந்த டவர்ல ரிசீவ் ஆச்சு..?" என்று கேட்டார் இன்ஸ்பெக்டர் துரைஅரசன்.

"வடசென்னைல பீச் ரோடுல இருக்கற டவர் சார்..."

"பர்மா பஜார்... வெளிநாட்டு கப்பல் கம்பெனிங்க, எல்லா பேங்க்கோட கிளைங்க, மீன் ஏற்றுமதி பண்ற கம்பெனிங்கனு அந்தப் பக்கம் ஆபீஸ்ங்கதான் அதிகமில்ல..?"

"ஆமா சார்..."

இன்ஸ்பெக்டர் துரைஅரசனுக்கு, இது சுலபத்தில் அவிழ்க்க முடியாத முடிச்சு என்று புரிந்தாலும், அந்த சவாலை எதிர் கொள்ளத் தயாரானார்.

தீபக் தர்மசேனா, பியரை உறிஞ்சியபடியே பால்கனியில் நின்றிருந்தார். நூறடி தூரத்தில் கடல் ஆர்ப்பரித்துக் கொண்டிருந்தது. கரையை நக்கிவிட்டுத் திரும்பும் அலை களைச் சற்று நேரம் வேடிக்கை பார்த்தார். அவருடைய அந்த பிரத்யேகக் கடற்கரை காட்டேஜில் பியர் அருந்திக்கொண்டே கடலை வேடிக்கை பார்ப்பது, அவருக்குப் பிடித்தமான பொழுது போக்கு. தொடுவானத்தைத் தாண்டி பூமியின் மறுபுறம் இருக்கும் தேசங்களோடு எல்லாம் அவருக்கு இருக்கும் தொடர்புகளை எண்ணியபடி பால்கனியின் விளிம்பில் இருந்த மரச்சட்டங்களில் கையூன்றி நின்றிருந்தார்.

அவர் அடைத்து விற்கும் மீன்களை வாங்கும் தேசங்கள் ஒருபுறம். அவர் கவர்ந்து விற்கும் கோயில் சிற்பங்கள் விலை போகும் தேசங்கள் ஒருபுறம்.

நட்சத்திரங்கள் உலர்த்தப்பட்ட இருள்வானின் கீழ், வெகு தூரத்தில் ஒரு கப்பலின் வெளிச்சப் புள்ளிகள் தென்பட்டன. அவர் மூலம் எத்தனை பிள்ளையார்கள், எத்தனை அம்மன்கள், எத்தனை நாராயணன்கள், எத்தனை நடராஜர்கள் இதே கடல் வழியாக அதுபோன்ற கப்பல்களில் தூர தேசங்களுக்குப் பயணப் பட்டிருக்கின்றனர்! ஆனால், இந்த அரவமணி நல்லூர் நடராஜர் மட்டும் அவரை வெகுவாய்ப் புரட்டிப் போட்டுக்கொண்டிருப்ப தாகத் தோன்றியது.

பால்கனியின் நுழைவாயிலில் நிழலாடியது. திரும்பிப் பார்த்தார். அவர் மூளைக்குள் பல பல்சக்கரங்கள் சுழன் றுகொண்டிருப்பதை அறியாதவள் போல், கும்கும் அங்கே ஒயிலாக நின்றிருந்தாள். பளீரென்ற தொடையைக் காட்டும் அரை ட்ராயர். மேலே அரை டாப்ஸ். அவளுடைய மூல தனமே அந்தக் குழைந்த வயிறும், வெட்டி விரியும் இடுப்பும்தான் என்று கடை பரப்புவது போல் நின்றிருந்தாள்.

“என்ன டியர், உள்ள வரப்போறதில்லையா..?” என்று கேட் டாள். மூச்சிலும் பேச்சிலும் ஒயின் இருந்தது.

அவளுடைய இயற்பெயர் ‘கும்கும்’ இல்லை என்று தீபக் தர்ம சேனாவுக்குத் தெரியும். அவளுடைய இயற்பெயரைத் தெரிந்து கொள்ளும் விருப்பமும் அவருக்கு இல்லை. சொல்லப்போனால், அவர் சந்திக்கும் மூன்றாவது கும்கும் இவள்.

வாரம் முழுவதும் பிஸினஸ் அழுத்தங்கள் நசுக்கிப் பிழிந்த பின், உழைத்த உடலுக்கும், களைத்த மனதுக்கும் உற்சாகமூட்ட சனிக்கிழமை இரவு அவர் தன்னுடைய கடற்கரைக் குடிலுக்கு வந்துவிடுவது வழக்கம். சில முறை நண்பர்களோடு. சில முறை நண்பிகளோடு.

வாரக் கடைசிக்காகக் காத்திருக்காமல், இன்றைக்கு அவர் வந்திருப்பது சற்று தனிமையை நாடி. தனிமை என்றால், மொத்த மான தனிமை அல்ல. தேவையென்றால் அவரைக் குளுமைப் படுத்தக்கூடிய கும்கும் போன்ற துணையுடனான தனிமை.

கும்குமைத் தாண்டி, அரவமணிநல்லூர் நடராஜர் அவர் கவனத்தைச் சிறைப் பிடித் திருந்ததற்குக் காரணம் இருந்தது. நட ராஜர் வந்தபின் நேர்ந்த நிகழ்வுகள் அவரைச் சற்று கலைத்திருந்தன.

வீடியோ ஃபுட்டேஜ் காட்டி, சிலையை வாங்குபவரிடம் அதி கப் பணம் வசூலிக்கலாம் என்று நினைத்த ஜோஷ்வாவையும்,

லியோவையும் அதற்குமேல் தன்னுடைய வளையத்தில் வைத்திருக்க அவருக்கு விருப்பமில்லை. அதனாலேயே அவர்களை முடித்துவிடும்படி ஜார்ஜிடம் சொல்லியிருந்தார். ஆனால், ஜார்ஜ் போலீஸில் சிக்குவான் என்று அவர் எதிர்பார்த்திருக்கவில்லை. அந்தக் குழப்பத்தைத் தீர்க்க அவனையே முடிக்க வேண்டி வந்தது, அவர் விரும்பாத விஷயம். இப்போது ஜார்ஜிடமிருந்து அந்த சிலையை வாங்கி வந்த சின்னாவுக்கும் பிரச்சினை.

நல்லவேளை அந்த சிலை அவரிடமிருந்து விடுபட்டுவிட்டது என்று நினைத்தாலும், அடிவயிற்றில் ஒரு கலக்கம் இருந்தது. கோயிலை விட்டு வெளியே வந்த சூட்டோடு குருக்கள், யாரோ ஒரு டி.வி பெண் என்று இருவரைப் பலிவாங்கியது மட்டுமல்லாமல், அதன் பயணத்தில் பலரும் பலியாகியது பற்றி யோசிக்காமல் இருக்க முடியவில்லை. அப்பயணத்தில் தானும் ஒரு பங்குகொண்டது பற்றிய அச்சத்தை அவரால் தவிர்க்க இயலவில்லை.

குறிப்பாக சின்னா போலீஸில் சிக்கியது, தனக்கு ஒரு பெரும் பின்னடைவு என்று அவர் கருதினார்.

அவருடைய நிழல் சாம்ராஜ்யத்துக்காக மட்டுமே அவர் பயன்படுத்திய பிரத்யேகமான இரண்டு போன் எண்களும், வெகு சிலருக்குத்தான் தெரியும். சின்னா சொன்னதாகச் சொல்லி, அந்த எண்களுக்கு கான்ஸ்டபிள் மாத்ருபூதம் பேசியதால்தான், அதில் உண்மை இருக்கக்கூடும் என்று அவர் முடிவு செய்தார். ஆனாலும், அடிமனதில் ஒரு நெருடல். எதிர்பாராத எந்த ஆபத்தையும் சந்திக்க அவர் தயாராக இல்லை. அதைப்பற்றி யோசிக்க அவருக்குச் சற்று தனிமை வேண்டியிருந்தது.

அது புரியாமல் கும்கும் தன் ஒயிலைக் காட்டிக்கொண்டு எதிரில் வந்து நின்றாள். பொறுமையிழந்து, பால்கனிக்குள் பிரவேசித்தாள். கடலைப் பார்த்தபடி நின்றிருந்த தீபக் தர்மசேனாவின் முதுகில் தன் பாரத்தைச் சாய்த்து நின்றாள்.

“நீங்க குடுக்கற பணத்துக்காகவா நான் வரேன்..? ஐ என்ஜாய் யுவர் கம்பெனி. என்னைவிட பியர்தான் முக்கியம்னு இப்படித் தள்ளி வந்து நின்னா, என்னை ரொம்ப இன்சல்ட் பண்ற மாதிரி இருக்கு...” என்று அவர் காது மடல்களை நாவால் உரசினாள்.

“அஞ்சு நிமிஷம் கொடு...” என்றார் தீபக் தர்மசேனா. சட்டென்று நிமிர்ந்தார்.

“உன்கிட்ட என்ன கார் இருக்கு, கும்கும்..?”

“மாருதி ஜென்... பழைய மாடல்... ஏன்..?”

“நாளைக்குக் காலையில காந்திசிலைக்குப் பின்னால உனக்கு

ஒரு சின்ன வேலை இருக்கு...” என்றார் தீபக் தர்மசேனா. சட்டென்று இறுக்கம் தளர்ந்து அகலமாகப் புன்னகைத்தார். பியரை வைத்துவிட்டு, அவள் இடுப்பை அணைத்தார். அறைக்குள் நடத்திச் சென்றார்.

“கம், லெட்ஸ் என்ஜாய்...”

அதிகாலை ஐந்து மணிக்கெல்லாம், காந்தி சிலையின் பின்னால் இருந்த கடற்கரையின் உள்சாலை பரபரப்பாக இருந்தது. இளைஞர்கள், இளைஞிகள், நடுத்தர வயதினர் என்று மத்திய தரக் குடும்பத்தைச் சேர்ந்தவர்கள், தங்களுடைய இரு சக்கர வாகனங்களை அங்கு கொண்டுவந்து நிறுத்திவிட்டு, நடைப்பயிற்சியை மேற்கொண்டனர்.

காலைச் சூரியனுக்கு சாமரம் வீசி வரவேற்க சில மேகங்கள் தொடுவானில் தயாராகக் காத்திருந்தன. சிவப்பும், மஞ்சளுமாக கீழ்வானம் சாயம் பூசிக்கொள்ள ஆயத்தமாகிக்கொண்டிருந்தது.

அங்கங்கே சைக்கிள்களில் கேன் வைத்து, அருகம்புல் சாறு, துளசித் தண்ணீர், சுக்கு காபி என்று அந்த அதிகாலையிலேயே வியாபாரம் மும்முரமாக இருந்தது.

இன்னொரு புறம் வரிசையாக நிறுத்தப்பட்ட கார்கள். அடையாளங்களற்ற ஒரு இன்னோவா காரில், இன்ஸ்பெக்டர் துரை அரசன் அமர்ந்திருந்தார். அங்கிருந்து முழுச் சாலையையும் அவரால் நோட்டமிட முடிந்தது. அவரை அடுத்திருந்த இருக்கையில் நகங்களைக் கடித்துக்கொண்டு கான்ஸ்டபிள் மாத்ருபூதம் அமர்ந்திருந்தார். இருவரும் நடைப்பயிற்சிக்கு வந்தவர்கள் போல், டி ஷர்ட் மற்றும் அரை ட்ராயர் அணிந்திருந்தனர்.

சாலையில் ஓடிக்கொண்டும், நடந்துகொண்டும் இருந்த நூற்றுக் கணக்கானவர்களில் ஒருவராக சப் இன்ஸ்பெக்டர் சுகுமார், ஜாகிங் உடையில் கலந்திருந்தார். ஒவ்வொரு முறை இரு சக்கர வாகனம் கொண்டுவந்து நிறுத்தப்பட்டபோதும், அதனுடைய பதிவு எண்ணை கவனமாகப் பார்த்துக்கொண்டே ஓடினார். முந்தின நாள் தொலைபேசியில் குறிப்பிடப்பட்ட 3366 என்ற பதிவெண் கொண்ட மோட்டார் சைக்கிள் இன்னும் வந்து சேரவில்லை.

இன்ஸ்பெக்டர் துரை அரசன் மெல்லிய குரலில் பேசினார்.

“ஒருவேளை அந்த பைக்கில வர்றவன் உங்களை ஏற்கனவே சந்திச்சிருக்கலாம். அதனால, உங்களை மாதிரி போன்ல நான் பேசினாலும், நேர்ல வேற ஒருத்தர் போக வேண்டாம்னு தோணுது. அதுக்காக உங்களையே கூட்டி வந்திருக்கேன். வண்டி வந்ததும், தோளைத் தொடுவேன். டக்னு இறங்கிப் போகணும். இந்தக்

கவரை அந்த வண்டில போட்டுட்டு வந்துரணும். நிக்கக் கூடாது. யாரோடயும் பேசக்கூடாது. உங்களை கஸ்டடிலதான் வெச்சிருக்கோம். அதனால, தப்பிக்க முயற்சி எதுவும் எடுக்காதீங்க..."

தலையசைத்தாலும், "பயமாயிருக்கு சார்..." என்று மாத்ரு பூதம் கலங்கினார்.

நேரம் ஆறு மணியை நெருங்கியது. நடைப்பயிற்சி முடிந்து சிலர் தங்கள் இரு சக்கர வாகனங்களை எடுத்துக்கொண்டு போக ஆரம்பித்துவிட்டனர். துரை அரசனின் கண்கள் திடீரென்று விரிந்தன. காரணம், இன்னோவா காருக்கு சற்றுத் தள்ளி வந்து நின்ற மஞ்சள்நிறமாருதி ஜென்.

"அந்த வண்டி நம்பரைப் பாத்தீங்களா, மாத்ருபூதம்..? 3366. பைக்னு சொல்லிட்டு காரை அனுப்பியிருக்கானா..?"

அவர் குழப்பத்துடன் முந்தின நாள் பேசிய அதே எண்ணுக்குப் பேசலாம் என்று மாத்ருபூதத்தின் போனை எடுத்தார். முந்திக் கொண்டு அந்த போன் ஒலித்தது. எடுத்தார்.

"வந்துட்டியா, மாத்ருபூதம்..?"

"வந்துட்டேன், அய்யா..." என்றார் துரைஅரசன்.

"மஞ்சள் கலர் ஜென் கார் நிக்கும், பாரு... 3366. பின்னால ஜன்னல் திறந்திருக்கும். உள்ள கவரைப் போட்டுட்டு, நிக்காம, திரும்பிப் பாக்காம போயிட்டே இரு..." என்று மறுமுனைக் குரல் உத்தரவு கொடுத்தது.

"சரிங்க அய்யா..."

தொடர்பு அறுந்தது.

இன்ஸ்பெக்டர் துரைஅரசன் சுகுமாரின் எண்ணுக்கு போன் பேசினார். "சுகுமார், பைக் இல்ல... ஜென் கார். அதே 3366" என்றார். மாத்ருபூதத்தின் தோளைத் தொட்டார். "அந்தக் கார்ல பின்சீட்டுல கவரைப் போட்டுட்டு, நீங்க பாட்டுக்கு நடந்து போயிட்டே இருங்க..."

மாத்ருபூதம் இறங்கினார். ஜாகிங் பயிற்சி செய்பவர் போல் சிறு ஓட்டத்துடன் அந்தக் காரை நெருங்கினார். பின்னால், கண்ணாடி இறக்கப்பட்டிருந்தது. அவர் கையில் இருந்த கவரை உள்ளே போட்டார். நிற்காமல் ஓடினார்.

ஜன்னலை ஏற்றிக்கொண்டு, மாருதி ஜென் அங்கிருந்து புறப்பட்டது.

திடீரென்று மாத்ருபூதம் அவருக்குச் சொல்லப் பட்ட பாதையை விடுத்து, மணல்வெளியில் புகுந்து ஓட ஆரம்பித்தார். துரைஅரசனுக்குப் புரிந்தது. இப்போது

மாத்ருபூதத்தைத் துரத்திப் பிடித்தால், எதிராளிக்குக் கண்டிப்பாக அவர் போலீஸிடம் சிக்கிவிட்டது தெரிந்துவிடும். பிடிக்காமல் விட்டுவிட்டால், தப்பித்துப்போய் மாத்ருபூதம் எங்கிருந்தாவது தன்னிச்சையாக எதிராளிக்கு போன் செய்து எச்சரித்து விடக்கூடும். என்ன செய்வது என்று சற்றே குழம்பிவிட்டு, காரிலிருந்து இறங்கினார்.

அவரும் ஓடுவதற்குத் தயாரான ட்ராக் சூட் அணிந்திருந்ததால், மணல்வெளியில் உடற்பயிற்சி செய்பவர் போல் இரண்டு, மூன்று முறை உட்கார்ந்து, எழுந்தார். பின், ஓட ஆரம்பித்தார்.

மாத்ருபூதம் உடற்பயிற்சிகள் செய்து வெகுகாலம் ஆகியிருந்ததால், மணலில் கால்கள் புதையப் புதைய வேகமாக ஓட முடியவில்லை. வெகு விரைவிலேயே அவருக்கு நெருக்கத்தில் இணையாக துரை அரசன் வந்து சேர்ந்துவிட்டார்.

“என்ன மாத்ருபூதம், அப்படியே தப்பிச்சு கடலுக்குள்ள இறங்கி, நீந்தியே சிலோன் போயிடலாம்னு பார்க்கறீங்களா..?”

மாத்ருபூதம் ஓடியதாலும், அச்சத்தினாலும் வியர்த்திருந்தார். தொப்பென்று மணலில் அமர்ந்தார்.

“என்னை விட்டுருங்க சார். உங்களுக்குத்தான் இவ்வளவு ஒத்துழைப்பு கொடுத்துட்டேனே..?”

“நடராஜர் சிலை திரும்பி வர்றவரைக்கும் நீங்க ஒத்துழைப்பு கொடுக்கறதை நிறுத்த முடியாது, மாத்ருபூதம். எழுந்திருங்க... அப்படியே திரும்பி நம்ம காருக்கு ஓடுங்க... தப்பிச்சு ஓடப் பார்த்தீங்கன்னா, கண்டிப்பா பிரச்னையாகும்” என்றார்.

மாத்ருபூதம் களைப்புடன் துரை அரசனை நிமிர்ந்து பார்த்தார்.

சப் இன்ஸ்பெக்டர் சுகுமார், மாருதி ஜென் அந்த இடத்தை விட்டுப் புறப்பட்டதும், தன் ஓட்டத்தை முடித்துக்கொண்டார். தன் பைக்கை நிமிர்த்தினார். ஹெல்மெட்டை அணிந்தார். பைக்கைக் கிளப்பினார். போதிய இடைவெளி விட்டு, அந்த ஜென் காரைப் பின் தொடர ஆரம்பித்தார்.

ஜென் கார் கடற்கரைச் சாலைக்குள் நுழைந்தது. உழைப்பாளர் சிலை அருகே, வாலாஜா சாலையில் திரும்பியது. அண்ணா சாலையில் வலது புறம் திரும்பியது. விரைந்தது.

மோட்டார் சைக்கிள் தொடர்ந்தது. பைக்கில் தொடரும் போதே, மாருதி ஜென் காருடைய பயணத்தை உடனுக்குடன் புளூடூத் மூலம் போனில் தெரிவித்துக்கொண்டிருந்தார், சுகுமார்.

மூன்று, நான்கு போலீஸ் வாகனங்கள் வெவ்வேறு இடங்களில் உஷாராயின.

சென்னை ஜிம்கானா கிளப்பின் வளாகத்துக்குள் மாருதி ஜென் நுழைந்தது.

பெரிய மனிதர்கள் உறுப்பினர்களாக இருக்கும் கிளப்புக்குள் காரில் போகாமல் பைக்கில் தொடர்ந்தால் சந்தேகம் வருமா என்று சுகுமார் தயங்கி நின்றார்.

# 21

கிளப்புக்குள் நுழையலாமா, வேண்டாமா' என்று சப் இன்ஸ்பெக்டர் சுகுமார் யோசித்துக்கொண்டிருந்தபோதே, விலையுயர்ந்த மோட்டார் சைக்கிள் ஒன்று படபடவென்று கிளப்புக்குள் நுழைவதைப் பார்த்தார்.

இந்த அதிகாலை வேளையில், கிளப்பில் சீட்டாடுவதற்காகக் கூடுபவர்கள் இருக்க மாட்டார்கள். பிரியமில்லாமலேயே சேர்த்து விட்ட கொழுப்பு கிலோக்களை கரைப்பதற்கென்று டென்னிஸ் ஆடுவதற்கும், ஷட்டில்காக் ஆடுவதற்கும், நீச்சல் பயில்வதற்கும் தான் பணக்காரர்களும் வந்து போவார்கள். அப்படி வருபவர்கள் ஸ்கூட்டரிலும், மோட்டார் சைக்கிளிலும் கிளப்பில் நுழைவதை யாரும் சந்தேகத்துடன் பார்க்க மாட்டார்கள் என்றே தோன்றியது.

சுகுமார் வெகு இயல்பாக ஹெல்மெட்டை எடுக்காமலேயே வாசலில் நின்ற செக்யூரிட்டிக்கு கையை உயர்த்திக் காட்டிவிட்டு, கிளப்பின் உள்ளே நுழைந்தார். அவர் அணிந்திருந்த உடை காரணமாக, அங்கே காலைப் பயிற்சிக்கு வரும் கிளப் உறுப்பினர் என்றே சுகுமாரை காவலுக்கு இருந்தவர் நினைத்தார். ஆறேழு இரு சக்கர வாகனங்கள் நிறுத்தப்பட்டிருந்த பகுதியில், சுகுமார் தன் மோட்டார் சைக்கிளைக் கொண்டு போய் நிறுத்தினார்.

அந்த மஞ்சள்நிற ஜென் கார், சில நூறடிகள் தள்ளி நிறுத்தத்துக்கு வந்திருந்ததைக் கவனித்தார். சுகுமார் பைக்கிலிருந்து இறங்காமல், ஹெல்மெட் கண்ணாடியை உயர்த்தி

விட்டு நோட்டமிட்டார். ஜென் காரிலிருந்து ஓர் இளம்பெண் இறங்கி ஒயிலாக நடந்து போவதைக் கவனித்தார். அந்தப் பெண் தன் கையில் இருந்த கவரை யாரிடம் ஒப்படைக்கப் போகிறாள் என்று சுகுமார் ஆவலுடன் பார்த்திருக்க, அங்கு பார்க் செய்யப்பட்டிருந்த ஒரு ஆடி காரின் திறந்திருந்த ஜன்னல் வழியே, முன் இருக்கையில் அதை வீசிவிட்டு அவள் திரும்பி நடந்தாள்.

சுகுமார் தன்னுடைய போனை நோண்டுவது போல் முகத்துக்கு நேரே பிடித்திருந்தார். டக்டக்கென்று இரண்டு முறை அவளுடைய முகத்தையும், அவள் கவரை எறிந்த காரின் எண்ணையும் புகைப் படம் எடுத்துக்கொண்டார்.

அவள் தனது காரில் ஏறினாள். கார் யு டர்ன் எடுத்து கேட்டை நோக்கிப் பயணப்பட்டது. சுகுமார் தன் போனில் இன்ஸ்பெக்டர் துரைஅரசனுக்குத் தகவல் கொடுத்தார்.

‘சென்னையின் பெருமை’ எனக் கொண்டாடப் படும் மெரினா கடற்கரை.

இன்ஸ்பெக்டர் துரைஅரசன் போனில் சுகுமாருக்கு பதில் சொல்லிக்கொண்டிருந்தார். “ஜென்னை கிளப்புக்கு வெளிலேர்ந்து ஃபாலோ பண்றதுக்கு நான் ஏற்பாடு பண்ணிக்கறேன். நீங்க கவர் விழுந்த கார்ல யார் ஏறுறாங்கன்னு கவனிங்க... முடிஞ்சா, அந்தக் காரை ஃபாலோ பண்ணுங்க...”

சொல்லிவிட்டு, கான்ஸ்டபிள் மாத்ருபூதத்திடம் கண்களால் உத்தரவு கொடுத்தார். இனி தப்பிக்க முயற்சி செய்வதில் அர்த்த மில்லை என மாத்ருபூதம் மணலில் கையூன்றி எழுந்தார். மெல்ல நடந்து அந்த இன்னோவா காருக்குள் ஏறி அமர்ந்தார். சில நிமி டங்கள் கழித்து துரைஅரசனும் அதே காரில் வேறு பக்கத்திலிருந்து ஏறி அமர்ந்தார்.

அந்த வண்டி அங்கிருந்து புறப்பட்டது.

பைக்கிலேயே காத்திருந்தால் அநாவசிய சந்தேகங்கள் வரும் என்பதால், வண்டியை பார்க் செய்துவிட்டு, போனில் பேசிய படியே சுகுமார் நடந்தார். கிளப் உறுப்பினர்களுக்காகத் திறந்தி ருந்த சிற்றுண்டி விடுதிக்குள் சென்று அமர்ந்தார். அரசாங்கப் பணத்தில் ஒரு காபி வாங்கி உறிஞ்சினார். அவர் அமர்ந்திருந்த இடத்திலிருந்து கார் நிறுத்தப்பட்ட இடம் தெரிந்தது.

கும்கும் சென்ட்ரல் ரயில் நிலைய சிக்னலில் பச்சை விளக்குக் காகக் காத்திருந்தாள். இரவு அருந்திய ஒயின் இன்னும் தன் ரத்தத்தில் உயிர்ப்போடு இருப்பதை உணர்ந்தாள். தீபக் தர்மசேனா திடீரென்று இப்படியொரு வேலை கொடுப்பார் என்று அவள் எதிர்பார்த்திருக்கவில்லை. மிகமிகச் சுலபமான வேலை. ஆனால்,

அதற்கு அவர் கொடுத்த பணம், கேள்விகள் கேட்க விடாமல் அவளை மௌனமாக்கியிருந்தது.

இதோ இன்னும் நாற்பது நிமிடங்களில் அவள் தங்கியிருக்கும் அபார்ட்மென்ட்டை அடைந்து, கவிழ்ந்து படுத்தால், குறைந்தது நான்கைந்து மணி நேரத்துக்கு யாரும் அவளை எழுப்ப மாட்டார்கள். பச்சை விளக்கு விழுந்ததும், காரின் கியரைப் பொருத்தினாள். குறுக்கில் ஒரு வெள்ளை உடுப்பு கான்ஸ்டபிள் வந்து நின்றார். வண்டியை ஓரம் கட்டச் சொன்னார்.

கும்கும் ஜன்னலை இறக்கி, வசீகரமான சிரிப்பை அவர் மீது வீசினாள்.

"என்ன சார்... லிஃப்ட் வேணுமா..?" என்றாள்.

"ஸ்டாப் கோட்டைத் தாண்டி வந்திருக்கீங்கம்மா..."

"சார், பச்சை விழுந்திருச்சு..."

"இல்ல, சிவப்பு இருக்கும்போதே நீங்க தாண்டினீங்க..."

"சத்தியமா இல்ல சார்..."

"முதல்ல உங்க ஆர்.சி. புக்கை எடுங்க..."

கும்கும் ஆர்.சி தாளை எடுத்து நீட்டினாள்.

"ஆர்.சி புக்ல ஒரு நம்பர் இருக்கு... ஆனா நம்பர் பிளேட்டுல வேற நம்பர் இருக்கு..?"

கான்ஸ்டபிள் கார் சாவியை இக்னிஷனிலிருந்து எடுத்து கையில் வைத்துக்கொண்டார்.

"வண்டிலேர்ந்து இறங்குங்கம்மா..."

கும்கும் திடுக்கிட்டாள். அவளுடைய காரின் ஆர்.சி புத்தகத்தில் இருக்கும் பதிவெண்கள் வேறு. தீபக் தர்மசேனா ஏதோ விளையாட்டுக்கு என்று சொல்லி, அவளுடைய காரின் நம்பர் பிளேட்டுகளை '3366' என்று மாற்ற ஏற்பாடு செய்திருந்தார்.

கும்கும் காரிலிருந்து இறங்கினாள்.

"சார்! ஒரு சின்ன தப்பு நடந்து போச்சு... நான் காரை இப்பதான் சர்வீஸுக்கு விட்டிருந்தேன். அங்க நம்பர் பிளேட்டை மாத்திட்டாங்கன்னு நினைக்கறேன்... நானே கவனிக்கலை!"

"எதுவா இருந்தாலும், பெரிய அய்யா வந்து பார்த்தப்புறம்தான் போக முடியும். காருக்குள்ள உக்காருங்க..."

கும்கும் உடனே தீபக் தர்மசேனாவுக்கு போன் செய்யலாமா என்று யோசித்தாள். நூறோ, இருநூறோ வீசினால் சரி செய்யக்கூடிய பிரச்னைகளுக்கு ஆயிரங்களை அள்ளி வீசுபவரைத் தொந்தரவு செய்வது சரியில்லை என்று தோன்றியது.

சற்று நேரத்தில் அங்கு இன்ஸ்பெக்டர் துரைஅரசன் வந்து சேர்ந்தார். ஆர்.சி புத்தகத்தை சரிபார்த்தார்.

"என்னம்மா இது... திருட்டுக் காரா..?" என்று சீண்டும் விதமாகக் கேட்டார்.

கும்கும் பொறுமையிழந்தாள்.

"ஹலோ, வார்த்தைகளை அளந்து பேசுங்க. இது என் சொந்தக் கார்..."

"அப்புறம் ஏன் நம்பர் பிளேட்டை மாத்தியிருக்கீங்க... ஏதாவது கடத்தல் செய்யறீங்களா..?"

"ஹலோ, நான் யார்னு உங்களுக்குத் தெரியாது!"

"நீங்க யாரு, உங்க பின்னணி என்ன, எல்லாத்தையும் தெரிஞ்சுக்கணும்னு எனக்கும் ஆசையா இருக்கு. ஸ்டேஷனுக்குப் போலாம், வாங்க..." என்று அவள் கையிலிருந்து போனைப் பறித்தார், துரை அரசன்.

விஜய் மொட்டை மாடியில் சூரிய நமஸ்காரப் பயிற்சி செய்து கொண்டிருந்தபோது, அவனுடைய அம்மா மரகதம் மூச்சிரைக்கப் படியேறி வந்தாள்.

"டேய், உனக்கு போனு..."

"கூப்பிட்டா நானே கீழ வர்றேன்... அதை எதுக்கு தூக்கிட்டு ஓடி வர்றே..?"

"யார்கிட்டேர்ந்துன்னு தெரியுமா? உங்க எம்.டி போன் பண்றாரு விஜய்..."

விஜய் அவளிடமிருந்து போனைப் பறித்தான்.

"குட் மார்னிங் சார்..." என்றான்.

"குட் மார்னிங் விஜய். உன் லேப்டாப்ல எதுவும் பிரச்னை வரலையே..?" என்று எதிர்முனையில் கிரிதரின் குரல்.

"இல்லையே சார்... ஏன்?"

"உன் லேப்டாப்பை எடுத்துட்டு இன்னிக்கு ஆபீசுக்கு காலைல ஒரு எட்டரை மணிக்கு வாயேன்..."

"சரி சார்..."

போனை வைத்ததும், "ஏதாவது அர்ஜென்ட் மேட்டரா..?" என்று கேட்டாள், மரகதம்.

"அர்ஜென்ட்டா இருக்கறதுனாலதான எனக்கு எம்.டி.யே போன் பண்றாரு..."

"டேய்! இனிமே அநாவசிய வம்பு தும்புக்குப் போக

மாட்டேன்னு அவர் கால்ல விழுந்து திரும்ப வேலைக்குப் போக ஆரம்பி. இப்படியே வீட்ல உட்கார்ந்திருந்தா, 'இட்லிக்கு அரைச்சுக் குடு', 'துணியை உலர்த்திட்டு வா', 'கோயில்ல கொண்டு போய் விடறியா'னு நான் கேக்க ஆரம்பிச்சிடுவேன்..." என்றாள் மரகதம்.

கிளப் அந்த நேரத்திலும் பரபரப்பாக இருப்பதை கவனித்த படி, கிட்டத்தட்ட இரண்டு மணி நேரம் காத்திருந்தார் சுகுமார்.

ஆடி காரை நோக்கி ஒருவர் நடந்து வருவதை கவனித்தார். வெள்ளை ஷார்ட்ஸ், வெள்ளை பனியன், டென்னிஸ் மட்டை சகிதமாக, ஒரு பூத்துவாலையால் தன் உடலில் வியர்த்திருந்த இடங்களை ஒற்றிக்கொண்டே அவர் வந்தார்.

சுகுமார் அந்தக் காரில் ஏறுபவரை போனில் க்ளிக், க்ளிக் என்று சிலமுறை புகைப்படங்களாகச் சிறைப்பிடித்தார். இயல் பாக எழுந்தார். பைக்கை நிறுத்தியிருந்த இடத்தை அடைந்து, ஹெல்மெட்டை அணிந்தார். வண்டியைக் கிளப்பி, கிளப்புக்கு வெளியே வந்தார். சாலையோரத்தில் ஒதுங்கிக் காத்திருந்தார். சற்றுநேரத்தில் அந்த கறுப்பு ஆடி கார் வெளியில் வந்தது.

சுகுமார் அந்தக் காரை பின்தொடர ஆரம்பித்தார்.

கே.ஜி. தொலைக்காட்சி அலுவலகம். எம்.டி கிரிதரின் அறை.

"உன் லேப்டாப்பைத் திற..." என்றார் கிரிதர்.

விஜய் லேப்டாப்பைத் திறந்து காட்டினான்.

"மெயில் ஓப்பன் பண்ணு..."

"ஏன் சார்..?"

எம்.டி தன்னுடைய லேப்டாப்பை தொட்டுக் காட்டினார்.

"என்னோட லேப்டாப் ரொம்ப காஸ்ட்லி. ஏகப்பட்ட செலவு செஞ்சு, வைரஸ் தாக்காம இருக்க ஏதேதோ புரோகிராம் போட் டிருக்கேன். ஆனாலும், ஒருநாள் திடீர்னு க்ராஷ் ஆயிடுச்சு. என் அக்கவுன்ட்லேர்ந்து உனக்கு ஒரு மெயில் வந்திருந்தது இல்ல, அதான் இதுக்குக் காரணம்னு எனக்குத் தோணுச்சு. அதனால தான் உன்னையும் கூப்பிட்டு வார்ன் பண்ணலாம்னு..."

"அந்த மெயிலை அன்னிக்கே நான் டெலிட் பண்ணிட்டேன், சார்..."

"நான்கூட தான் டெலிட் பண்னேன். ஆனா அந்த வைரஸ் எங்கியோ போய் ரகசியமா உட்கார்ந்துக்கிச்சு. அத்தனை ஃபைலை யும் தின்னு காலி பண்ணிடுச்சு. நீ ஒண்ணு செய்... அந்த லேப் டாப்பை முஸ்தஃபா கிட்ட கொடுத்துட்டுப் போ! அவன் அதை க்ளீன் பண்ணிட்டு ஈவ்னிங் உனக்குத் தருவான்..."

"எனக்குத்தான் பிரச்னை வரலியே சார்..?"

"சொன்னா கேளு விஜய்."

"அதுக்கில்ல சார்... அதுல என்னோட பர்சனல் மேட்டர்லாம் இருக்கு சார்!"

"அவ்வளவுதான..? நீயும் கூடவே இருந்து பார்த்துக்கோ... ஓகே?" என்று கிரிதர் இன்டர்காமில் முஸ்தஃபாவை அழைத்தார்.

முஸ்தஃபா, அந்தத் தொலைக்காட்சி தொடர்பான அத்தனை மென்பொருள்களும் அறிந்தவன். மென்மொழிகளும் புரிந்தவன். தலைமை சாஃப்ட்வேர் நிபுணன்.

அவன் வந்து பணிவுடன் நின்றதும், "முஸ்தஃபா, இந்த லேப் டாப்பை கொஞ்சம் க்ளீன் பண்ணிக் குடுத்துரு.." என்றார் கிரிதர்.

இருவரும் வெளியேறவிருந்த நேரம், "விஜய்" என்று அழைத்தார்.

"சார்..?"

"அப்புறம் உன்கிட்ட இன்னொரு முக்கியமான விஷயம் நான் பேசணும். லேப்டாப் ரெடியானதும், ரூமுக்கு வா..."

சுகுமார் நிறைய இடைவெளி விட்டு, பின்தொடர்ந்த ஆடி கார் மீண்டும் கடற்கரைச் சாலையைப் பிடித்து விரைந்தது. ரிசர்வ் பேங்க் பாதாளப் பாதையில் இறங்கி ஏறியதும், கார் பாரிமுனை யில் திரும்பாமல் நேரே பயணப்பட்டது.

அலுவலக நேரம் துவங்காததால், சாலையில் போக்குவரத்து மெலிந்திருந்தது. காரைப் பார்வையிலிருந்து நழுவ விடாமல் தொடர எளிதாயிருந்தது.

கார் எரபாலுச் செட்டித் தெருவில் திரும்பியது. அங்கு ஒரு வங்கியின் பிரதான கிளையின் வாசலில் சாலையோரமாகச் சென்று நின்றது. காரிலிருந்து அந்த மனிதர் இறங்கினார்.

அங்கு ஏற்கனவே இன்னொரு கார் காத்திருந்தது. வெள்ளை நிற பி.எம்.டபிள்யூ கார். அந்தக் காரிலிருந்து இருவர் இறங்கினர். இருவரும் வெள்ளை உடுப்பு அணிந்திருந்தனர். டிரைவர்கள்!

அவர்களில் ஒருவன் அவர் ஓட்டிவந்த ஆடி காரில் ஏறி அமர்ந் தான். அடுத்தவன், பி.எம்.டபிள்யூவின் கதவைத் திறந்து பிடிக்க, அந்த மனிதர் ஏறி அமர்ந்தார்.

இரண்டு கார்களும் இடது வலது என்று எதிரெதிர் திசைகளில் புறப்பட்டன.

சுகுமார் சற்றே குழம்பினார். இப்போது, எந்தக் காரைப் பின் தொடர வேண்டும்? காரை விடவும் நபர்தான் முக்கியம்..!

வெள்ளைக் காரைப் பின்தொடர்ந்தார்.

பி.எம்.டபிள்யூ ஒரு திருப்பத்தில் சற்று தயங்கியது. அந்தக்

காரையொட்டி ஒரு மோட்டார் சைக்கிள் வந்து நின்றது. அதன் பதிவெண் *3366.*

சுகுமார் திடுக்கிட்டார். கடற்கரைக்கு வந்திருக்க வேண்டிய மோட்டார் சைக்கிள் இதுதானா?

காரிலிருந்தவர், தான் கொண்டு வந்திருந்த கவரை வெளியில் நீட்ட, மோட்டார் சைக்கிளில் இருந்தவன் அதைப் பறித்துக்கொண் டான். மோட்டார் சைக்கிள் வேறு திசையில் பயணப்பட்டது.

சுகுமார் மீண்டும் குழம்பினார்.

இப்போது எந்த வண்டியைப் பின்தொடரவேண்டும்..?

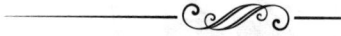

# 22

மோட்டார் சைக்கிளைப் பின்தொடர்வதா, காரைப் பின் தொடர்வதா என்று சுகுமார் மேலும் குழம்ப விரும்பவில்லை.

துரை அரசனுக்கு போன் செய்தார். விவரங்களைக் கொடுத் தார்.

“எல்லா காரோட நம்பரும் இருக்கு... யாரு ஓனர், முகவரி என்னனு கண்டுபிடிச்சுக்கலாம். நீங்க அந்த எஸ்டி கார்டு எங்க போகுதுனு கண்டுபிடிங்க...”

சுகுமார் 3366 என்ற எண்கொண்ட அந்த மோட்டார் சைக்கிளைப் பின்தொடர ஆரம்பித்தார்.

கே.ஜி. தொலைக்காட்சி நிறுவனம்.

“உன் பாஸ்வேர்டைப் போடு, விஜய்...” என்று முஸ்தஃபா அந்த லேப்டாப்பை அவன் பக்கம் திருப்பினான்.

விஜய் தன்னுடைய பாஸ்வேர்டை கம்ப்யூட்டரில் பதித்தான். முஸ்தஃபா தன்னிடமிருந்த ஒரு பென் ட்ரைவை லேப்டாப்பில் செருகி, சில ஆணைகளைக் கொடுத்தான்.

முஸ்தஃபாவுக்கு முப்பது வயது இருக்கும். சிறு வயதில் நிறைய உடற்பயிற்சி செய்தவன் போல தோள்கள் அகலமாக இருந்தன. மார்பு விரிந்திருந்தது. கம்ப்யூட்டரில் உத்தரவுகளைப் பதிவு செய்த வேகத்தில், விரல்களில்கூட பலம் தெரிந்தது.

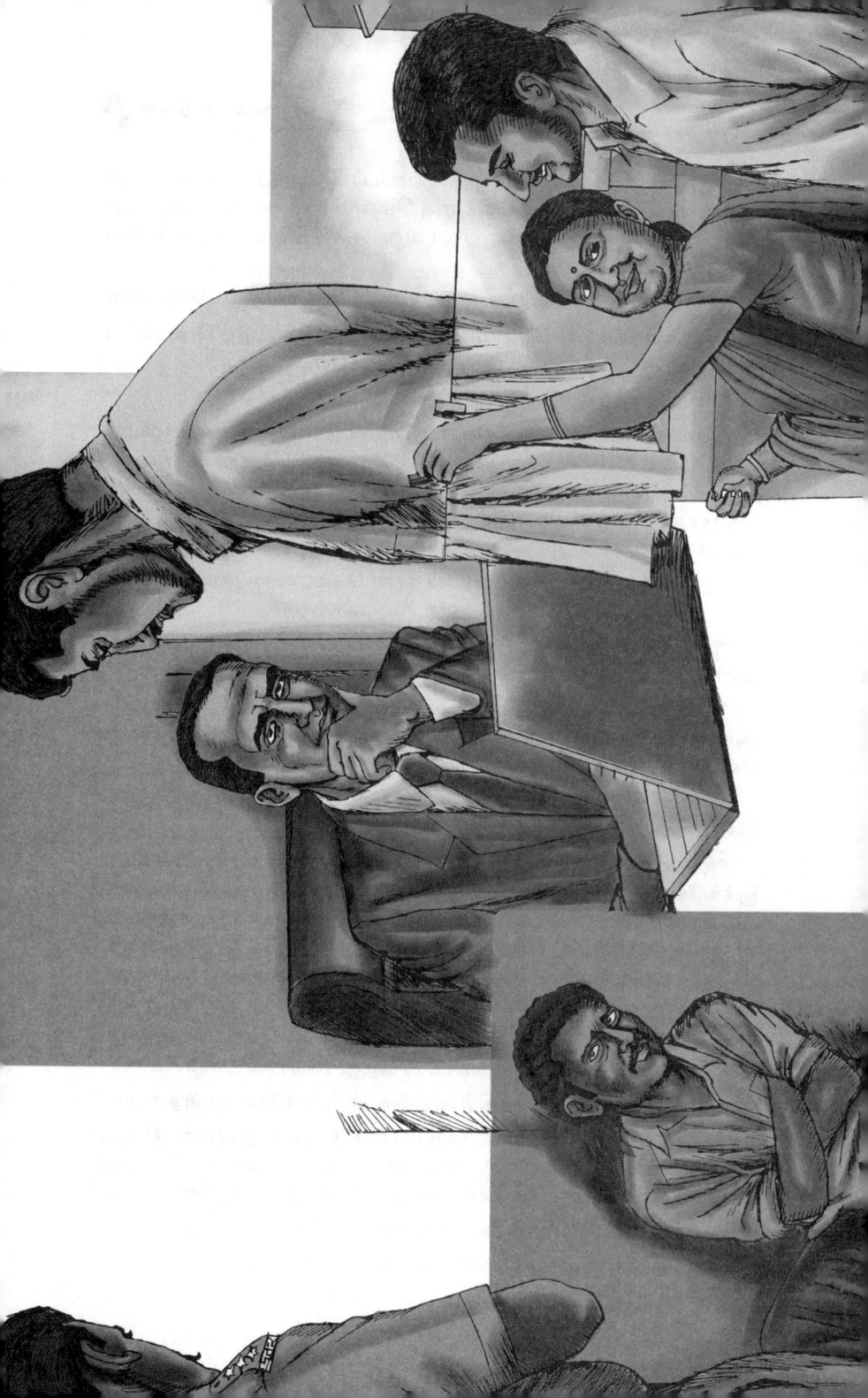

விஜய் பார்த்துக்கொண்டிருக்கும்போதே, அந்தமென்பொருள் லேப்டாப்பில் இருந்த ஒவ்வொரு மென் கோப்பையும் ஊடுருவி, ரகசியமான ஆபத்துகள் ஏதாவது ஒளிந்திருக்கிறதா என்று சோதனையிட ஆரம்பித்தது.

முஸ்தஃபா மெல்லிய குரலில் உரையாடலைத் துவக்கினான்.

“ஓய்வேயில்லாம தெனம் கேமிராவத் தூக்கிட்டுப் போயிட்டிருப்பியே, இப்போ சும்மா இருக்க முடியுதா..?”

“கஷ்டமாதான் இருக்கு..”

“ஆனா, ரிட்டயர் ஆனதுக்கு அப்புறம் நீ எழுதறதுக்கு சூப்பரா ஒரு மேட்டர் கிடைச்சிருக்கு இல்ல..? கண்ணெதிரே சிலைத் திருட்டு, லவ் பண்ற பொண்ணை பார்க்கும்போதே வெட்டிக் கொலை செய்யறது, இந்த அனுபவம்லாம் எல்லாருக்கும் கெடைக்குமா..?”

அவன் குரலில் இருந்த மெலிதான கேலி, விஜய்யை எரிச்சலுடன் நிமிர்ந்து பார்க்க வைத்தது.

“இதென்ன அபத்தம்..? கல்யாணியை நான் லவ் பண்ணேன்னு யார் சொன்னாங்க, முஸ்தஃபா..?”

“ஐயோ, நானா எதுவும் சொல்லலப்பா! நம்ப ஆபீஸ்லயே அங்கங்க ஆளுங்க பேசிக்கிட்டதுதான். ஒரு தடவை கல்யாணியே என்கிட்ட சொல்லியிருக்காளே...”

விஜய் திடுக்கிட்டான். “கல்யாணியா? கல்யாணி என்ன சொன்னா..?”

“திரும்பத் திரும்ப விஜய்யோடயே ப்ரோகிராம் பண்ணிட்டிருக்கியே, அந்த மூஞ்சி உனக்கு போரடிக்கலயான்னு ஒரு தடவை கல்யாணிகிட்ட கேட்டேன். அவளுக்கு கோபம் பொத்துட்டு வந்துடுச்சு...‘ஏய், விட்டா 24 மணி நேரமும் பார்த்துட்டு இருப்பேன்... விஜய் மூஞ்சியைப் பார்த்து எனக்கு ஏன் போரடிக்கப் போவுது?’ அப்படின்னு சண்டைக்கு வந்துட்டா. அதான் கேட்டேன். தப்பா நினைச்சுக்காதப்பா..!”

விஜய் முகத்தை இறுக்கமாக வைத்துக்கொண்டான்.

“தயவுசெஞ்சு இந்த மாதிரி அசிங்கமா பேசாதீங்க, முஸ்தஃபா..!”

“கோவிச்சுக்காதப்பா... கல்யாணிக்கு நம்ப ஆபீஸ்ல நிறைய பேர் ரூட் போட்டுட்டு இருந்தாங்க. ஆனா, அவ யார்கிட்டயும் மடியல. உன் கிட்டதான் பிரியமா இருந்தா... அதான் கேட்டேன்!”

“அந்தப் பட்டியல்ல நீங்களும் இருக்கீங்களா, முஸ்தஃபா..?”

முஸ்தஃபாவின் முகம் சரேலென வெளிறியது.

"ஏய்... என்னைப் பத்தி அப்படி ஏதாவது கல்யாணி உன்கிட்ட சொன்னாளா என்ன?"

"செத்தவங்களைப் பத்தி நான் பேச விரும்பல..." என்று விஜய் அந்த உரையாடலைத் தொடர விரும்பாமல் நிறுத்திவிட்டான். ஆனால், முஸ்தஃபாவின் பதற்றம் அவனுள் புதிதாக ஒரு கேள்வியை எழுப்பியது. 'எம்' என்று குறிப்பிட்டது, ஏன் முஸ்தஃபாவாக இருக்கக்கூடாது..?

முஸ்தஃபா சொடக்கு போட்டான்.

"உன் லேப்டாப்ல பன்னெண்டு ட்ரோஜான் ஒளிஞ்சு உக்காந்திருக்கு, பாரு... க்ளீன் பண்ணாம விட்டிருந்தா, ஒவ்வொரு ஃபைலா சாப்பிட்டு ஏப்பம் விட்டிருக்கும்..."

மேலும் சில உத்தரவுகள் கொடுத்து, எல்லா ஆபத்துகளும் களையப்பட்டுவிட்டன என்ற அறிவிப்பு வந்தவுடன், லேப்டாப்பை முஸ்தஃபா திருப்பிக் கொடுத்தான்.

"தேங்க்ஸ்..." என்று இறுக்கமான முகத்துடன் விஜய் அதை வாங்கிக்கொண்டான்.

சுகுமார் பின்தொடர்ந்த மோட்டார் சைக்கிள் வடக்குக் கடற்கரைச் சாலையில் திரும்பியது. பீச் ஸ்டேஷனைத் தாண்டி ராயபுரம் நோக்கிப் பயணம் செய்தது. சட்டென இடதுபுறம் இருந்த பெரிய கட்டிடத்துக்குள் நுழைந்தது.

சுகுமார் தன் பைக்கை நிறுத்தாமல் தாண்டிச் சென்றாலும், கட்டிடத்தின் பெயரை மனதில் குறித்துக்கொண்டார்.

தீபக் மரைன் ப்ராடக்ட்ஸ்.

கும்கும் மிகவும் அரண்டிருந்தாள். கான்ஸ்டபிளால் காக்க வைக்கப்பட்டபோதே, தீபக் தர்மசேனாவுக்கு போன் செய்திருக்க வேண்டும். அவரைத் தொந்தரவு செய்யத் தயங்கியது தப்பாகி விட்டது. இப்போது போனே அவளிடமிருந்து பறிக்கப்பட்டு விட்டது!

அவளுக்கு எதிரில் அமர்ந்திருந்த துரை அரசன், மிருதுவான குரலில் பேசினார். அவர் குரலில் கனிவு இருந்த அதே அளவு, கண்டிப்பும் இருந்தது.

"உங்க பேர் என்ன..?"

"கும்கும்..."

"ஆர்.சி. புக்ல சீதாலட்சுமினு போட்டிருக்கே, யார் அது..?"

கும்கும் தொண்டை நெல்லி ஏறி இறங்க, மென்று விழுங்கினாள்.

"அது என் அசல் பேர்... கும்கும் என் தொழில் பேர்..."

துரை அரசன் சட்டென்று நிமிர்ந்து பார்த்தார்.

"பேரை மாத்தி செய்யற தொழில்னா, எழுத்தாளரா..?"

"சார்! தெரிஞ்சே கேக்கறீங்க... இது வேற!"

"போலீஸைப் பொறுத்தவரைக்கும் அது தப்பான தொழில்மா. அது ஒரு குற்றம்னா, நம்பர் பிளேட் மாத்தி வண்டி ஓட்டறது அதைவிடப் பெரிய கிரிமினல் குற்றம்... உண்மைகளை ஒளிக் காம சொல்லிட்டீங்கன்னா, உங்களுக்கு எப்படி உதவலாம்னு யோசிப்பேன்..."

கும்கும் சற்று குழம்பினாள். தீபக் தர்மசேனா ஏதோ விளை யாட்டாகத்தானே நம்பர் பிளேட்களை மாற்றுவதாகச் சொன் னார்..? அவர் பெயரைச் சொன்னால், போலீஸ் பணிந்துவிடும் என்று தோன்றியது.

"எல்லாத்தையும் சொல்றேன், சார்..." என்றாள்.

எம்.டி கிரிதரின் அறை.

"எம்.டி உள்ள வரச் சொன்னாரு..." என்றார் பி.ஏ. செந்தாமரை.

தன் போனில் பேசிக்கொண்டிருந்த கிரிதர், விஜய்யை சைகை யால் எதிரே அமரச் சொன்னார். போன் உரையாடல் முடிந்ததும், நிமிர்ந்து புன்னகைத்தார்.

"க்ளீன் பண்ணியாச்சுனு முஸ்தஃபா சொன்னான்..."

"ஆமா சார்..."

"உன் பேர்ல இருந்த கிரிமினல் கேஸை டிராப் பண்ண நம்ப அட்வகேட் முயற்சி பண்ணிட்டிருக்காரு..."

"தேங்க்ஸ், சார்..."

கிரிதர் சட்டென்று முகத்தை சீரியஸாக்கிக் கொண்டார்.

"சில சேனல்கள்ல இப்போ பாம்பேலேர்ந்து ஹிந்தி சீரியல் வாங்கி டப் பண்ணிப் போடறது தெரியுமா..?"

"தெரியும், சார்..."

"நாம கூடஇங்கிலீஷ் சினிமாவுக்கு ரைட்ஸ் வாங்கி, தமிழ்ல டப் பண்ணிப் போட்டுட்டிருக்கோம். அதைத் தாண்டி ஏன் யோசிக்கக் கூடாது..? அமெரிக்க தொலைக்காட்சிகள்ல சீரியல்ஸ் கூட சினிமா மாதிரி ரிச்சா எடுக்கறாங்க.. அந்த பட்ஜெட் நமக்குக் கட்டுப்படியாகாது. அந்த சீரியல்களை வாங்கி டப் பண்ணி தமிழ்ல ஏன் நாம போடக்கூடாது..?"

விஜய் புன்னகையை விரிவாக்கினான். "நல்ல ஐடியா சார்..."

"உன் கிட்ட பாஸ்போர்ட் இருக்கு இல்ல? ஒரு ஃபாரின் ட்ரிப் போயிட்டு வர்றியா..?"

விஜய் ஆச்சரியத்துடன் அவரைப் பார்த்தான்.

"சார்..?"

"நம்ம டி.வி சார்பா நீ போய் அமெரிக்கன் கம்பெனிகள்ல பேசிட்டு வர்றியா..?"

"நானா..? சார், எனக்குக் கேமரா பிடிச்சுதான் பழக்கம். இதுல அனுபவமே இல்லியே..?"

"தெரியும்! இந்த டீலை ரகசியமா செய்யணும்னு விரும்பறேன். இப்போ நம்ப மார்க்கெட்டிங் டீம்ல யாராவது ஃபாரின் கிளம்பினா, மத்த சேனல்காரங்களுக்கு சந்தேகம் வரும். என்ன ஏதுனு விசாரிச்சு, யாராவது ஒருத்தர் நம்மள முந்திக்கிட்டு ஆரம்பிச்சுருவாங்க. அதனாலதான் உன்னை அனுப்பணும்னு நெனைக்கறேன். இப்ப உன்னை சஸ்பெண்ட் பண்ணி வச்சி லீவு குடுத்திருக்கறதால, நீ ஆபீஸ் வரலன்னு யாரும் கவனிக்கமாட்டாங்க..."

"விசா கெடைக்குமா, சார்...?"

"நம்ம லீகல் டீம் உனக்கு எல்லா உதவியும் பண்ணும். அமெரிக்கால, சான்ஃப்ரான்சிஸ்கோ, சியாட்டல், லாஸ் ஏஞ்சல்ஸ்னு மூணு இடத்துலயும் உனக்கு உதவ ஆள் இருக்காங்க. எல்லா செலவும் என்னோடது..."

இப்படி ஓர் அதிர்ஷ்டம் அவனுக்கு அடிக்கிறதா? விஜய் நம்ப முடியாமல் அவரைப் பார்த்தான்.

"சார்! அம்மாவைத் தனியா விட்டுட்டுப் போகணும். அவங்க கிட்ட ஒரு வார்த்தை கேட்டுட்டு சொல்றேன்..."

"ரெண்டு வாரத்துலயே வேலையை முடிச்சிட்டு நீ திரும்பி வந்துடலாம், விஜய்! ஒரே ஒரு கண்டிஷன்தான்..."

"என்ன சார்..?"

"நீ யாரைப் போய்ப் பாக்கப் போறே, எதுக்குப் போறேனு அம்மாவைத் தவிர வேற யார்கிட்டயும் சொல்லாத..."

"ஓகே சார்..." என்றான் விஜய்.

சுகுமார் கொண்டுவந்து கொடுத்த விவரங்களைப் பார்த்தார் இன்ஸ்பெக்டர் துரைஅரசன்.

"நாம ஃபாலோ பண்ண ரெண்டு கார்களுமே தீபக் மரைன் ப்ராடக்ட்ஸ் கம்பெனி பேர்ல ரிஜிஸ்டர் ஆயிருக்கு. ஓனர் பேரு தீபக் தர்மசேனா. அந்த மாருதி ஜென் காரை ஓட்டின சீதாலட்சுமியும் அழுதுட்டே அதே பேரைச் சொல்லியிருக்கா. தீபக் தர்மசேனாவோட பின்னணி என்னன்னு கண்டுபிடிச்சாகணும்..."

"அவரைக் கண்காணிக்க ஏற்பாடு பண்றேன், சார்..."

"அதுக்கு முன்னால, மாத்ருபூதத்தைப் பாக்கணும்..." என்றார் துரைஅரசன்.

கமிஷனர் ஆபீஸ்.

மாத்ருபூதம் கலங்கிய கண்களோடு நிமிர்ந்து பார்த்தார். துரை அரசனின் கேள்விக்கு சற்று யோசித்துவிட்டு பதில் சொன்னார்: "தீபக் தர்மசேனா யாருன்னு எனக்குத் தெரியாது சார்..."

"பொய் சொல்லாதீங்க..."

"ஐயோ, சத்தியமா எனக்குத் தெரியாது சார்..." என்று விம்மினார். "பொண்டாட்டி, புள்ளைங்களப் பாக்காம பைத்தியம் பிடிச்சுரும் போல இருக்கு சார்! பெரிய மனசு பண்ணி, என்னை மன்னிச்சு, ஒரே ஒரு தடவை அவங்களைப் பாக்க அனுமதி கொடுங்க சார்..."

"விட்டா தப்பிச்சு ஓடப் பாக்கறீங்களே? ஜார்ஜுக்கு பாதுகாப்பு கொடுக்கச் சொன்னா, அவனை கொலையே பண்ணிட்டு, மன்னிப்பு கேக்கறது கரெக்டா, மாத்ருபூதம்..?"

மாத்ருபூதம் தலையில் அடித்துக்கொண்டு அழ ஆரம்பித்தார். துரை அரசன் இறுகிய முகத்துடன் வெளியேறினார்.

"என்னடா சொல்ற..?" என்றாள் மரகதம், உலர்ந்த துணிகளை மடித்துக்கொண்டே.

"நெஜமாத்தாம்மா! என்னை அமெரிக்கா போகச் சொல்றாரு எம்.டி..." என்றான் விஜய்.

"உங்க எம்.டி.யைப் புரிஞ்சுக்கவே முடியலடா... ஒண்ணு, குடுமியை அறுத்துக் கையில குடுக்கறாரு; இல்லன்னா, கொண்டையை முடிஞ்சுவிட்டுக் கொண்டாடறாரு..!"

"முதலாளிங்க அப்படித்தாம்மா..."

"நந்தினி கிட்ட சொல்லிட்டியா..?"

"இனிமேதான்..."

"உன்கிட்ட நல்லதா ஒரு ஸ்வெட்டர்கூட கெடையாதேடா. அந்த ஊர்லலாம் குளிரும்னு சொல்வாங்களே..."

"மொதல்ல விசா வரட்டும்... அப்புறம் ஜட்டி, பனியன் வாங்கறதப் பத்திப் பேசலாம்" என்று சிரித்தான் விஜய்.

புழல் சிறைச்சாலை.

சின்னதுரை அவனுக்கு ஒதுக்கப்பட்டிருந்த அறையில், சுவர்கள் சந்திக்கும் ஒரு மூலையில் முதுகு சாய்த்து அமர்ந்திருந்தான். பூட்ஸ் ஒலிகளை அடுத்து இரும்புக் கதவு திறக்கப்படும் ஒலி. நிமிர்ந்து பார்த்தான்.

இன்ஸ்பெக்டர் துரை அரசன்!

சின்னதுரை தன் இயலாமையைக் கோபமாக வெளிப்படுத்தினான்.

"சார், எத்தனை நாளைக்கு இப்படியே வெச்சிருப்பீங்க... என்னை எப்ப வெளில விடப்போறீங்க..?"

"எப்ப தீபக் தர்மசேனா சொல்றாரோ, அப்ப..!"

'தீபக் தர்மசேனா' என்ற பெயரைக் கேட்டதும், அவன் முகத்தில் திடுக்கிடல்.

"டேய், உனக்கு விஷயம் தெரியாது! நீ பயந்த மாதிரி உன்னைக் கொல்ல அவர் ஏற்கனவே முயற்சி பண்ணிட்டிருக்காரு..."

"என்ன சார் சொல்றீங்க..?"

"உனக்கு சாப்பாடு எடுத்திட்டு வந்தாங்களே, அதுல விஷம் கலந்திருந்தது, தெரியுமா..?"

சின்னதுரை குழப்பத்துடன் அவரைப் பார்த்தான்.

"உனக்கு வெச்சிருந்த சாப்பாட்டுல ஒரு கைதி ஏதோ பவுடர் தூவறதை வார்டன் பார்த்துட்டாரு. அவனைப் பிடிச்சு, அடிச்சு உதைச்சுக் கேட்டிருக்காரு.. அது சயனைடாம். 'இனிமே சின்னா உயிரோட இருக்கக்கூடாதுன்னு தீபக் தர்மசேனாதான் இதை உள்ள அனுப்பினாரு'ன்னு சொல்றான். அவரைப் பத்தி விஷயம் வெளியே கசியும் போல இருந்தா, அந்த ஆளையே தூக்கிடு வாராமே? இப்ப அந்தப் பட்டியல்ல நீதான் இருக்க போல இருக்கு!"

சின்னதுரையின் கண்களில் முதன்முறையாக அச்சம் துள்ளியது.

"யார் சார் அந்தக் கைதி..?"

"அவன் பேரை உன்கிட்ட சொல்லி நீ அவனைக் கொல்லப் பார்க்கறதுக்கா? உன்னை சேலம் ஜெயிலுக்கு மாத்தினா, அங்கே யாவது நீ பாதுகாப்பா இருப்பியானு யோசிச்சிட்டிருக்கோம்... தீபக் தர்மசேனாவோட ஆளுங்க அங்கேயும் இருக்காங்களானு விசாரிக்கச் சொல்லிருக்கேன்..."

சின்னதுரையின் மண்டைக்குள் குழப்பங்கள் புரள்வதை துரை அரசனால் உணரமுடிந்தது.

## 23

தன்னைக் கொல்வதற்காக தீபக் தர்மசேனா சிறைச்சாலையில் கூட ஆள் ஏற்பாடு செய்திருக்கிறார் என்ற செய்தி, சின்னதுரையின் கண்களில் குழப்பம் கொண்டு வந்தது. ஆனாலும், அவன் சிறு அச்சத்துடன் சிரித்தான்.

"சார், நீங்க என்னை பயமுறுத்தப் பார்க்கறீங்க... நீங்க சொல்றதை நான் நம்பல..." என்றான்.

"அப்புறம் உன் இஷ்டம்..." என்று சொல்லிவிட்டு, துரை அரசன் எழுந்தார்.

"எதுக்கும் இவன் மேல ஒரு கண்ணு வெச்சுக்குங்க. இவனுக்குக் கொடுக்கற சாப்பாட்டை செக் பண்ணிட்டுக் கொடுங்க... மத்த கைதிங்ககிட்டேர்ந்து இவனைப் பாதுகாக்க வேண்டியது உங்க பொறுப்பு" என்று அருகிலிருந்த சிறை அதிகாரியிடம் அவன் காதில் விழுமளவு ஓங்கிய குரலில் சொன்னார். அங்கிருந்து புறப்பட்டார்.

சின்னதுரை யோசனையுடன் சுவரில் சாய்ந்து அமர்ந்தான்.

கும்கும் தன் வசீகரத்தையெல்லாம் இழந்துவிட்டவள் போல் சோர்ந்து அமர்ந்திருந்தாள்.

துரை அரசன் அவளுடைய கார் சாவியையும், கைப்பையையும் திருப்பிக் கொடுத்தார்.

"இனிமே அவன் சொன்னான், இவன் சொன்னான்னு நம்பர் பிளேட்டை மாத்தி வண்டி ஓட்டறது, கடத்தல் பொருளை ஒரு

GOA
AURANGABAD
DELHI
JAIPUR
HYDERABAD

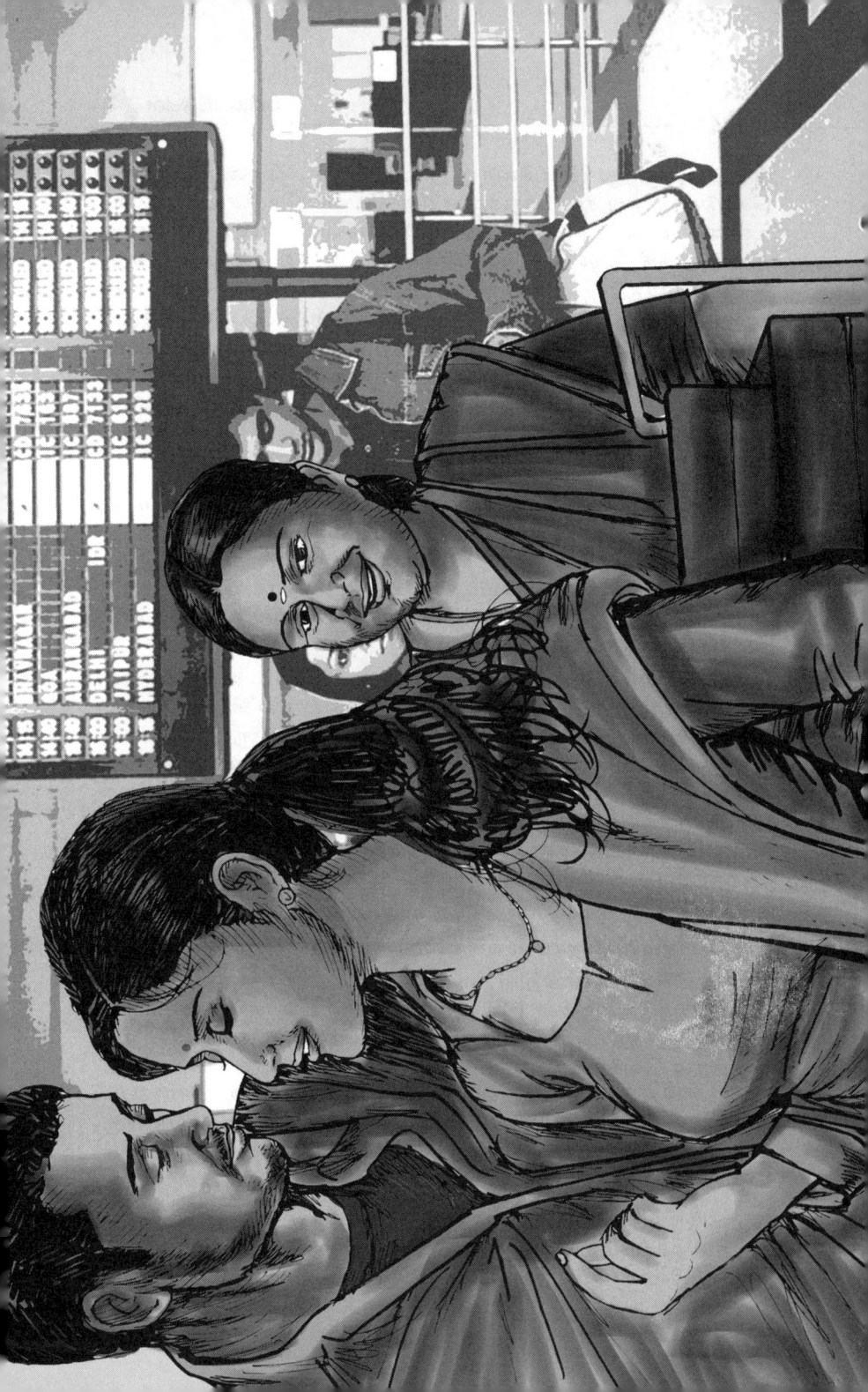

இடத்துலேர்ந்து இன்னொரு இடத்துக்குக் கொண்டுபோய்க் கொடுக்கறதுனு சட்டத்துக்கு எதிரா வேலை செஞ்சா, போலீஸ் உன்னை மன்னிக்காது. ஏதாவது பிரச்னை ஆச்சுன்னா, உன்னைத் தான் தூக்கி ஜெயில்ல போடுவேன்...” என்று மிரட்டலாய்ச் சொன்னார்.

தப்பித்தால் போதும் என்று கும்கும் தலையசைத்து “தேங்க்ஸ்” என்றாள். விடுவிடுவென்று வெளியே வந்து காரை எடுத்தாள். இந்த மஞ்சள் ஜென் அதிர்ஷ்டக் கார் என்று இத்தனை நாள் விற்காமல் வைத்திருந்தாள். முதல் வேலையாக விற்றுவிட வேண்டும் என்று முடிவு செய்தாள்.

தீபக் தர்மசேனா சற்றே கலங்கிப் போயிருந்தார்.

திடீரென்று அவருக்கு எதிராக பல ஸ்க்ரூக்கள் முடுக்கப்படு வதை அவர் உணர்ந்திருந்தார். சின்னதுரை போலீஸில் மாட்டு கிறான். கும்கும் கச்சிதமாக மடக்கப்படுகிறாள். எங்கே, எப்படி ரகசியங்கள் வெளியே கசிய ஆரம்பித்தன..? அரவமணி நல்லூர் நடராஜரைத் தொட்ட பிறகுதான் எல்லாம் அவருக்கு எதிராக நடக்கின்றனவா..?

சின்னதுரை கொடுத்ததாக மாத்ருபூதம் மூலம் வந்து சேர்ந்த எஸ்டி கார்டை இயக்கிப் பார்த்தார். அதில் பல்வேறு கோயில் சிற்பங்களின் புகைப்படங்களும், வீடியோக்களும் பதிவாகி யிருந்ததை கவனித்தார். போலீஸ் கையில் இது சிக்காமல், சின்ன துரை சாமர்த்தியமாக அனுப்பி வைத்துவிட்டான் என்றே அவர் நம்பினார். அதற்கு இரண்டு பிரதிகள் போடப்பட்டு, கமிஷனர் வசமும், துரைஅரசன் வசமும் இருக்கின்றன என்பதை அவர் அறிந்திருக்கவில்லை.

தனக்கு நெருக்கமான வக்கீலை அழைத்துப் பேசினார்.

“பேசாம முன்ஜாமீன் வாங்கிரவா..?”

“வேணாம்...” என்றார், வயது முதிர்ந்த அந்த வக்கீல். “எங் கப்பன் குதிருக்குள்ள இல்லனு நீங்களே உங்களைக் காட்டிக் கொடுத்துக்கற மாதிரி ஆயிரும். ஏடாகூடமா ஏதாவது பத்திரம் கித்திரம் வெச்சிருந்தா, அதையெல்லாம் எடுத்து வேற எடத் துல பத்திரப்படுத்துங்க... பிரச்னையான ஆளுங்க யாரோடயும் கொஞ்ச நாளைக்கு தொடர்பே வெச்சுக்காதீங்க... அவங்களுக்கு நீங்களும் போன் பண்ணாதீங்க... அவங்க போன் பண்ணினாலும் எடுக்காதீங்க...”

“சரி...”

எதெல்லாம் காவல்துறையின் கையில் சிக்கினால் ஆபத்து என்று நினைத்தாரோ, அதையெல்லாம் கவர்ந்து ஒரு தோல்

பையில் போட்டார்.

தன் வங்கியின் பாதுகாப்பு அறைப் பெட்டகத்தில் கொண்டு வைத்தார்.

கும்கும் போன் செய்தபோது எடுக்காமல் தவிர்த்தார்.

விஜய்யின் வாழ்க்கையிலும், அடுத்தடுத்து சில காரியங்கள் துரிதமாக நடந்தன.

கிரிதர் எங்கே எந்த கயிற்றைப் பிடித்து இழுத்தாரோ, தெரியவில்லை. கமிஷனரின் உத்தரவின் பேரில், விஜய் மீது போடப்பட்டிருந்த சந்தேக வழக்குகள் வாபஸ் வாங்கப்பட்டன. கே.ஜி. தொலைக்காட்சி நிறுவனத்தின் சட்டப்பிரிவு அவனுக்கு அமெரிக்காவுக்கு விசா வாங்க ஏற்பாடுகள் செய்தது.

பத்தே நாட்களில் அமெரிக்காவுக்கான விசா தயாராகி, அவனுக்கான பயணச்சீட்டு வீட்டுக்கு வந்தது.

"எனக்கே இவ்வளவு வேலை நடக்கும்போது, விஜய் மல்லையாக் களுக்கு ஏம்மா நடக்காது..?" என்று சொல்லிக்கொண்டே, விஜய் பெட்டிகளில் பேக் பண்ண ஆரம்பித்தான்.

அழைப்பு மணி ஒலித்தது.

மரகதம் சென்று கதவைத் திறந்தாள்.

வாசலில் துரைஅரசன் நின்றிருந்தார்.

"என்னடா இது, நம்ம வீட்டுக்கு வழக்கமா வர்ற விருந்தாளி வரலையேனு எங்க வீட்டு காக்காகூட கத்திட்டேயிருந்தது. வாங்க... வாங்க..." என்று அவள் சொன்னதும், துரைஅரசன் புன்னகைத் தார். சோபாவில் அமர்ந்தார்.

"காபில சர்க்கரை கம்மியாப் போடுங்கம்மா..." என்றார்.

"என்ன சார்? கைல வாரன்ட், கீரன்ட் ஒளிஞ்சு இருக்கா..?" என்று கேட்டபடி விஜய் அவர் எதிரில் வந்து அமர்ந்தான்.

"விஜய், உன்மேல இருந்த கேஸை வாபஸ் வாங்கினதுல உன்னைவிட எனக்குத்தான் சந்தோஷம் அதிகம். தப்பான ஆள் உள்ள இருந்தா, தப்பு செய்யறவன் தைரியமா வெளிய தப்பை செஞ்சிட்டு தப்பிச்சிட்டே இருப்பான்..."

"தலை சுத்துது சார், உங்க பன்ச் டயலாக் கேட்டு! என்னை வழியனுப்ப நீங்க வரலைன்னு தெரியும்... மேட்டருக்கு வாங்க சார்!"

"விஜய், நீ அமெரிக்கா போறதுல எங்களுக்கும் சில வசதிகள் இருக்கு..." என்றார் துரை அரசன், காபியை உறிஞ்சிக்கொண்டே.

"சிலைக் கடத்தலில ஈடுபட்டிருக்கற ஒரு முக்கியமான புள்ளியை நாங்க நெருங்கிட்டு இருக்கோம்னு நினைக்கறேன். அமெரிக்கா,

இங்கிலாந்து, ஆஸ்திரேலியான்னு எல்லா இடத்துலயும் அந்த சிலைகள் விலைபோகுது. அதனால, நீ அங்க போயிருக்கும் போது, எப்பவுமே என்னோட தொடர்புலயே இரு! உன்னுடைய உதவி எனக்குத் தேவைப்படலாம்... என்னுடைய உதவி உனக்குத் தேவைப்படலாம்..."

"ஷ்யூர் சார்.."

"அமெரிக்காவுல இருக்கற ஒரு நம்பர் தரேன். இதை எங்கேயும் குறிச்சுக்காத... உன் போன்ல ஸ்டோர் பண்ணி வைக்காத... மனப் பாடம் பண்ணி மனசுல வெச்சுக்க. ஏதாவது எமர்ஜென்ஸின்னா, இந்த நம்பருக்குப் பேசு. உன் போன்லேர்ந்து வேணாம்... ஏதாவது பொது போன்லேர்ந்து போன் பண்ணு..."

அவர் கொடுத்த எண்ணை விஜய் மீண்டும் மீண்டும் சொல்லிப் பார்த்து, "உள்ள ரெக்கார்டு ஆயிருச்சு சார்..." என்றான்.

சப் இன்ஸ்பெக்டர் சுகுமார் பரபரப்பாக துரைஅரசனுக்கு எதிரில் அந்த தடிமனான ஃபைலைக் கொண்டுவந்து வைத்தார்.

"தீபக் தர்மசேனாவோட ஒவ்வொரு அசைவையும் கவனிச் சிட்டிருக்கோம், சார்! அவர் சட்டுனு எல்லாத்தையும் நிறுத்திட்ட மாதிரி இருக்கு. ஸ்டேட் பாங்க்குக்கு கைல ஒரு பையைக் கொண்டு போனாரு. வெளிய வரும்போது அந்தப் பை இல்ல..."

"நம்ப டிபார்ட்மென்ட்லயே அவருக்குத் துப்பு கொடுக்க ஆளுங்க இருப்பாங்க, சுகுமார். அதனால அவர் உஷாராகி இருப்பாரு. ஆனா, நாம அதைவிட உஷாராயிருக்கோம்னு அவருக்குத் தெரியாது. சிக்கலா இருக்கறதை எல்லாம் கொண்டு போய் லாக்கர்ல வெச்சிருப்பாருன்னு நெனைக்கறேன். பெரிய கையா இருக்கறதால, அவசரப்பட்டு அவர் மேல கை வெச்சா, எல்லாம் நமக்கு எதிராவே திரும்பிடும். அதனாலதான் பதுங்கியிருக்கேன்..."

"கரெக்ட் சார்..."

"ஆனா, கண்காணிப்பைக் குறைக்க வேண்டாம்..."

"யெஸ், சார்..."

அந்த ஜீப் குலுக்கல்களுடன் பயணம் செய்தது.

உள்ளே, இரு காவலர்களுக்கு நடுவில் கைகளில் விலங்கோடு சின்னதுரை அமர்ந்திருந்தான். அவன் முகம் வெளிறியிருந்தது. "இப்ப எதுக்கு என்னை வேற ஜெயிலுக்கு மாத்தறீங்க..?"

"ஏய், தொணதொணனு கேள்வி கேக்காத. புழல் சிறைல உனக்கு ஆபத்துனு உன்னை சேலம் ஜெயிலுக்கு மாத்தச் சொல்லி உத்தரவு. பொண்டாட்டிகூட கோயிலுக்கு கூழ் ஊத்த வர்றேன்னு

சொல்லிட்டு திடீர்னு இந்த டூட்டில போட்டு, போக முடியாம நானே டென்ஷனா இருக்கேன். இருக்கற வேலையைவிட்டு உன் கூட நாங்க என்ன ஊர் சுத்திப் பாக்கவா வந்திட்டிருக்கோம்..?" என்று பான்பராக் வாசத்துடன் கான்ஸ்டபிள் எரிந்து விழுந்தார்.

சில நாட்கள் சிறையில் இருந்ததே, சின்னதுரையின் அசட்டு தைரியத்தைத் தவிடுபொடியாக்கியிருந்தது.

"அதுக்கில்ல, சார்... வழில யாராவது என்னை ஷூட் பண்ணிருவாங்க. இல்லேன்னா லாரியைக் கொண்டுவந்து போலீஸ் வண்டி மேல மோதி என்னை காலிபண்ணிருவாங்க..."

"இப்ப நீ வாயை மூடல... 'தப்பிக்கப் பார்த்தான், ஷூட் பண்ணிட்டேன்'னு நானே உன்னைக் காலி பண்ணிடுவேன்!" என்று அந்த கான்ஸ்டபிள் துப்பாக்கியை உயர்த்திக் காட்டினார்.

அதற்கப்புறம், சின்னதுரை வெளியே வார்த்தைகளை விடாமல் தொண்டைக்குள்ளேயே புலம்பிக்கொண்டு வந்தான்.

**சென்னை** விமான நிலையம், அர்த்த ராத்திரியிலும் பரபரப்பாக இருந்தது. சர்வதேச விமானங்கள் புறப்பாடு என்று போட்டிருந்த கேட்டில் நீளமான வரிசை. அவரவர் தள்ளு வண்டிகளில் கனமான சூட்கேஸ்களுடன் அங்குலம் அங்குலமாக நகர்ந்துகொண்டிருந்தார்கள்.

தடுப்புக் கம்பிக்குப் பின்னே, வழியனுப்ப வந்தவர்களின் கூட்டம் அலைமோதிக்கொண்டிருந்தது. கைகுலுக்கலுடன் சில வழியனுப்பல்கள். கண்ணீருடன் சில பிரிவுகள். கட்டிப் பிடித்து சில உணர்ச்சிக் கொந்தளிப்புகள். விவரம் புரியாமல், கலைந்த தூக்கத்தோடு சந்தோஷமாக ஓடிப் பிடித்து விளையாடும் குழந்தைகள்.

விஜய்யின் விமானம் இரவு இரண்டு மணிக்கு மேல் புறப்பாடு. துபாய் சென்று, அங்கிருந்து சான்ஃப்ரான்சிஸ்கோ செல்லும் விமானத்துக்கு மாற வேண்டும் என்று ஏற்பாடு. டாக்சியிலிருந்து பெட்டிகளை அவன் இறக்க, நந்தினி ஓடிப்போய் தள்ளுவண்டியைக் கொண்டுவந்தாள்.

மரகதம் கண்களில் கண்ணீருடன் அவன் கன்னங்களைத் தடவினாள். "ஜாக்கிரதையா இருடா..." என்றாள்.

"நந்து, நீதான் அம்மாவைப் பார்த்துக்கணும்..!" என்றான் விஜய்.

"எங்களைப்பத்தி கவலைப்படாத... நீ போய் வேலையை வெற்றிகரமா முடிச்சிட்டு வா..!" என்று கண்களைத் துடைத்துக் கொண்டாள், மரகதம்.

விஜய், மரகதத்தை அருகில் இழுத்து அணைத்துக்கொண்டான்.

“பார்த்தும்மா... உன் உடம்பை ஒழுங்கா பார்த்துக்க..” என்றான்.

மரகதம் நந்தினியின் பக்கம் திரும்பினாள்.

“இவ்வளவு ஜாடையா சொல்றானே, இன்னுமா புரியல..? அவன் என்னை கட்டிப் பிடிச்சுக்கிட்டான்னா என்ன அர்த்தம்..? உன்னையும் கட்டிப் பிடிக்கணும்னு புரியல..? தள்ளிப்போய் நிக்கற..?”

நந்தினி முகம் சிவந்தாள்.

“அங்க குட்டைப் பாவாடை போட்டுக்கிட்டு வெள்ளை வெளேர்னு பொண்ணுங்க சுத்திட்டிருக்கும். நாக்கைத் தொங்கப் போட்டுக்கிட்டு அதுங்க பின்னால போயிடாத... கற்போட திரும்பி வா!” என்று சொல்லி நந்தினி அவனை அணைத்துக்கொண்டாள். “ஆல் த பெஸ்ட்....” என்று காதில் கிசுகிசுப்பாகச் சொன்னாள்.

விஜய், நந்தினியை இறுக்கமாக அணைத்து, “அதிர்ஷ்டமும், கவனமும் எனக்கு நெறைய வேணும்...” என்று சொன்னான். “நான் சொன்னதைலாம் நீ நெனைவு வெச்சுக்க...”

சேலம் சிறைச்சாலை.

எதிர் வெயிலில், காலை உடற்பயிற்சிகள் முடிந்து, கைதிகள் அவரவர் சிறைக்கூடங்களுக்கு வரிசையாகச் செல்ல வேண்டிய நேரம்.

சின்னதுரையின் முன்னால் இருந்தவன், அவனைவிட ஆறு அங்குலம் உயரமாக இருந்தான். அவனுடைய அகலமான முதுகிலிருந்து வியர்வைக்கோடுகள் வழிந்துகொண்டிருந்தன. அவன் சட்டென்று முகத்தைத் திருப்பி, சின்னதுரையைப் பார்த்தான். அந்தக் கண்களைப் பார்த்ததும், சின்னதுரையின் உடலில் ஒரு நடுக்கம் சேர்ந்தது.

“என்னடா... தீபக் தர்மசேனாவுக்கு துரோகம் பண்ணிட்டு நீ பாதுகாப்பா உள்ள இருந்துரலாம்னு நெனைக்கறியா..?” என்றான். பேசிக்கொண்டிருக்கும்போதே அவன் பற்களுக்கிடையில் ஒரு அரை பிளேடு வெளியே வந்தது. அதை அவன் எடுத்த வேகத்தில், சரக்கென்று சின்னதுரையின் கையில் அந்த பிளேடால் ஒரு கோடு போட்டான்.

சின்னதுரை அலறினான். அவன் பிளேடை தூர எறிந்தான்.

“என்னைக் காட்டிக் கொடுத்தே, உன் கழுத்துல கோடு விழும்..”

சின்னதுரையின் அலறல் கேட்டு, விசில் ஊதிக்கொண்டே ஒரு காவலர் ஓடிவந்தார்.

சின்னதுரை அச்சத்திலேயே மடங்கி விழுந்தான்.

## 24

சின்னதுரையின் கையில் ரத்தம் கொப்பளிப்பதைப் பார்த்து, பிளேடால் கீறியவன் சட்டென நகர்ந்து மற்றவர்களோடு கலந்துவிட்டான். சின்னதுரை சுற்றும் முற்றும் பார்த்தான். அவனுக்குக் குழப்பமாக இருந்தது. இதில் மிரட்டியவன் யார்?

ஓடிவந்த காவலர் தன்னுடைய கைக்குட்டையை எடுத்து சின்னதுரையின் காயத்தில் அழுத்திப் பிடித்தார். "எவன்டா கோடு போட்டது..?" என்று சுற்றிலும் பார்த்து கோபமாகக் கேட்டார். யாரிடமிருந்தும் பதில் வரவில்லை.

அந்தக் காவலர் சின்னதுரையைத் தனியே அழைத்துப் போனார். "என்ன தகராறு... யாரு உன்னை வெட்டினது..?" என்று கேட்டார்.

"நான் இன்ஸ்பெக்டர் துரைஅரசனைப் பார்க்கணும்..." என்றான் சின்னதுரை, மிரண்ட குரலில்.

துபாயிலிருந்து பதினாறு மணி நேரம் இடைவிடாமல் பறந்து, அந்த விமானம் சான்ஃப்ரான்சிஸ்கோ விமான நிலைய ஓடு பாதையில் சிறு குலுக்கலுடன் தரையிறங்கியது.

பயணிகள் கை, கால்களை நீட்டி மடக்கி ரத்த ஓட்டத்தை சீர் செய்துகொண்டு ஒவ்வொருவராக இறங்கினார்கள். விஜய் வெளியில் வந்தான்.

இமிக்ரேஷனில் அவன் பாஸ்போர்ட்டில் முத்திரை குத்திய குண்டுப் பெண்மணி விசாரித்தபோது, "சுற்றுலாப் பயணியாக

வந்திருக்கிறேன். கூடவே கொஞ்சம் நண்பர்களையும் பார்க்கப் போகிறேன்...” என்று சொன்னான். சோதனைகள் முடித்து,

கன்வேயர் பெல்ட்டில் தன் பெட்டிகள் வரும்வரை காத்திருந்து, அவற்றைக் கவர்ந்து எடுத்துக்கொண்டு வெளியில் வந்தான். இதமான வெயில். அமெரிக்க வானமும் இந்திய வானம் போலத்தான் இருந்தது.

யார் யாரையோ வரவேற்க யார் யாரோ வந்திருந்தார்கள். ‘விஜய்’ என்ற பெயர் அட்டையுடன் அவனை வரவேற்க வந்திருந்தவன், தன்னை ‘பத்ரி’ என்று அறிமுகப்படுத்திக்கொண்டான்.

சதுரமான, சதைப்பிடிப்பான முகம். அடர்த்தியான புருவங்கள். வரிசையான பெரிய பற்கள். திடமான உடல். பேசியபோது, குரலில் சிறு முரட்டுத்தனம் தெரிந்தது.

“உனக்கு மிஷன் ஸ்ட்ரீட்ல ஒரு அபார்ட்மென்ட் பிடிச்சிருக்கேன்! அங்க ரெண்டு மணி நேரம் ரிலாக்ஸ் பண்ணிக்க... சாயந்திரம் வெளிய கூட்டிட்டுப் போறேன்!” என்றான்.

காத்திருக்கச் சொல்லிவிட்டு, தன் ஹோண்டா காரை சரக்கெனக் கொண்டுவந்து நிறுத்தினான், பத்ரி.

பெட்டிகளை டிக்கியில் போட்டு, கதவைத் திறந்து லெதர் இருக்கையில் அமிழ்ந்தான், விஜய்.

புதிய அனுபவங்களை நோக்கி அவன் பயணம் துவங்கியது. அகலமான சாலையில் கார் விரைந்தது.

அரசு மருத்துவமனை. இரண்டு தையல்கள் போடப்பட்டு சின்னதுரையின் மணிக்கட்டிலிருந்து வெளியேறிக்கொண்டிருந்த ரத்தம் நிறுத்தப்பட்டது.

தகவல் கிடைத்து, இன்ஸ்பெக்டர் துரைஅரசன் அங்கு வந்திருந்தார்.

“சார், என்னை ஏன் சேலம் ஜெயிலுக்கு மாத்தினீங்க..? புழல்ல இருந்த பாதுகாப்பு கூட எனக்கு இங்க இல்ல...”

“இருபத்து நாலு மணி நேரமும் உன்னையே கவனிச்சிட்டு இருக்க ஜெயில்ல ஏது வசதி? புழலா இருந்தாலும், சேலமா இருந்தாலும், இதான் நெலமை. புரிஞ்சுக்கோ!”

“எனக்கு பயமா இருக்கு சார்...”

“அந்தக் கைதி எதுக்கு உன்னை வெட்டினான். உன் சந்தேகம் என்ன..?”

“தீபக் தர்மசேனாவுக்கு துரோகம் பண்ணுவியான்னு என்னை மெரட்டினான், சார்... இதைத்தான் நான் மொதல் நாளே உங்க கிட்ட சொன்னேன். என்னை உயிரோட விட மாட்டாங்க...”

"உயிரை எடுக்கப் போறவங்களுக்கு முழு ஒத்துழைப்பு கொடுத்தே. உயிருக்குப் பாதுகாப்பு கொடுக்கத் தயாரா இருக்கற எங்களுக்கு ஒத்துழைப்பு கொடுக்க மாட்டே... அப்படித்தானே..?"

"அதுக்கில்ல, சார்..."

"நாளைக்கு உன் பொணத்தை தூக்கிட்டுப் போகும்போது, உனக்கு ஒரு மாலைகூட போட மாட்டாரு, அந்த தீபக் தர்மசேனா!"

"துரோகி... அவருக்காக உயிரைக் குடுத்து வேலை செஞ்சேன் சார்..!"

"இப்போ, உனக்கு சாதகமா ஒரே ஒரு விஷயம்தான் இருக்கு. எல்லா உண்மைகளையும் நீ சொல்லத் தயாரா இருந்தா, உனக்குத் தேவையான பாதுகாப்பு குடுக்கறதுக்கு நான் கமிஷனர்கிட்ட பேசுவேன்!"

"எல்லா உண்மையையும் சொல்லிட்டா, எனக்கு எந்த தண்டனையும் இல்லாம பாத்துப்பீங்கனு சத்தியம் பண்ணிக் குடுங்க சார்... நான் சொல்றேன்!"

"போலீஸும் திருடனும் சத்தியம் பண்ணினா நம்பக்கூடாது. சத்தியம்லாம் கேக்காத! நீ எந்த அளவுக்கு ஒத்துழைக்கறியோ, அந்த அளவுக்கு போலீஸ் உன்னோட ஒத்துழைக்கும். வேலை முடிஞ்சதும் வெட்டறவனை விட மன்னிக்கறவன் பெட்டர் இல்லியா? யோசி..."

சின்னதுரை அதிக நேரம் யோசிக்கவில்லை.

"முழு ஒத்துழைப்பு குடுக்கறேன் சார்! எனக்குத் தெரிஞ்ச எல்லா உண்மையையும் உங்களுக்கு சொல்றேன் சார்..." என்றான் சின்னதுரை.

"நடராஜர் சிலை எங்க போச்சு..?"

"அது கப்பல்ல ஜெர்மனிக்குப் போயிருக்குன்னு நினைக்கறேன்... டாலர், யூரோனு சர்வதேச கரன்ஸியை அள்ளிக் கொடுத்து வாங்கிட்டுப் போவாங்க, சார்.."

"பொய்த் தகவல் கொடுத்து நேரம் வாங்கலாம்னு பாக்காதே..."

"இல்ல, சார்..."

"தீபக் தர்மசேனாவுக்கும் இதுக்கும் என்ன தொடர்பு..?"

"அவர்கிட்ட ஏகப்பட்ட மீன்பிடி படகுகள் இருக்கு சார்! மீனைப் பதப்படுத்தி ஏற்றுமதி செய்ய லைசன்ஸ் இருக்கு... மீன்களோட சேர்ந்து வேற என்னென்னவோ போகுது! சந்தேகமே வராம கடல்ல அவர் வியாபாரம் நடக்குது. தீவிரவாதிங்களுக்கு ஆயுதங்கள் வாங்கித் தர்றதுலேர்ந்து இன்னும் பல வேலைகளை கடல் வழியா செய்ஞ்சிட்டிருக்காரு, சார்! தீபக் தர்மசேனாவுக்கு

ரொம்ப பெரிய நெட்வொர்க் இருக்கு சார். அவருக்காக வேலை செய்யறதுக்கு நூத்துக்கணக்கான பேரு இருக்காங்க. யாருக்கு வேலை செய்யறோம்னே அவங்களுக்குத் தெரியாது. அவருக்கு நெருக்கமா இருக்கறது நாலஞ்சு பேருதான்... அதுல நான் ஒருத்தன்!"

"ஸோ, உங்க நெட்வொர்க்குக்கு அவர்தான் தலைவரா..?"

"இல்ல சார்... அவருக்கும் மேல ஒரு தலைவர் இருக்காருன்னு அவர் அப்பப்ப சொல்லுவார். 'அந்த தலைவர்தான் திட்டம் போட்டுக் குடுக்கறாரு, நமக்குத் தேவையான ஏற்பாடுகளை செஞ்சு குடுக்கறாரு, பண உதவி செய்யறாரு'னு சொல்லுவார்... அது பொய்யா, உண்மையானு தெரியாது..."

"யாரு அந்தத் தலைவரு..?"

"அவர் யாருன்னு எங்க யார்கிட்டயும் தீபக் அய்யா சொன்னதில்ல..."

"பொய்..!"

"சத்தியமா சார்! நான் உண்மைதான் சொல்றேன்னு உங்களுக்கு நிரூபிக்கறேன் சார். நான் சொல்ற அட்ரஸை குறிச்சுக்கங்க..."

துரைஅரசன் குறித்துக்கொண்டார். அது சிந்தாதிரிப் பேட்டையில் இருக்கும் ஒரு முகவரி.

"மீனெல்லாம் ஸ்டாக் வெக்கிற ஐஸ் கோடவுன் சார். ஆனா, உள்ள மீன் மட்டும் இல்ல... நாங்க கடத்தின பல கோயில் சிற்பங்கள் இருக்கு..."

மகா அகலமான மிஷன் தெருவில் ஒரு பார்க்கிங் மைதானத்தை அடுத்து இருந்தது அந்த அபார்ட்மென்ட் வளாகம். சென்ஸார் கருவியில் சாவியைக் காட்டி, கண்ணாடிக் கதவைத் திறந்து, மின் தூக்கியில் மீண்டும் சாவியால் எலக்ட்ரானிக் அனுமதி பெற்று, இருபத்திமூன்றாம் மாடியில் வெளிப்பட்டு...

விஜய் அவனுக்கு ஒதுக்கப்பட்ட அபார்ட்மென்ட்டில் நுழைந்தான். மின் அடுப்பு, மின் குக்கர், மைக்ரோவேவ், பீங்கான் தட்டுகள், கண்ணாடிக்கோப்பைகள்.

"ஃப்ரிட்ஜுல பால், பிரெட், பழம் எல்லாம் இருக்கு... பசிச்சா, சாப்புடு... தூங்கு!"

"சாயந்திரம் வெளிய போலாம்னியே, எங்கே..?"

"டி.வி சீரியல் விஷயமா ஹாலிவுட் ஏஜன்ட் ஒருத்தரை இன்னிக்கு ஈவ்னிங் மீட் பண்ணப் போறோம்..."

விடைபெற்று பத்ரி விலகினான். விஜய் தூங்காமல் தொலைக் காட்சி நிகழ்ச்சிகள் பார்க்க ஆரம்பித்தான்.

சென்னை. சிந்தாதிரிப்பேட்டை. ஓய்ந்திருந்த மீன் மார்க்கெட். பரபரப்பான போக்குவரத்து அடங்கிய நேரம்.

சின்னதுரை கொடுத்திருந்த முகவரி ஒரு சந்தில் இருந்தது. இரண்டு லாரிகள் எதிரெதிரில் வந்தால், நடைபாதையில் ஏறித் தான் இடம் விட வேண்டும்.

'கோல்டு ஸ்டோரேஜ்' என்று அழைக்கப்படும் உறைகுளிர் நிரம்பிய பனியறை ஒன்றை ஒட்டி இஸ்திரிப்பெட்டியின் தீக்கங்கு களை தண்ணீர் ஊற்றி அணைத்துக்கொண்டிருந்த வண்டிக்காரன், திடீரென்று வாகனங்களின் சீற்றம் கேட்டு நிமிர்ந்தான்.

சந்தின் இரண்டு பக்கத்திலிருந்தும் அரசாங்க கார்கள் சரக் சரக்கென்று வந்து நின்றன. அதிகாரிகள் இறங்கியதும், வாசலில் காவலுக்கு இருந்த வாட்ச்மேன் மிரண்டான். இன்டர்காமை அவன் எடுத்தபோதே தடுக்கப்பட்டான்.

"இங்க யாரு பொறுப்பு..?" என்று அதிகாரமாகக் கேட்டார், துரைஅரசன்.

"சூப்பர்வைஸர்..."

சூப்பர்வைஸரிடம் இன்டர்காமில் பேசி கதவைத் திறக்கச் சொன்னார், துரைஅரசன்.

காரணம் புரியாமல், குழப்பத்தோடு அவன் கதவைத் திறந்ததும், "ஸர்ச் வாரன்ட்டோட வந்திருக்கோம். எல்லாரும் அவங்கவங்க போனை குடுத்துட்டு, தனியா வந்து ஒதுங்கி நில்லுங்க..." என்றார்.

அங்கிருந்த பணியாளர்கள் அனைவரும் எதிர்க்காமல் ஒத்துழைத்தார்கள். அந்த மாபெரும் குளிர் அறை திறக்கப்பட்டது.

சூப்பர்வைஸர் மட்டும் வெகு மிரட்சியுடன் காணப்பட்டான். திடீரென்று சுவரோடு முதுகு தேய்த்து நகர்ந்து, வாசலை அடைந்து தப்பித்து, வெளியே ஓடப் பார்த்தான். முட்டாள்தனம். நான்கடி தாண்டுவதற்குள், குறுக்கிட்ட போலீஸாரால் மடக்கப்பட்டான். காருக்குள் அடைக்கப்பட்டான்.

அம்மா பெரும் குளிர்சாதன அறைக்குள் ஓர் ஓரத்தில் மிகப்பெரிய இரும்புக்கதவு ஒன்று பதிக்கப்பட்டிருந்தது. அதன் பூட்டின் அமைப்பு சற்று வித்தியாசமாக இருந்தது. இரண்டு, மூன்று அடுக்குகள், எண்கள் இருந்தன. அவற்றை வரிசைப்படுத்தினால் மட்டுமே அந்தக் கதவு திறக்கும் என்று தோன்றியது.

சூப்பர்வைஸர் தனக்கு அந்த சங்கேத எண்கள் தெரியாது என்று பிடிவாதமாகச் சொல்லிவிட்டான்.

"அப்ப யாருக்குத் தெரியும்..?"

"எங்க முதலாளிக்கு மட்டுமே தெரியும்.."

“யாரு உங்க முதலாளி..?”

“உங்களுக்கு அவரை நல்லாத் தெரியும்... தீபக் தர்மசேனா.”

அதே நேரம்...

தீபக் தர்மசேனாவுக்கு தகவல் போய், அவர் தன் வழக்கறிஞரை அவசரமாக போனில் தொடர்புகொண்டார்.

“இப்ப, போலீஸ் என்னோட கோல்ட் ஸ்டோரேஜுக்கு ரெய்டு வந்திருக்காங்களாம்! என்ன செய்யட்டும்..?”

“உள்ள என்ன இருக்கு..?”

“அது தெரியாம இருக்கறதே உங்களுக்கு நல்லது...”

“இல்லீகல் வேலையா? கடவுளே... போலீஸ் கதவைத் தெறந்துட்டாங்களா..?”

“இல்ல... நம்பர் காம்பினேஷன் எனக்கு மட்டும்தான் தெரியும்!”

“வெரிகுட்! பயப்படாத... ஏதாவது சிக்கலாச்சுன்னா, பழியை எல்லாம் தூக்கி சூப்பர்வைஸர் மேல போடு! ‘நான் என்ன தினமும் போய் அந்த கோல்ட் ஸ்டோரேஜைப் பார்த்துட்டு இருக்க முடியுமா’னு கேளு. ‘சூப்பர்வைஸர்க்கு பூட்டு காம்பினேஷன் தெரியும். அவனோட பொறுப்புலதான் மொத்த கோல்ட் ஸ்டோரேஜும் இருக்கு... எனக்குத் தெரியாம அவன் ஏதோ ஒளிச்சு வெச்சிருக்கான்’னு சொல்லிடு. மாட்டுனா எத்தனை லட்சம் போகும்..?”

“லட்சம் இல்ல... கோடிகள்!”

“அப்ப பெரிசா செலவு இருக்கு. மொதல்ல போலீஸ்கிட்ட பிடி கொடுத்து பேசாத... மிச்சத்தை நான் பார்த்துக்கறேன். உடனே முன்ஜாமீன் வாங்க அப்ளை பண்றேன்... உன் போனை ஸ்விட்ச் ஆஃப் பண்ணிட்டு, இதயவலினு ஏதாவது ஆஸ்பத்திரில போய் படுத்துக்க!”

தீபக் தர்மசேனா தன் போனை அணைத்தார்.

**அ**மெரிக்க மாலை நேரம்.

அந்தப் பெரிய சர்ச்சுக்கு முன்னால் இருந்த வளாகத்தில் காரைக் கொண்டு நிறுத்தினான், பத்ரி.

விஜய் இறங்கினான். சுற்றிலும் பார்த்தான். அகலமான நடைபாதைகள். அகலமான சாலைகள். ஒளிவிளக்குகள் எல்லாம் இருந்தும், அங்கங்கே வீடில்லாத கறுப்பினத்தவர் படுத்திருந்தனர். இங்கேயும் நடைபாதைவாசிகள் இருக்கிறார்களா..? ஊரே சுத்தமாக இருக்க, தாங்கள் இருக்கும் இடத்தை அசுத்தம் செய்வது பற்றிய குற்ற உணர்வு ஏதுமின்றி அமெரிக்காவிலும் ஆட்கள்

இருக்கிறார்கள் என்பது விஜய்க்கு திடுக்கிடலாக இருந்தது.

ஒரு நாய் சற்று தூரம் விஜய்யின் பின்னால் ஓடி வந்தது. அட்டையில் படுத்திருந்த கறுப்புப் பெண்மணி அதட்டல் போட்டதும், அது அவளிடம் ஓடிப்போய் உட்கார்ந்தது. எந்த ஊராக இருந்தாலும், ஏழைகளிடம் நாய்கள் அன்பு பாராட்டத் தவறுவதே இல்லை என்பதையும் அவன் கவனித்தான்.

பளபளப்பான கறுப்பு நிறக் கார் ஒன்று வந்து ஓரத்தில் நின்றது. அதிலிருந்து இறங்கிய மனிதர் மெலிதான தேகத்துடன் உயரமாக இருந்தார். வெளேரென்ற சருமத்துடன், அந்த மாலை வேளையிலும் கறுப்புக் கண்ணாடி அணிந்திருந்தார்.

“இது டாம் கார்ட்டர்...” என்று பத்ரி அவரை விஜய்க்கு அறிமுகம் செய்துவைத்தான். விஜய்யை அவருக்கு அறிமுகம் செய்துவைத்தான்.

அங்கிருந்த மர பெஞ்சில் அவர்கள் அமர்ந்தார்கள்.

“நான் இங்கு முக்கியமான ஒரு ஏஜென்ட்டாக இருக்கிறேன். உனக்கு சீரியல்களை வாங்கித் தருவது கஷ்டமில்லை. ஆனால், உங்கள் தொலைக்காட்சி மூலம் இந்தத் தொடர்க் காட்சி பல்லாயிரம் மக்களைச் சென்றடையும் என்பதை அவர்கள் நம்ப வேண்டியிருக்கும்...” என்று ஆங்கிலத்தில் சொன்னார்.

விஜய் தங்கள் கே.ஜி. தொலைக்காட்சி பற்றி அவரிடம் விளக்கினான். கையோடு கொண்டு வந்திருந்த புள்ளி விவரங்களை அவரிடம் பகிர்ந்துகொண்டான்.

அவர் ஐந்து டி.வி.டி.க்களை அவனிடம் கொடுத்தார்.

“இதையெல்லாம் நேரம் கிடைக்கும்போது பார். எந்த மாதிரியான சீரியல்களைத் தேடி வந்திருக்கிறாய் என்று தெளிவாகிவிட்டால், நாம் இந்த வாரக் கடைசியில் லாஸ் ஏஞ்சல்ஸ் போகலாம். அங்கு முக்கியமான கம்பெனிகளில் சந்திப்புகளுக்கு ஏற்பாடு செய்கிறேன்...” என்றார் டாம்.

எங்கோ, ஏதோ தவறாயிருக்கிறது என்று விஜய்யின் உள்மனதில் ஒரு குரல் கேட்டுக்கொண்டேயிருந்தது.

# 25

தன் வழக்கறிஞரோடு போன் பேசி முடித்ததும், தீபக் தர்ம சேனா சில கணங்கள் யோசித்தார். இப்படியொரு முக்கிய முடிவை எடுக்கும் முன் அவர் கலந்தாலோசிக்க வேண்டிய இன்னொரு நபர் இருந்தார்.

தீபக் அலுவலக மேஜையின் கடைசி இழுப்பறையைத் திறந்தார். உள்ளேயிருந்த கனமான பைபிள் புத்தகத்தை எடுத்தார். திறந்தார். இரண்டு பக்கங்களுக்கு நடுவில் ஒரு சிம் கார்டு செருகப்பட்டிருந்தது. அதை எடுத்தார். அதே இழுப்பறையில் அட்டைப் பெட்டி பிரிக்கப்படாமல் புதிய அலை பேசி ஒன்று இருந்தது. அதையும் வெளியே எடுத்தார். அந்த அலைபேசியில் இந்த சிம் கார்டைப் பொருத்தினார்.

அந்த சிம்கார்டைப் பயன்படுத்தி அவர் ஒரே ஒருவருடன்தான் பேசுவார். அதுவும் கடந்த ஆறு வருடங்களில் பதினைந்து முறை பேசியிருந்தால் அதிகம். தன்னுடைய தலைவர் என்று தீபக்கால் கருதப்பட்ட அவருடன் நிகழ்ந்த முதல் சந்திப்பு, இப்போதும் அவர் நினைவில் பசுமையாக இருந்தது.

அப்போது தீபக் தர்மசேனாவிடம் இரண்டே இரண்டு மீன்பிடி படகுகள்தாம் இருந்தன. வடசென்னையின் ராயபுரத்தில் இருந்தது, அவருடைய பழைய வீடு. திருமணமாகி, எட்டே மாதங்களில் அவருடைய மனைவி பழைய காதலனுடன் ஓடிப் போன பின்னர், அவர் ஒரே உறவாக நினைத்து உயிருக்கு மேல்

அன்பு வைத்திருந்தது தன் தாய்மேல்.

அந்த அம்மா படிகளில் இறங்கும்போது, தவறாகக் கால் பதித்து, படபடவென்று சரிந்து, மல்லாந்து விழுந்து, பின்மண்டையில் 'ணங்' என்று பலமாக அடிபட்டுக்கொண்டார். அம்மாவை அருகிலிருந்த மருத்துவமனைக்குத் தூக்கிக்கொண்டு ஓடினார், தீபக் தர்மசேனா.

"மண்டையில பலமா அடிபட்டிருக்கு. சி.டி ஸ்கேன் எடுத்துப் பார்த்ததுல, மூளைல ஒரு இடத்துல ரத்தம் கட்டியிருக்கு. இவங்க நினைவு கொஞ்சம் கலைஞ்சு போகும். மறதி அதிகமா இருக்கும்..." என்று மருத்துவர் சொன்னார்.

கண் திறந்த அம்மா, தீபக்கைப் பார்த்து, "நீ யாரு..?" என்று கேட்டதும், தீபக் தர்மசேனா வாய்விட்டு அழுதார்.

மரப் பென்ஞ்சில் அவர் அமர்ந்து, தன் தலையைக் கைகளில் தாங்கி அழுதுகொண்டிருந்தபோது, அவர் அருகில் ஒருவர் வந்து அமர்ந்தார். ஆதரவாகத் தோளை அணைத்தார்.

"உங்க அம்மாவை வேற பெரிய ஹாஸ்பிட்டல்ல சேர்த்து வைத்தியம் பார்த்தாதான், கொஞ்சமாவது முன்னேற்றம் இருக்கும். இல்லேனா, இருக்கற நினைவுகளும் காணாமப் போயிரும்..."

பெரிய மருத்துவமனைக்கு எடுத்துச் செல்ல அன்றைய தேதியில் தன்னிடம் பணம் இல்லை என்பதை அவமானத்துடன் தீபக் தர்மசேனா அவரிடம் பகிர்ந்துகொண்டார்.

"இந்த உலகத்துல பெத்த அம்மாவைவிட எந்தக் காசும் பெரிசில்ல... உங்கம்மாவை அப்பல்லோவுல சேர்த்துருங்க. அவங்கள சரி பண்றதுக்கு ஆகற செலவு என்னோடது..." என்றார் அந்த மனிதர்.

குரலில் வழியும் அன்பும், கண்களில் பொழியும் கருணையுமாக அவர் ஒரு தெய்வம் போலவே தீபக்கின் பார்வைக்குத் தெரிந்தார்.

"என் பேரு தீபக் தர்மசேனா... உங்க பேரு..?"

"குணாளன்..."

"எதுக்கு என்மேல இவ்வளவு கரிசனம்..?"

"புது நண்பர்களைத் தேடிக்கறது என்னோட பழக்கம்..."

தீபக் தர்மசேனாவின் அம்மா, குணாளன் சொன்னது போல அப்பல்லோ மருத்துவமனையில் சேர்க்கப்பட்டார். மருத்துவ நிபுணர்கள் தீவிர சிகிச்சை அளித்தனர். அவருடைய நினைவுகள் முற்றிலுமாகத் திரும்பவில்லையென்றாலும், பெரும் முன்னேற்றம் தெரிந்தது. முக்கியமாக தீபக்கை அடையாளம் கண்டுகொண்டு அவர் கன்னங்களை அம்மா வருடிக் கொடுத்ததும், தீபக் நன்றிப்

பெருக்கால் கலங்கிப்போனார்.

குணாளனின் கைகளைக் கண்களில் ஒற்றிக்கொண்டார்.

"உங்களுக்கு நான் எப்படி கைமாறு செய்யப்போறேன்..?" என்று நெகிழ்ச்சியுடன் கேட்டார்.

"சிம்ப்பிள்.." என்றார் குணாளன். "கடல்லயே தொழில் பண்ணிட்டு இருக்கறவரு நீங்க. உங்க உதவி எனக்குத் தேவை... கேள்விகள் கேக்காம, நான் சொல்ற சில வேலைகளை செஞ்சா போதும்..."

அப்படி ஆரம்பித்ததுதான் தலைவருடனான அந்தப் பழக்கம்.

கடலில் நங்கூரமிட்டிருக்கும் கப்பலுக்குச் சென்று கடத்தப்பட்ட தங்கம் வாங்கி வர வேண்டும். போதை மருந்து பெற்று வர வேண்டும். கப்பலில் வரும் ஆயுதங்களை ஒளித்து எடுத்து வரவேண்டும். எல்லாமே சட்டத்துக்குப் புறம்பான செயல்கள்.

தீபக்கிடம் இருந்த இரண்டு படகுகள் நான்காயின. எட்டாயின. பதினாறாயின. மீன்களைப் பதப்படுத்தும் தொழிற்சாலை துவங்கப்பட்டது. ஏற்றுமதிக்கான உரிமம் பெறப்பட்டது. 'தீபக் மரைன் ப்ராடக்ட்ஸ்' இன்று பெருமளவு உயர்ந்துவிட்டது. எல்லாம் அவர் தலைவர் இட்ட பிச்சை.

தலைவர் எப்போதாவது சந்திக்க விரும்பினால், பெரும்பாலும் அந்த சந்திப்பு தீபக் தர்மசேனாவின் கடற்கரை மாளிகையில் நிகழும்.

இடையில் ஒருநாள் கோயிலுக்குப் போவதாகச் சொல்லி வெளியில் போன தீபக்கின் அம்மா, வீட்டுக்குத் திரும்பி வரும் வழியை மறந்து காணாமல் போனார். அப்போது தலைவர் குணாளன்தான் முயற்சி செய்து, தன் நெட்வொர்க்கைப் பயன்படுத்தி விசாரித்து, அவரை காவலர் ஒருவர் போலீஸ் ஸ்டேஷனுக்குக் கூட்டிப் போய் வைத்திருக்கும் விவரத்தை சொன்னார். அந்த நிகழ்ச்சி தீபக் தர்மசேனாவை மிகவும் கலங்கடித்துவிட்டது. அன்றிலிருந்து வீட்டோடு ஒரு நர்ஸ் வைத்து, அம்மாவைப் பார்த்துக்கொண்டிருந்தார், தீபக் தர்மசேனா.

மற்றபடி, குணாளன் கடவுள் போல் கண்ணுக்குத் தெரியாமல் அமர்ந்துகொண்டு ஆட்சி செய்வார். எங்கோ இருந்த இடத்திலிருந்து தேவையான ஏற்பாடுகளைச் செய்து கொடுப்பார். எங்கே, எந்த சிலை திருடப்பட வேண்டும் என்று வரைபடத்தோடு விவரங்கள் அனுப்பி வைப்பார். தீபக் தர்மசேனா அதைக் கச்சிதமாக நிறைவேற்றுவார். ஒரு கட்டத்தில் குணாளனுக்கு எது பிடிக்கும், எது பிடிக்காது, ஒரு

பிரச்னையை அவர் எப்படிக் கையாள்வார் என்பது வரை தீபக் தர்மசேனாவுக்குப் புரிந்து போனது. அவரே பெரும்பாலான களப்பணிகளைச் செய்து முடித்துவிட்டு, முடிவை மட்டும் குணாளனிடம் பகிர்ந்துகொள்வது வழக்கமாக ஆகிப்போனது.

அரவமணி நல்லூர் கொலைகளுக்குப் பிறகு குணாளன் ஒரு முறைதான் பேசினார்.

"ரொம்ப கைமீறாமப் பாத்துக்க..." என்று ஒற்றை வாக்கியத்துடன் பொறுப்பை தீபக்கிடமே விட்டார். சோதனை போல், எல்லாமே தீபக் தர்மசேனாவின் கையை மீறிப் போய்க்கொண்டிருந்தன.

தீபக் தர்மசேனா போனில் எண்களைப் பதித்துக் காத்திருந்தார்.

எதிர் முனையில் போன் எடுக்கப்பட்டு, "ம்..!" என்று ஒற்றை எழுத்தே பதிலாக வந்தது.

தீபக் தர்மசேனா தன் நிலையை விளக்கினார். இறுதியில், "என் வக்கீல் இப்போ என்னை ஹாஸ்பிட்டல்ல போய் படுத்துக்கச் சொல்றாரு. என்ன செய்யட்டும்..?" என்று கேட்டார்.

"நீ எந்த ஆஸ்பத்திரிக்குப் போய்ப் படுத்தாலும், போலீஸ் உன்னைத் தேடி வரும்... இப்ப, போலீஸ்ல சிக்கிக்கற மாதிரி ஆபீஸ்லயோ வீட்டுலயோ வேற ஏதாவது இருக்கா..?"

"இல்ல... டாக்குமென்ட்ஸ் எல்லாத்தையும் பேங்க் லாக்கருக்கு மாத்திட்டேன்!"

"அது எந்த பேங்க் லாக்கர்னும் இத்தனை நேரம் போலீஸுக்குத் தெரிஞ்சிருக்கும். கோர்ட்ல உத்தரவு வாங்கினாங்கன்னா, அதையும் அவங்க திறந்து பார்க்க முடியும். நீ தப்பிக்க முடியாத அளவுக்கு சிக்கிட்டேன்னு நினைக்கறேன். ஆனா, தைரியத்தைக் கைவிடாத... ஒருபோதும் உண்மைகளை உளறாத! உன்னை வெளில கொண்டு வர்றதுக்கு நான் முயற்சி பண்றேன். இப்ப பேசி முடிச்சதும், இந்த சிம் கார்டை அழிச்சிரு. எனக்கு போன் செய்யாத. தேவையான சமயத்துல, நானே உனக்கு போன் செய்வேன்..."

எதிர்முனைத் தொடர்பு அறுந்தது.

தீபக் தர்மசேனா, குணாளன் சொன்னதை ஒருபோதும் மீறியது இல்லை. அந்த சிம்கார்டை பாத்ரூமுக்கு எடுத்துப் போனார். காகிதத்தில் மடித்தார். லைட்டரால் கொளுத்தினார். பற்றி எரியும் வரை காத்திருந்து, சாம்பலைத் தண்ணீரோடு கரைத்து, சாக்கடைக்கு அனுப்பினார்.

சிந்தாதிரிப்பேட்டையில், அந்தக் குளிர் அறையை மேற்கொண்டு ஆராய இயலாமல் போனது துரைஅரசனுக்கு ஏமாற்றமாக இருந்தது.

“சுகுமார், ஸ்டாஃப் யாரையும் போக விடாதீங்க... புதுசா யாரையும் உள்ள அனுமதிக்காதீங்க... நான் தீபக் தர்ம சேனாவோட வீட்டுக்குப் போய், அவரை மீட் பண்றேன்!”

“சரி, சார்...” என்றார், சப் இன்ஸ்பெக்டர் சுகுமார்.

சான் ஃப்ரான்சிஸ்கோ.

தன்னை ஏஜென்ட் என்று அறிமுகப்படுத்திக்கொண்ட டாம் கார்ட்டருடன் ஆங்கில சீரியல்கள் பற்றி சற்று நேரம் பேசிக் கொண்டிருந்தான், விஜய். பத்ரி அவர்களை அசுவாரசியமாகப் பார்த்துக்கொண்டிருந்தான்.

“லாஸ் ஏஞ்சல்ஸ் நண்பர்களுடன் சந்திப்புக்கு ஏற்பாடு செய்துவிட்டு உன்னை மீண்டும் சந்திக்கிறேன்...” என்று டாம் கார்ட்டர் விடைபெற்றார்.

“உன் அபார்ட்மென்ட்டுக்குத் திரும்பலாம்...” என்றான், பத்ரி.

தீபக் தர்மசேனா நர்ஸை வெளியேறச் சொல்லிவிட்டு, தன் அம்மாவின் அருகில் போய் நின்றார். சாய்ந்தாடும் நாற்காலியில் அமர்ந்து தொலைக்காட்சியைப் பார்த்துக்கொண்டிருந்த அவருடைய அம்மா நிமிர்ந்து பார்த்தாள்.

“அம்மா, கொஞ்ச நாளைக்கு என்னைப் பார்க்க முடியாது. நான் ஹாஸ்பிட்டல்ல இருப்பேன்...” என்று அம்மாவின் கூந்தலை வருடிச் சொன்னார், தீபக்.

அவருடைய அம்மா, பழுத்த விழிகளால் மகனைப் பார்த்தார். அவர் சொன்னது புரியாதவர் போல், அவருடைய கையை வருடிக் கொடுத்தார்.

“எனக்கு பாத்ரூம் போகணும்...” என்றார் அம்மா.

தீபக் தர்மசேனா நர்ஸை அழைத்தார். அவரிடம் அம்மாவை ஒப்படைத்தார். தன் அறைக்குச் சென்று ஓர் இயற்கை ஓவியத்தை நகர்த்தி, பின்னால் இருந்த ரகசிய லாக்கரைத் திறந்தார். உள்ளே கற்றையாக டாலர்களும், யூரோக்களும் இருந்தன. அவற்றை ஒரு டவலில் சுற்றி அங்கேயே வைத்து, லாக்கரைப் பூட்டினார்.

கேட்களுக்கு வெளியே ஹாரன் சத்தம் கேட்டது. திரையை விலக்கி ஜன்னல் வழியே பார்த்தார். இரண்டு அம்பாசிடர் கார்கள்.

போலீஸ்! தாமதம் செய்ததற்கு தன்னையே நொந்து

கொண்டார்.

இன்டர்காமில் அவசரமாக செக்யூரிட்டியை அழைத்தார். “யார் வந்து கேட்டாலும், நான் வீட்ல இல்லைன்னு சொல்லி வாசல்லயே நிக்க வை... உள்ள விடாத!” என்றார்.

டிரைவருக்கு போன் செய்தார். “காரை பின்னால தோட்டத்து கேட்டுக்கு எடுத்திட்டு வா...” என்று கட்டளை பிறப்பித்தார்.

செக்யூரிட்டியுடன் இன்ஸ்பெக்டர் துரை அரசன் வாதிட்டுக் கொண்டிருந்த நேரத்தில், பரபரவென்று படிகளில் இறங்கி, பின் கதவு திறந்து, தோட்டத்தில் சில அடிகள் ஓடி, காரில் ஏறினார். ஒரு தனியார் மருத்துவமனையின் பெயரைச் சொன்னார்.

“அங்க விரட்டிட்டுப் போ..!” என்றார்.

கார் பின் கேட் வழியே வெளியேறியதும், தன் டாக்டர் நண் பருக்கு போன் செய்தார்.

“விருந்தாளியா வர்றேன். எனக்கு ஏதாவது நோயை யோசிச்சு வை...” என்று சொல்லிவிட்டு இருக்கையில் சாய்ந்து கண்களை மூடிக்கொண்டார்.

விஜய்யின் அபார்ட்மென்ட்டுக்குத் திரும்பியதும், பத்ரி “ஷல் வீ ஹேவ் எ ட்ரிங்க்..?” என்று தன் தோல் பையிலிருந்து ஒரு ஸ்காட்ச் பாட்டிலை எடுத்தான்.

“நான் அதிகமா குடிக்கறதில்ல. எனக்கு பியர் போதும்... உனக்குக் கம்பெனி குடுக்கறதுக்காக!” என்று சொன்னான், விஜய். ஃப்ரிட்ஜிலிருந்து ஒரு கோப்பையில் பியரை ஊற்றி எடுத்து வந்தான்.

பத்ரி கண்ணாடிக் கோப்பையில் ஐஸ் கட்டிகள் போட்டு, அதில் விஸ்கியை ஊற்றி, சோடா, தண்ணீர் என்று எதுவும் கலக்காமல், வேகம் வேகமாக சரித்துக்கொண்டான்.

“சொல்லு... உன் வேலையைப் பத்தி சொல்லு!” என்றான்.

விஜய் ஒரு கோப்பை பியரையே ஒரு மணி நேரம் உறிஞ்சிக் கொண்டு, தொலைக்காட்சி கேமராமேன் என்ற விதத்தில் தான் சந்தித்த சில அனுபவங்களைச் சொல்லிக்கொண்டிருந்தான்.

பத்ரி அவ்வப்போது சில முட்டாள்தனமான கேள்விகள் கேட் டுக்கொண்டிருந்தான். ஆனால், சிறிது நேரத்தில், அவனுடைய கண்கள் நிலையின்றி அலைய ஆரம்பித்தன.

விரைவிலேயே போதையின் உச்சத்தைத் தொட்டுவிட்ட மயக்கம் அவன் இமைகளை இழுத்தன. அவன் சோஃபாவில் அப்படியே சரிந்தபோது, அவன் மடியில் வைத்திருந்த தோல் பையும் கீழே சரிந்தது. அதிலிருந்து ஐ-பேடும், சார்ஜரும், சில

காகிதங்களும், செல்போனும் வெளியே நழுவின. கைக்கு அடக்க மாக ஒரு புத்தகமும் நழுவி வெளியே வந்தது.

அது, லாஸ் ஏஞ்சல்ஸ் பற்றிய புத்தகம் என்று பார்த்ததும், விஜய்க்கு ஆர்வம் வந்தது. பிரித்தான். புத்தகத்திலிருந்து, குறுக்கில் மடிக்கப்பட்ட ஒரு தாள் நழுவிக் கீழே விழுந்தது. விஜய் குனிந்து அதை எடுத்தான்.

அந்தத் தாளை இயல்பான ஆர்வத்துடன் பிரித்தான். அதிர்ந்தான்.

# 26

அந்தப் புத்தகத்திலிருந்து நழுவி வெளியே விழுந்த தாளைப் பிரித்துப் பார்த்தான் விஜய். முன் ஒருமுறை அவனுடைய எம்.டி கிரிதரிடமிருந்து இ-மெயிலில் வந்திருந்த அபத்தமான கடிதம் போலவே இந்தத் தாளிலும் அடுக்கடுக்காக ஆங்கில எழுத்துகள். ஒன்றுக்கொன்று தொடர்பில்லாத அந்த எழுத்துகள் வரிசையாக அடுக்கப்பட்டிருந்தன.

விஜய் சற்றே குழப்பமாக உணர்ந்தான்.

'மேலோட்டமாகப் பார்த்து ஏதாவது தவறவிடுகிறேனா? அர்த்த மற்றவையாகத் தோன்றும் இந்த எழுத்துகளுக்கு உண்மையில் ஓர் உள்ளர்த்தம் இருக்க வேண்டும். இல்லையென்றால் இதை பத்ரி பத்திரப்படுத்தி வைத்திருக்கவேண்டிய அவசியமில்லை' என்று விஜய்க்குத் தோன்றியது.

விஜய் இமைகளை மட்டும் உயர்த்தி பத்ரியைப் பார்த்தான். பத்ரி சற்றே நெளிந்தான். விஜய் அவசரமாக அந்தத் தாளைப் பிரித்து தரை யில் பரப்பிவைத்து, தன் செல்போனால் படம் எடுத்துக்கொண்டான்.

சத்தம் கேட்டு பத்ரி சட்டென்று கண்களைத் திறந்தான். "ஏய், என்ன பண்ழ..?" என்று குழறலாகக் கேட்டான்.

"உங்க பை விழுந்து, உள்ளே இருக்கறதெல்லாம் சிதறிடுச்சு... அதான் எடுத்து வெச்சிட்டிருக்கேன்..." என்று விஜய் சொன்னான்.

"அழல்லாம் தொடாத..!" என்று பத்ரி தடுமாற்றத்தோடு எழுந்

தான். கண்கள் செருகினாலும், கவனமாக அங்கிருந்தவற்றை அள்ளி எடுத்து அந்தத் தோல் பையில் போட்டான். ஜிப் போட்டு, அதை தலைக்கு வைத்துக்கொண்டு அங்கிருந்த சோஃபாவில் படுத்தான்.

சென்னை.

தீபக் தர்மசேனாவின் வீட்டு கேட்டருகில், தன்னை தடுத்த செக்யூரிட்டியிடம் கடுமையான குரலில் துரை அரசன் சீறினார்...

“போலீஸை டியூட்டி பார்க்க விடாம தடுக்கறது குற்றம்! அதுக்காகவே உன்னைக் கைதுபண்ணி, உள்ள போடலாம். உன் முதலாளிக்கு பெரிய பெரிய வக்கீலுங்க ஆஜராவாங்க. ஆனா, உன்னைக் கழட்டி விட்டுட்டுப் போயிட்டே இருப்பாரு... நீதான் ஜெயில்ல கிடப்பே! ஞாபகம் வெச்சுக்க...” என்றார்.

முதன்முறையாக அந்த வாட்ச்மேன் கண்களில் அச்சம் வந்தது. “ஒரு நிமிஷம் இருங்க சார்...” என்று இன்டர்காமை எடுத்து மீண்டும் டயல் செய்தான்.

சில நிமிடங்களில் வீட்டுக்குள் இருந்து ஓர் இளைஞன் வெளியே வந்தான். முழுக்கை சட்டை, பெல்ட், ஷூக்கள் என்று அலுவலகத்திலிருந்து வெளியே வருபவன் போல் தோற்றமளித்தான்.

“வணக்கம் சார்! என் பேரு தர்மதுரை... தீபக் தர்மசேனாவோட பி.ஏ. என்ன மேட்டர்..?”

தர்மத்துக்கு எதிராக வேலை செய்பவர்கள் மறக்காமல் பெயரிலாவது தர்மத்தை வைத்துக்கொள்ளும் முரணை ரசித்துக்கொண்டே துரைஅரசன் கண்டிப்பான குரலில் பேசினார். “எனக்கு தீபக் தர்மசேனாவைப் பார்க்கணும்...”

“ஸாரி சார்... இப்ப அவரைப் பார்க்க முடியாது!”

“ஏன்..?”

“அவர் உடம்பு சரியில்லாம ஹாஸ்பிட்டல்ல அட்மிட் ஆயிருக்காரு...”

துரைஅரசன் தன் ஏமாற்றத்தை மறைத்துக்கொண்டு, புன்னகைத்தார்.

“எந்த ஹாஸ்பிட்டல்..?”

அவன் ஒரு தனியார் மருத்துவமனையின் பெயரைச் சொன்னான்.

“எப்ப அட்மிட் ஆனாரு..?”

“நேத்தே அட்மிட் ஆகிட்டாரு சார்...”

“வெல்! வீட்ல அவர் இருக்காரான்னு நான் செக் பண்ணணும்...”

“சார், வாட்ஸ் திஸ்! என்னை நம்ப மாட்டீங்களா..?” என்று அவன் குரலில் கோபம் காட்டினான்.

"நீங்க பொய் சொல்றீங்கன்னு தெரியும், மிஸ்டர் தர்மதுரை. இன்னிக்குக் காலைல கூட அவர் வீட்லேர்ந்து புறப்பட்டுப் போனதுக்கு எங்ககிட்ட எவிடன்ஸ் இருக்கு. யெஸ்... பல நாட்களா இந்த வீட்டை எங்காளுங்க கண்காணிச்சிட்டு இருக்காங்க..."

தர்மதுரை திடுக்கிடலோடு பார்த்தான்.

"என்னோட வேலையைச் செய்ய விடுங்க... கதவைத் திறங்க! அவர் மேல சில சந்தேகங்கள் இருக்கு... அவரை நான் சந்திக்கற வரைக்கும் இந்த வீட்டை விட்டு யாரும் வெளியே போகமுடியாது... யாரும் உள்ள வரமுடியாது... அந்தப் பிரச்னையை எல்லாம் சந்திக்க நீங்க தயாரா..?"

"ஸர்ச் வாரன்ட் இருக்கா..?" என்று அவன் அடுத்த குண்டை எறிந்தான்.

"தீபக்கை கைது செஞ்சு இழுத்துட்டுப் போக அரெஸ்ட் வாரன்ட் கூட இருக்கு. ஸோ டோன்ட் டிஸ்டர்ப் மீ..!"

அவன் கண்கள் விரிந்தன. இன்ஸ்பெக்டர் துரை அரசனை அதற்கு மேல் சமாளிக்க இயலாமல் பணிந்தான். கேட்களைத் திறக்க வாட்ச்மேனிடம் சொன்னான்.

இரு போலீஸ் வாகனங்களும் வீட்டுக்குள் நுழைந்தன.

பத்ரி முன்பு படுத்திருந்த இடத்தின் கீழே ஏதோ பளபளப்பாக மின்னியது. என்ன என்று குனிந்து பார்த்தான், விஜய். அது அலங்காரமான சிறு பென் ட்ரைவ்.

விஜய், அதை கைக்குள் மடக்கி எடுத்துக்கொண்டு பூனை நடை நடந்து உள் அறைக்குச் சென்றான். பென் ட்ரைவை தன்னுடைய லேப்டாப்பில் செருகினான். 'டாப் சீக்ரெட்' என்று போட்டிருந்த ஃபோல்டரைச் சுட்டித் திறக்கப் பார்த்தான். அது பாஸ்வேர்டு கேட்டது. திறக்க முடியாமல் விஜய், அந்த ஃபைல்களை அப்படியே காப்பி செய்து, தன்னுடைய லேப்டாப்பில் ஏற்றிக்கொண்டான்.

அடுத்து, அர்த்தமற்ற எழுத்துகளின் அடுக்கை போனில் புகைப் படமாக எடுத்ததை நந்தினிக்கு வாட்ஸ்அப்பில் அனுப்பினான். நந்தினிக்கு போன் செய்தான்.

"என்ன விஜய், ஏதோ போட்டோ அனுப்பியிருக்கே... ஒண்ணுமே புரியல..?" என்று நந்தினியின் குரல் கேட்டதும், தன் குரலை ரகசிய மாக்கிக்கொண்டான்.

"இதைப் பார்த்ததும் உனக்கு ஏதாவது ஞாபகம் வருதா நந்து..?"

"வருது... உன் எம்.டி.கிட்டே இருந்து ஏதோ குப்பையா ஈ-மெயில் வந்ததே? அதுல வைரஸ் இருக்குனு லேப்டாப்பை எடுத்திட்டுப் போய் க்ளீன் பண்ணியே... அதானே?"

“அதேதான். ஆனா, இது குப்பை இல்ல... என்னன்னு கண்டு பிடிக்கணும்” என்று விஜய் ஆதங்கத்துடன் சொன்னான். “என்னைச் சுத்தி ஒரு ரகசிய வலையை யாரோ பின்றாங்க. இன்னும் சில ஃபைல்ஸ் அனுப்பறேன். இங்க தெறக்க முடியல... உன்னால ஏதாவது செய்ய முடியுமானு பாரு!”

“டேய், உன்னோட இ-மெயிலைக் கூட ஹேக் பண்ண முடியும். அதனால உங்க அம்மா பேர்ல புதுசா இ-மெயில் க்ரியேட் பண்ணு. அது மூலமா எல்லாத்தையும் எனக்கு அனுப்பு!”

அவள் சொன்னபடியே விஜய் செய்தான். அந்த டிஜிட்டல் கோப்புகளை புதிய மெயிலில் இணைத்து நந்தினிக்கு அனுப்பினான்.

“அனுப்பிட்டேன்...”

“என்னோட கஸின் ஒருத்தன் இந்த விஷயத்துல எல்லாம் எக்ஸ்பர்ட்! அவனை நான் கேக்கறேன்...” என்றாள் நந்தினி.

தீபக் தர்மசேனா, அந்த தனியார் மருத்துவமனையின் குளிரூட்டப்பட்ட அறையில் கட்டிலில் அமர்ந்திருந்தார். அவருடைய போன் ஒலித்தது.

பி.ஏ. தர்மதுரை.

“சார், வீட்டுக்குள்ள நுழைய ஸர்ச் வாரன்ட் வெச்சிருக்காரு இன்ஸ்பெக்டர். இப்ப என்ன செய்யறது..?”

தீபக் தர்மசேனா கழுத்தில் சுருக்கு இறுகுவதை உணர்ந்தார்.

“அவங்களை ஹால்ல உட்கார வை! நம்ம லாயர் வர்ற வரைக்கும் எந்த ரூமுக்குள்ளயும் போகக்கூடாதுனு சொல்லி நிறுத்தி வை. நான் வக்கீலை அனுப்பறேன்...” என்றார்.

தன் குரலில் சிறு நடுக்கம் இருப்பதை தீபக் தர்மசேனா கவனித்து வெட்கினார். பின் சுதாரித்துக்கொண்டு உறுதியான குரலில் சொன்னார்...

“என் அம்மாவை போலீஸ் டிஸ்டர்ப் பண்றதை என்னால அனுமதிக்க முடியாது. என் அம்மாவுக்கு சில முக்கியமான விஷயங்கள் தெரியும். அவங்க எப்போ, எப்படி நடந்துப்பாங்கனு சொல்ல முடியாது. அதனால அம்மா இருக்கற ரூமுக்குள்ள அவங்க போக முடியாதபடி பார்த்துக்க...” என்றார்.

அந்த மாபெரும் ஹாலில், தீபக் தர்மசேனா சேர்த்த சொத்துகளின் செழிப்பு ஒவ்வோர் அங்குலத்திலும் மின்னியது.

“என் நேரத்தை வீணடிக்கறீங்க...” என்று துரைஅரசன் ஆட்சேபித்தபோதும், வக்கீல் வரும்வரை பொறுக்குமாறு தர்மதுரை பிடிவாதமாகச் சொல்லிவிட்டான்.

தாமதிக்கும் ஒவ்வொரு கணமும் குற்றவாளி தடயங்களை

மறைக்கப் பயன்படும் என்று துரை அரசனுக்குத் தெரியும். ஆனால், அவசரப்பட்டு ஏதாவது செய்யப் போய், நீதிமன்றம் ஒட்டுமொத்த மாக அவர் உழைப்பை நிராகரித்துவிடக் கூடாது என்ற கவலை அவருக்கு இருந்ததால், ஹாலில் இருந்த விலையுயர்ந்த ஓவியங் களைப் பொறுமையின்றி நோட்டமிட்டுக்கொண்டிருந்தார்.

சுமார் இருபது நிமிடங்கள் கழித்து, இறக்குமதி செய்யப்பட்ட ஒரு கார் போர்டிகோவில் வந்து நிற்பது தெரிந்தது. தோல் சுருங்கி, முகம் பழுத்த மனிதர் அங்கு வந்துசேர்ந்தார்.

“ஐ’ம் ராகவானந்தம்...” என்று தன்னை அறிமுகப்படுத்திக்கொண் டார்.

“உங்களை ரொம்ப நல்லா தெரியும் சார்... பெரிய மனுஷங்க, தப்பு செஞ்சு கோர்ட்டுக்குப் போகும்போதெல்லாம், அங்க உங்களைப் பார்க்காம இருக்க முடியாதே..!” என்றார் துரை அரசன்.

ராகவானந்தம் அந்த நகைச்சுவையை ரசித்தவராக புன்னகைத் தார். “தப்பு செய்யாதவங்களை போலீஸ் தொந்தரவு செய்யும் போதும், நான் ஆஜராவேன், இன்ஸ்பெக்டர்...” என்றார்.

“உங்க க்ளையன்ட் எந்த தப்பும் செய்யலன்னா, எங்க கடமையை செய்ய விடுங்க... உங்களுக்கு சட்டம் தெரியும். சட்டபூர்வமாக நாங்க என்ன குற்றம் சாட்டினாலும், அதையெல்லாம் உடைக்கற துக்கு உங்களுக்கு சாமர்த்தியம் இருக்கு... ஆனா, சட்டத்தை மதிச்சு, கோர்ட்ல அனுமதி வாங்கி வந்திருக்கேன்... என் கடமையைச் செய்ய விடாம தடுக்கறதுக்கு உங்களுக்கு உரிமை இல்லன்றதும் உங்களுக்கே தெரியும்...”

“ஏன் பயப்படறீங்க? நான் தடுக்க வரல... உங்களுக்கு எந்த அளவு அனுமதி கொடுக்கப்பட்டிருக்குனு தெரிஞ்சுக்கிட்டு, ஒத்துழைப்பு கொடுக்கத்தான் வந்திருக்கேன்...”

“நன்றி... தீபக் தர்மசேனாவை நான் சந்திக்கணும். சில கேள்விகள் கேக்கணும். சிந்தாதிரிப்பேட்டை கோல்டு ஸ்டோரேஜ்ல இருக்கற லாக்கர் ரூமைத் திறக்கணும். இந்த வீட்ல யார், யார் இருக் காங்கன்னு பார்க்கணும்...”

இன்ஸ்பெக்டர் நீட்டிய காகிதங்களை வாங்கி அவர் பார்த்தார்.

“ரொம்ப வேகமா வேலை செஞ்சிருக்கீங்க... என் பாராட்டுகள். தீபக்கை நீங்க சந்திக்க முடியுமானு டாக்டரைக் கேட்டுத்தான் சொல்லணும். மத்தபடி இந்த வீட்டை நீங்க சோதனை போட எங்களுக்கு ஆட்சேபம் இல்ல. இந்த வீட்ல சில நோயாளிங்க இருக் காங்க. அவங்களைத் தொந்தரவு செய்யாம உங்க கடமையை நீங்க செய்யலாம். ஆனா, எந்த அலமாரியைத் தெறந்தாலும், அதை என் முன்னிலைலதான் செய்யணும்...”

“கண்டிப்பா... கோயில் சிற்பங்களைக் கடத்தறது எவ்வளவு பெரிய குற்றம்னு உங்களுக்குத் தெரியும். உங்க க்ளையன்ட் மிகப்பெரிய சதிவேலை பண்ணிட்டிருக்காரு. அல்லது மிகப்பெரிய சதி வலைல சிக்கிட்டிருக்காரு. அதனால, அவரோட உயிருக்கே ஆபத்து இருக்கு! எந்த ஹாஸ்பிட்டல்ல அவர் அட்மிட் ஆகியிருந்தாலும், அங்க அவருக்கும் நாங்க போலீஸ் பாதுகாப்பு கொடுக்கணும்...”

“காவல் போடணும்னு போலீஸ் சொன்னா, பாதுகாப்புக்கா, இல்ல கைப்பிடில வெச்சிருக்கவானு எனக்குத் தெரியும்...” என்று ராகவானந்தம் சிரித்தார்.

வீட்டுக்குள் நுழைந்து அதிகாரிகள் வெவ்வேறு அறைகளைத் தங்கள் கட்டுப்பாட்டுக்குள் கொண்டுவந்தனர். துரை அரசன் ஓர் அறைக்குள் நுழையப் பார்த்தபோது, ராகவானந்தம் கை உயர்த்தித் தடுத்தார்.

“அந்த ரூம்ல தீபக்கோட அம்மா இருக்காங்க... அவங்களுக்கு ஏற்கனவே பிரச்னை. அந்த ரூமை விட்டுடலாமே..?” என்று ராகவானந்தம் சொன்னார்.

“ஸாரி, சார்... எல்லா ரூமையும் செக் பண்ண வேண்டியிருக்கு...” என்று சொல்லிவிட்டு, இன்ஸ்பெக்டர் உள்ளே நுழைந்தார். துரை அரசனைப் பார்த்ததும், தீபக்கின் அம்மா சட்டென முகம் மலர்ந்தாள். நர்ஸின் கையை உதறி எழுந்தாள்.

“வா... வா... எப்படி இருக்கே..? வீட்ல எல்லாம் நல்லா இருக்காங்களா..?” என்று கேட்டாள்.

“இவரை உங்களுக்குத் தெரியாது.. இவர் போலீஸ் இன்ஸ்பெக்டர்..!” என்றார் ராகவானந்தம்.

“ஏன் தெரியாது? நல்லாத் தெரியும். ரத்தினம்தானே நீ? இவங்கம்மாவும், நானும் ஒண்ணுவிட்ட அக்கா தங்கை...” என்று ராகவானந்தத்திடம் சொல்லிவிட்டு அந்த அம்மாள் இன்ஸ்பெக்டரின் கைகளைப் பிடித்துக்கொண்டாள்.

“நாலு சுவத்தையே பார்த்து போரடிக்குது... என்னை வெளில கூட்டிட்டுப் போறியா..?” என்று இறைஞ்சும் குரலில் கேட்டாள்.

“சரிம்மா...”

“இன்ஸ்பெக்டர், அவங்க மனநலம் சரியில்லாதவங்க... அவங்களைலாம் நீங்க கையாளக்கூடாது. உங்களுக்கு அந்த அனுமதி இல்ல!” என்று ராகவானந்தம் குறுக்கில் வந்து நின்றார்.

இன்ஸ்பெக்டர் துரை அரசன் அவரை அலட்சியம் செய்து அந்த அம்மாளின் விழிகளுக்குள் அன்புடன் பார்த்தார்.

## 27

வக்கீல் ராகவானந்தம் தடுக்கப் பார்த்தபோதும், இன்ஸ்பெக்டர் துரை அரசன் அவரை அலட்சியம் செய்து தீபக்கின் அம்மாவை அன்புடன் நோக்கினார்.

ராகவானந்தம் அடுத்து அந்த அம்மாளின் அருகில் வந்து, "அம்மா, நீங்க போய் ரெஸ்ட் எடுங்க..." என்று சொல்லிப் பார்த்தார்.

துரை அரசன் அவரைத் திரும்பிப் பார்த்து முறைத்தார். "நீங்க ஏன் சார் டென்ஷனாகறீங்க..? அவங்க நோயாளினு நீங்களே சொல்றீங்க..! ஏதோ என்னைப் பார்த்து அவங்களுக்கு ஒரு தொடர்பு இருக்கறதா நினைக்கறாங்க. யூனிஃபார்ம் போட்டாலும், நானும் ஒரு தாய்க்கு மகன்தான் சார். மனிதாபிமான அடிப்படையிலகூட இவங்ககிட்ட நான் பேசக்கூடாதா..?"

வக்கீல் குறுக்கிட்டதை அந்த அம்மாள் அலட்சியம் செய்தாள். துரை அரசனின் கையைப் பிடித்து இழுத்துப் போய் தன் கட்டிலில் அமர்த்தினாள். அவரே எதிர்பாராத நேரத்தில் சட்டென அவர் மடியில் தலை வைத்துக்கொண்டாள்.

துரை அரசன் விறைப்பான காக்கி உடுப்புக்குள் தான் நெகிழ்ந்து போவதை உணர்ந்தார். அந்த நரைத்த கூந்தலை அமைதியாக வருடிக் கொடுத்தார்.

"நான் உங்க மகனைப் பார்க்க வந்தேன்மா..!"

"தீபக் இங்கதான் இருந்தான்... இப்பதானே வந்து என்னைப் பார்த்துட்டுப் போனான்..!" என்றாள், தனது கண்களைப் படபட வென்று சிமிட்டியபடி. அவளுடைய கன்னத்தில் ஒரு மருவும், அதிலிருந்து விறைப்பாக ஒரு முடியும் துல்லியமாகத் தெரிந்தன.

தீபக்கின் பி.ஏ. தர்மதுரை பதற்றமாக அருகில் வந்தான். "இன்ஸ் பெக்டர்! எங்க தீபக் சார் இந்த வீட்ல இருக்கறவங்கள்லகூட யாரையும் தன் அம்மாகிட்ட நெருங்க விட மாட்டாங்க. இது சரியில்லை! நீங்க ஏதாவது சொல்லிட்டு அங்கேயிருந்து எழுந்தி ருங்க..." என்று படபடத்தான்.

துரைஅரசன் அவன் பக்கம் திரும்பினார். "தீபக் தர்மசேனா நேத்தே ஆஸ்பத்திரில அட்மிட் ஆயிட்டதா நீங்க சொன்னீங்க. இன்னிக்குக்கூட இங்க இருந்ததா இவங்க சொல்றாங்க. கண் காணிச்சிட்டிருந்த போலீஸ் பொய் சொல்லுதா..? நீங்க பொய் சொல்றீங்களா..? இல்ல, இவங்க பொய் சொல்றாங்களா..?"

"இவங்க சொல்றயெல்லாம் எடுத்துக்க முடியாது. இவங்களுக்கு ஞாபகமறதி அதிகம்..."

இந்த விவாதங்களைக் காதில் வாங்காதவளாக, "ரத்னம்... அம்மாலாம் நல்லா இருக்காங்களா..?" என்று அந்த அம்மாள் துரைஅரசனைக் கேட்டாள்.

துரைஅரசன் அவளுடைய தலையை மெல்ல வருடிக் கொடுத் தார்.

"உங்க பேரென்னம்மா..?"

"உங்கம்மாவுக்குத் தெரியும். நீ மறந்துட்டியா..? சொர்ண திலகம்..." என்றாள் அவள்.

"உங்க கணவர் பேரு ஞாபகம் இருக்கா..?"

"அதெப்படி மறக்கும்..? குமாரசாமி..." என்று சொல்கையில் அவள் முகத்தில் சிறு வெட்கம்.

"ஓ! நீங்க பொறந்த தேதி நெனைவிருக்கா..?"

"இன்ஸ்பெக்டர், எதுக்கு அவங்ககிட்ட விசாரணை பண்றீங்க..?" என்று ராகவானந்தம் பேச்சின் குறுக்கில் நுழைந்தார்.

அந்த அம்மாள் தலையை நிமிர்ந்து, "எங்களை டிஸ்டர்ப் பண் ணாத!" என்று கண்டிப்பான குரலில் அவரைப் பார்த்துச் சொன் னாள். "எனக்கு அஞ்சு வயசு இருக்கும்போதுதான் இந்தியாவுக்கு சுதந்திரம் கெடைச்சுது. நான் பொறந்தது, ஆகஸ்ட் ஆறு, 1942..."

"நன்றிம்மா..." என்ற துரைஅரசன், "ஒரு போன் பண்ணிக்க றேம்மா..." என சொன்னபடி சப்-இன்ஸ்பெக்டர் சுகுமாருக்கு போன் செய்தார். "நான் சொல்ற தேதியைக் குறிச்சுக்கங்க... அதுல

தேதியோ, மாசமோ, வருஷமோ முதல்ல வர்ற மாதிரி மாத்தி மாத்தி நம்பர் காம்பினேஷன் போட்டுப் பாருங்க... கோல்டு ஸ்டோரேஜ் ரூம் கதவைத் திறக்க முடியுதான்னு ட்ரை பண்ணுங்க!" என்றார்.

"ஓகே சார்..." என்றார் சுகுமார், மறுமுனையில் உற்சாகமாகி.

வக்கீல் ராகவானந்தம் பதறுவது கண்கூடாகத் தெரிந்தது.

"சுகுமார்... பக்கத்துல ஒரு வீடியோகிராஃபரை வெச்சுக்கங்க. நாம வைக்கற ஒவ்வொரு அடியும், வீடியோவுல தெளிவாப் பதிவாகணும். சட்டத்தை மீறி எதுவும் செஞ்சதா நாளைக்குப் பிரச்னை வரக் கூடாது..."

"சரி, சார்..."

துரை அரசன் போனை அணைத்துவிட்டு, அந்த அம்மாளின் கன்னத்தை வருடி, "இந்த வீட்டை சுத்திப் பார்த்துட்டு வரேன்மா..." என்றார்.

"சரி, ரத்னம்... இது உன் வீடு மாதிரி!" என்று அவள் எழுந்து கொண்டாள்.

நந்தினி தவிப்போடு அவளுடைய அத்தை மகன் ஜெயசூர்யா வின் எதிரில் அமர்ந்திருந்தாள்.

ஜெயசூர்யாவுக்கு உயரமான முருங்கைக்காய் போன்ற மெலிதான தோற்றம். அவனுடைய விரல்கள் கம்ப்யூட்டரை இயக்குவதற்காகவே வளர்க்கப்பட்டவை. அவன் மூளை கம்ப் யூட்டரின் மென்மொழிகளை எழுத்தெழுத்தாகப் பிரித்துப் புரிந்துகொள்வதற்காகவே தயார் செய்யப்பட்டது.

விஜய் அனுப்பியிருந்த ஃபோல்டர்களை பென்டிரைவில் கொடுத்து, நந்தினி அவனை சவாலுக்கு இழுத்திருந்தாள்.

"பாஸ்வேர்டு என்னனு கேக்குது... யாருக்கும் தெரியாது... இந்த ஃபோல்டரைத் திறக்க முடியுமா..?"

"முடியாதுனு ஒரு வார்த்தையே என் அகராதில கெடையாது..." என்று தலையைச் சிலிர்த்துக்கொண்டான் ஜெயசூர்யா. "இதை யார் ஹேண்டில் பண்ணாங்கனு ஏதாவது க்ளூ குடுக்க முடியுமா..?"

"அமெரிக்காவுல ரகசியமா வெச்சிருந்த ஃபைல்ஸ்... வெச்சி ருந்தவன் பேரு, பத்ரி!"

"*Badri*-யா... *Bhadri*-யா... இல்ல, *Badhri*-யா..?" என்று ஜெயசூர்யா எழுத்துகளை மாற்றி மாற்றிக் கேட்டான்.

"ஏய், அதெல்லாம் எனக்குத் தெரியாது!"

"ஓகே... வெயிட்!" என்று ஜெயசூர்யா படபடவென்று கீ போர் டைத் தட்ட ஆரம்பித்தான். நந்தினி, கொட்டாவி விட்டுக்கொண்டு

அவனருகில் அமர்ந்திருந்தாள்.

இன்ஸ்பெக்டர் துரை அரசன் அந்த இயற்கை ஓவியத்தை நகர்த்தினார். ஓவியத்தின் பின்னால் சுவரில் பதிந்து, ஒளிந்திருந்த இரும்பு லாக்கர் கண்ணில் பட்டது. அந்த லாக்கருக்கும் நம்பர் காம்பினேஷன் கொண்ட பூட்டு இருப்பதை கவனித்தார்.

இன்ஸ்பெக்டர் துரை அரசன் தன்னுடன் வந்திருந்த அதிகாரி களை அழைத்தார்.

"இந்தப் பூட்டுக்கு சீல் வைங்க... போலீஸ் பர்மிஷன் இல்லாம இதைத் திறக்கக்கூடாது! வக்கீல் சார், உங்க முன்னிலைலதான் எல்லாம் செய்யறோம்... ஓகே?"

ராகவானந்தம் எல்லாம் தன் கைமீறிப் போவதை கவனித்தபடி நாற்காலியில் அமர்ந்திருந்தார்.

சான் ஃப்ரான்சிஸ்கோ.

அதிகாலை... பத்ரிக்கு விழிப்பு வந்தது. சட்டென்று எழுந்தான். தலை லேசாக வலித்தது. விஸ்கியின் தாக்கம் என்று உணர்ந்தான். தலைமாட்டில் இருந்த தன் தோல்பையை எடுத்துக்கொண்டு சோஃபாவிலிருந்து இறங்கினான். காலைக் கீழே பதித்ததும், ஏதோ உறுத்தியது. குனிந்து பார்த்தான். சோஃபாவுக்கு அடியில் பாதி ஒளிந்திருந்த பென் ட்ரைவின் முனை!

'அடடா, இது கீழே விழுந்துவிட்டதா..?' என்று அதை எடுத்து, தோல் பையில் பத்திரப்படுத்தினான். உள்ளறையில் உறங்கிக் கொண்டிருந்த விஜய்யை எழுப்பினான்.

"ஏம்பா! நான் தூங்கிட்டாகூட, நீ எழுப்பி வீட்டுக்குப் போகச் சொல்லியிருக்கலாம், இல்ல..?"

"தூங்கியிருந்தா சொல்லலாம்... போதைல மயக்கமாகிக் கிடக்கறவங்ககிட்ட எப்படிச் சொல்ல முடியும்..?" என்றான் விஜய், கண்களைக் கசக்கியபடி.

"இந்த பென் ட்ரைவ் எப்படி வெளிய வந்தது..?"

"அதான் பை விழுந்து, எல்லாம் சிதறிச்சே... நீங்க பொறுக்கி எடுத்துக்கிட்டீங்களே..!"

"சரி... இன்னிக்கு வேற ஒருத்தரை பதினோரு மணிக்கு மேல நாம பார்க்கப் போறோம். ரெடியா இரு... நான் வீட்டுக்குப் போய் குளிச்சுட்டு வந்துடறேன்..." என்று பத்ரி புறப்பட்டுப் போனான்.

பென் டிரைவில் இருந்ததை காப்பி செய்துகொண்டு, அதை பத்ரி கண்டெடுக்கும் இடத்திலேயே போட்டு வைத்தது நல்ல தாகப் போயிற்று என்று நினைத்துக்கொண்டு விஜய் எழுந்தான்.

இன்ஸ்பெக்டர் துரைஅரசன், தேடலில் தனக்குக் கிடைத்த

ஆவணங்களை வரிசைப்படுத்திக் குறித்து வக்கீலிடம் பட்டியலை ஒப்படைத்தார். சுலபமாகத் திறக்க முடியாத சில அறைகளுக்கும், அலமாரிகளுக்கும் சீல் வைத்தார். புறப்படலாம் என்று முடிவு செய்தபோது, தீபக் தர்மசேனாவின் அம்மா இருந்த அறைக்குப் போனார்.

“அம்மா, நான் உங்களை மறுபடியும் வந்து சந்திப்பேன்... உங்ககூட நிறைய நேரம் பேசணும்... இப்ப கொஞ்சம் அவசர வேலையாப் போக வேண்டியிருக்கு...” என்று அன்பான குரலில் சொன்னார்.

நர்ஸை நகர்த்தி அந்த அம்மாள் தலையை உயர்த்திப் பார்த்தாள். ஆசையுடன் புன்னகைத்தாள்.

“எப்ப வந்தாலும், என்னைப் பார்க்காம போகாத! வீட்ல மாலினியையும், ராஜூ குட்டியையும் விசாரிச்சேன்னு சொல்லு..!”

“சரிம்மா...” என்று துரைஅரசன் விடைபெற்றார்.

மருத்துவமனை.

இன்ஸ்பெக்டர் துரைஅரசன், மருத்துவருக்கு எதிரில் அமர்ந்திருந்தார்.

மருத்துவ நண்பர், “தீபக் தர்மசேனாவை ரொம்ப டிஸ்டர்ப் பண்ணாதீங்க... ஹார்ட் வீக்கா இருக்கு!” என்று சொன்னார். ஒரு செவிலியை அழைத்து, தீபக் தர்மசேனா இருந்த தனியறைக்கு இன்ஸ்பெக்டரைக் கூட்டிப் போகச் சொன்னார்.

தீபக் தர்மசேனா கட்டிலில் ஒருக்களித்துப் படுத்தார்.

“வாங்க இன்ஸ்பெக்டர்! என்ன தப்பு பண்ணினேன்னு என்னை கண்காணிக்க ஏற்பாடு பண்றீங்க... எதுக்கு இந்த விசாரணை?”

“பெரிய பிரச்னை எதுவும் இருக்கக்கூடாதுனுதான் நானும் ஆசைப்படறேன், தீபக் சார். உங்க கோல்டு ஸ்டோரேஜ்ல இருக்கற லாக்கர் ரூமைத் திறக்க அனுமதி வாங்கி வந்திருக்கேன். அதுக்கான நம்பர் உங்களுக்குத்தான் தெரியும்னு சொன்னாங்க...”

“மீன்களை ஸ்டாக் பண்ற ரூமை எதுக்கு நான் போலீஸுக்குத் திறந்து காட்டணும்..?”

“சந்தேகத்தின் பேர்ல நாங்க சில கேள்விகள் கேட்க முடியும். உண்மையான பதில்கள் சொல்ல வேண்டியது உங்க பொறுப்பு, கடமை! நீங்க நல்லா இருந்தா உங்களையே கூட்டிட்டுப் போய் திறக்கச் சொல்வேன். அட்லீஸ்ட் அந்த லாக்கர் கதவுக்கான நம்பர் என்னனு சொல்லுங்க!”

“அதை நான் ஞாபகத்துல வெச்சிக்கல... வீட்ல ஒரு இடத்துல குறிப்பா எழுதி வெச்சிருக்கேன். நான் நேரடியா வந்தாதான்

அதை எடுக்க முடியும்..." என்றார் தீபக் தர்மசேனா.

இன்ஸ்பெக்டர் துரை அரசன் சற்றே பொறுமையிழந்தார். "நீங்க நேரத்தைக் கடத்தலாம், நாளைக் கடத்தலாம். ஆனா, உங்க குற்றத்துலேர்ந்து தப்பிக்க முடியாது. எவ்வளவு வருஷம் ஆனாலும், உங்ககிட்டேர்ந்து உண்மைகளை வாங்கற வரைக்கும் போலீஸ் உங்க நிழலாதான் இருக்கும்..." என்று அவர் சொல்லிக் கொண்டிருக்கும்போதே, சப் இன்ஸ்பெக்டர் சுகுமாரிடமிருந்து போன் வந்தது.

"சார், நீங்க சொன்ன தேதில வருஷத்தை மொதல்ல போட்டு முயற்சி பண்ணின நம்பர் காம்பினேஷன் வேலை செய்யுது... ஸ்டோரேஜ் ரூம் பூட்டைத் திறக்க முடியுது!"

"எக்ஸலன்ட்! வீடியோ எடுத்திட்டே உள்ள போங்க... நானும் வந்து சேர்றேன்..." என்றார் துரை அரசன்.

"உங்க அம்மாவோட பொறந்த தேதியை நம்பர் லாக்கா வெச்சிருப்பீங்கனு யூகிச்சேன்... கரெக்டா இருக்காம்!" என்று தீபக் தர்மசேனாவிடம் சொல்லிவிட்டு துரை அரசன் எழுந்தார்.

தீபக் தர்மசேனா அதிர்ந்து பார்த்தார்.

அதே மருத்துவமனை. தலைமை மருத்துவரின் போன் ஒலித்தது.

"தீபக் தர்மசேனாகிட்ட குடுங்க..." என்று கனமான குரல் வந்தது.

மருத்துவர், அறை வாசலில் இருந்த காவலர்களைத் தாண்டி தீபக்கின் அறைக்குள் நுழைந்தார். போனை தீபக் தர்மசேனா விடம் கொடுத்தார்.

"நான்தான் பேசறேன்..!" என்றது எதிர்முனை. தீபக் தர்மசேனா உடனே விறைத்தார். பேசியது குணாளன் என்று அவருக்கு உடனடியாகப் புரிந்தது.

"டாக்டர், போன் பேசிட்டு நானே கூப்புடறேன்..." என்றார்.

மருத்துவர் வெளியேறியதும், "சொல்லுங்க..." என்றார், போனில்.

"போலீஸ் லாக்கர் ரூமைத் திறந்து உள்ள நுழைஞ்சாச்சு... அடுத்தது, உன்னை அரெஸ்ட் பண்ணுவாங்க!" என்றது, குணாளனின் குரல்.

"எனக்கு என்ன நடந்தாலும், உங்க பேரை நான் சொல்ல மாட்டேன்..." என்று தீபக் உறுதியளிக்கும் குரலில் சொன்னார்.

"அது எனக்குத் தெரியும். அதுக்கு முன்னால, போலீஸை திசை திருப்ப சில விஷயங்கள் நீ செய்யணும்..."

"சொல்லுங்க..."

"ஏற்கனவே அரவமணி நல்லூர் நடராஜரை கொள்ளை அடிச்ச

போது சந்தேகத்துல மாட்டின விஜய், இப்போ சான் ஃப்ரான்சிஸ் கோல இருக்கான். அவன், டாம் பெக்கர் அப்படின்னு ஒருத்தரைப் பார்த்துப் பேசியிருக்கான். அவரோட செல்ஃபி எடுத்துட்டிருக்கறான். அந்த செல்ஃபி போட்டோ இப்ப உனக்கு வந்து சேரும். அந்த போட்டோவை போலீஸ்ல காட்டு... விஜய்தான் சிற்பங் களைக் கொள்ளையடிக்கறதுக்கு உனக்குத் துணை போறவன்னு அடிச்சு விடு! 'இப்பகூட அமெரிக்காவுக்கு அந்த பிசினஸ் பேசத் தான் போயிருக்கான்'னு சொல்லு... ஆதாரமா அந்த போட்டோ வைக் காட்டு! போலீஸ் அவனைப் பிடிக்கட்டும்... தோண்டட்டும்... துருவட்டும்... விசாரிக்கட்டும்... அந்த நேரத்துக்குள்ள இந்த சிக் கல்லேர்ந்து நீயும், நானும் எப்படி தப்பிக்கலாம்னு என் லாயர் முடிவு செய்வாரு. எதுக்கும் நீ முன்ஜாமீன் வாங்கிடு!"

குணாளன் சொல்வதை தீபக் முழுக் கவனத்துடன் கேட்டார்.

# 28

குணாளன் சொன்னால் மறு பேச்சு கிடையாது என்பது தெரியும் என்பதால், "சரி..." என்று ஒற்றை வார்த்தையில் உரையாடலை முடித்தார், தீபக் தர்மசேனா. அவர் முகத்தில் வியர்வை முத்துக்கள் பூத்தன.

விஜய்தான் குற்றவாளி என்று வாக்குமூலம் கொடுத்தபின், ஜார்ஜ் மருத்துவமனையில் என்ன முடிவை சந்தித்தானோ, அதே முடிவைத்தான் தானும் சந்திக்க நேருமா என்ற கவலை அவரை ஆட்கொண்டது.

போனை மருத்துவ நண்பரிடம் திருப்பிக் கொடுக்கையில், அவர் குரல் கம்மியது. "எனக்கு ஊசி போட வேணாம்... மாத்திரை எதுவும் வேணாம்... எதுலயாவது விஷம் கலக்கறதா இருந்தா, முன்கூட்டியே சொல்லிடு! நான் சாகறதுக்கு முன்னாடி தெரிஞ்சுக் கிட்டு தயாரா இருக்க விரும்பறேன். எங்கம்மாவுக்கு ஏதாவது நல்ல ஏற்பாடு செய்ய விரும்பறேன்..."

மருத்துவர் பதில் எதுவும் சொல்லாமல் அவரைத் தோளில் தட்டிக்கொடுத்துவிட்டு நகர்ந்தார்.

சிந்தாதிரிப்பேட்டை குளிர் அறை. நம்பர் பூட்டு திறக்கப்பட்டு, அந்த கனமான இரும்புக் கதவு தள்ளித் திறக்கப்பட்டது. உள்ளே விளக்குகளைப் போட்டுக்கொண்டு போலீஸ் நுழைந்தது.

பாய்ச்சப்பட்ட ஒளி ஒவ்வொரு இடமாக வெளிச்சமிட்டுக் காட்ட... அங்கு அடுக்கப்பட்டிருந்தவற்றைப் பார்த்து, போலீஸ்

அதிர்ந்தது.

உறுதியான கண்ணாடித்தாள் போட்டு மூடப்பட்டு, பல சிற்பங்கள், தூண் அமைப்புகள் அங்கே சேகரித்து வைக்கப்பட்டிருந்தன.

“கவனமா ஒவ்வொண்ணையும் வீடியோவுல பதிவு பண்ணுங்க...” என்றார், சப் இன்ஸ்பெக்டர் சுகுமார்.

தன் பரபரப்பை அடக்க முடியாமல் துரை அரசனுக்கு போன் செய்தார். “இங்க கெடைச்சிருக்கற ஆதாரம் போறும், சார்... அந்த தீபக் தர்மசேனாவை அரெஸ்ட்பண்ண!” என்று பரபரத்தார்.

“ஐ’ம் ஆன் மை வே...” என்றார் துரைஅரசன்.

ஜெயசூர்யா லேப்டாப்பிலிருந்து விலக்கி தன் நீளமான விரல்களை நெட்டி முறித்தான்.

“இது, சவாலான வேலையாதான் இருக்கு..!” என்றான்.

நந்தினி கொட்டாவியை அடக்கியபடி, “அப்போ, உன் தோல்வியை ஒத்துக்கறியா..?” என்று, சற்றே எள்ளலான குரலில் கேட்டாள்.

ஜெயசூர்யா, அதைவிட எள்ளலான சிரிப்பு ஒன்றை உதிர்த்தான். தன்னுடைய லேப்டாப்பின் திரையைக் காட்டினான்.

“சவாலா இருக்குனு சொன்னேனே தவிர, பின்வாங்கிட்டேன்னு சொன்னேனா..? அங்க பாரு, என்ன நடந்துட்டு இருக்குனு...”

நந்தினி பார்த்தபோது, பல்வேறு கம்ப்யூட்டர் ஆணைகள் ஒன்றன்பின் ஒன்றாக அந்தத் திரையில் கீழிருந்து மேல் நோக்கி புல்லட் ரயில் வேகத்தில் நகர்ந்துகொண்டிருந்தன.

“என்னோட பிரம்மாஸ்திரத்தைப் பயன்படுத்தியிருக்கேன். என்னோட ஸ்பெஷல் சாஃப்ட்வேரால கண்டுபிடிக்க முடியாத பாஸ்வேர்டு கிடையாது. பூட்டை உடைக்காம திறக்கணும்னு கள்ளச் சாவி போட்டு முதல்ல ட்ரை பண்ணுவோம்... முடியலன்னா சுத்தியலை வெச்சு உடைச்சுத் திறக்க வேண்டியதுதான்னு முடிவு பண்ணிட்டேன்...”

“டேய்... டேய்... அந்தப் பூட்டுலயே விஷயம் இருக்கலாம். அவசரப்பட்டு உடைச்சிராத..!”

“அடடா, ஒரு உதாரணத்துக்கு சொன்னேன். உடனே அதைப் பிடிச்சுக்காத...” என்று ஜெயசூர்யா சொல்லும்போதே, கம்ப்யூட்டர் திரை ஓட்டம் ஒரு முடிவுக்கு வந்து சரக்கென்று நின்றது. சிவப்பாய் இருந்த சில எழுத்துக்கள் நிறம் மாறி பச்சையாக முடிந்தன.

“திஸ் ஈஸ் ஜெயசூர்யா..!” என்றான் அவன், அவளைத் திரும்பிப் பார்த்து.

"அப்படின்னா..?"

"வேலை முடிஞ்சிருச்சு! இப்ப நம்ம சிப்பாய் வியூகத்தை உடைச்சி, உள்ள நுழைஞ்சிட்டாரு! போய், ஒவ்வொரு ஃபோல்டரா உனக்குத் திறந்து காட்டப் போறாரு..! பக்கத்துல உட்கார்ந்து பாரு..."

அவன் சொன்னபடியே, விஜய் அனுப்பியிருந்த ரகசிய ஃபோல்டர் திறந்தது. உள்ளே, கிட்டத்தட்ட எழுபது புகைப் படங்கள் இருந்தன.

முதல் புகைப்படத்தைச் சுட்டியதும், அது, பெரிதாக விரிந்தது.

"இது ஏதோ கோயில் சிற்பம் மாதிரி இருக்கு..!" என்றான் ஜெயசூர்யா.

அடுத்தடுத்த படங்களை நகர்த்திப் பார்த்தபோது, நடராஜர், பைரவர், மகிஷாசுரமர்த்தினி, காளி, அர்த்தநாரீஸ்வரர், குழலூதும் வேணுகோபாலன் என்று வெவ்வேறு வடிவங்களில் சிற்பங்கள்! அந்தப் புகைப்படத் தொகுப்பில் ஒரு நந்தியும், சில தூண்களும் கூட இருந்தன.

"அரவமணிநல்லூர்ல ஒரு நடராஜர் திருடு போனார்னு நினைச் சோம். அந்த நெட்வொர்க்குடைய கேலரி போல இருக்கே இது! எப்படி இது விஜய் கைக்குக் கிடைச்சது..?"

நந்தினி தன் போனை எடுத்து, விஜய்க்கு போன் செய்தாள்.

"உன் ஃபோல்டரைத் திறந்தாச்சு... எல்லாம் கோயில் சிற்பங்கள்டா..!" என்றாள்.

"துரை அரசனுக்கு உன் நம்பர் கொடுத்து, உனக்கு போன் பண்ணச் சொல்றேன். அந்த போட்டோக்களை எல்லாம் அவருக்குக் கொடுத்துடு! அப்படியே, ஃபோல்டர்ல இருக்கற போட்டோக்களை காப்பிபண்ணி, கூகுள் ட்ரைவ்ல ஷேர்பண்ணு! நானும் இங்க பார்த்துக்கறேன்..." என்றான் விஜய்.

"ஷ்யூர்..."

"எழுத்தும் நம்பரும் குழப்பமா ஒரு மேட்டர் அனுப்பினேனே..?"

"இருடா... ஒவ்வொண்ணா செக் பண்ணிட்டு இருக்கோம்!" என்றாள் நந்தினி. போன் உரையாடலை முடித்துக்கொண்டு, ஜெயசூர்யாவின் பக்கம் திரும்பினாள்.

"கம்ப்யூட்டரை வெச்சு உன் புத்திசாலித்தனத்தை காட்டிட்ட! அந்த பேப்பர்ல இருக்கற மேட்டர்..?"

"என் ரத்தத்தை முழுசா உறிஞ்சிடுவே போல இருக்கே..?" என்று அந்த ப்ரின்ட் அவுட்டை அவளிடமிருந்து வாங்கினான், ஜெயசூர்யா.

வரிசையாக அடுக்கப்பட்டிருந்த அந்தச் சிற்பங்களை துரை அரசன் பிரமிப்புடன் பார்த்தார்.

“மாத்ருபூதம், அவர் மூலமா சின்னதுரைனு ஏதோ வாலைப் பிடிச்சி, ஏதோ குடுமியைப் பிடிச்சி, இங்க வந்து சேர இத்தனை நாள் ஆயிருச்சு... இனிமே தீபக் தர்மசேனாகிட்ட ஸ்க்ரூவை டைட் பண்ண வேண்டியதுதான்...” என்றவர், நந்தினிக்கு போன் செய்தார்.

“இப்பதான் விஜய் போன் பண்ணாரு... சொன்னாரு... எக்ஸலன்ட் விஷயம்மா! நீங்க எங்க இருக்கீங்கன்னு சொல்லுங்க... நான் சப் இன்ஸ்பெக்டர் சுகுமாரை அனுப்பி, அந்த போட்டோக்களை வாங்கிக்கறேன்...”

“வேண்டாம் சார்... உங்க இ மெயில் ஐ.டி. குடுங்க! நான் கூகுள் ட்ரைவ்ல ஷேர் பண்ணிட்டா, நீங்க அப்படியே ஓப்பன் பண்ணி பார்க்க முடியும்...” என்றாள் நந்தினி.

“ஓ... டெக்னாலஜி அந்த அளவுக்கு எல்லாத்தையும் வசதியாக் கிடுச்சா? ரொம்ப நல்லதும்மா... என்னுடைய மெயில் ஐ.டியை இப்பவே உங்களுக்கு மெசேஜ் பண்றேன்...” என்றார் துரைஅரசன், மகிழ்ச்சியுடன்.

எழுத்துகளும் எண்களுமாக அர்த்தமில்லாமல் அடுக்கப் பட்டிருந்த அந்தக் காகிதத்தை வாங்கி, ஜெயசூர்யா உன்னிப்பாகக் கவனித்தான். சில நிமிடங்கள் தொடர்ந்து பார்த்ததும் கண்களில் பூச்சி பறந்தது. மண்டைக்குள் ‘க்ளிக்’ என்ற ஒலி கேட்டது. அகலமாகப் புன்னகைத்தான்.

“இது, சங்கேத மொழில எழுதப்பட்டிருக்கற ஒரு தகவல். நான் நினைக்கறது கரெக்டா இருந்தா, இதை உடைச்சிர முடியும்...” என்றான், பிரகாசமாக.

“என்ன சங்கேதம்.? எனக்குப் புரியல...” என்றாள் நந்தினி.

“இப்ப முதல் வரிசையில பாரு... மூணு எழுத்து தாண்டி, என்ன நம்பர் போட்டிருக்கு..?”

“5”

“அங்கேர்ந்து அஞ்சாவது எழுத்து என்ன? அதை எடுத்து தனியா எழுதிக்கோ... அதுக்கப்புறம் வர்ற எழுத்தெல்லாம் வேஸ்ட். மறுபடியும் நம்பர் எப்ப வருது..?”

“இதோ... ரெண்டாவது வரிசையில 13ன்னு போட்டிருக்கு!”

“ஸோ, அந்த நம்பர்ல ஆரம்பிச்சு, 13வதா என்ன எழுத்து வருதோ, அதை எடுத்து அடுத்ததா எழுதிக்கணும். இப்படி, எங்க எல்லாம் நம்பர் வருதோ, அந்த இடத்துலேர்ந்து அந்த நம்பர்ல

குறிப்பிட்டிருக்கற அளவுக்கு எழுத்துக்களைத் தாண்டி வர்ற எழுத்தை எடுத்து, எழுதிட்டே வந்தா, கடைசியா நமக்கு அர்த்த முள்ள வார்த்தை கிடைக்க வாய்ப்பு இருக்கு...”

நந்தினி சட்டென்று ஜெயசூர்யாவின் கன்னத்தில் முத்த மிட்டாள்.

“ப்ரில்லியன்ட்டா இருக்கேடா நீ! ஆனா, யார்டா உட்கார்ந்து இந்தப் பொடிப் பொடி எழுத்தையெல்லாம் பார்த்து எழுத முடியும்..? ஒரு வரிசை மிஸ் பண்ணாகூட, ஒரே குழப்பமா ஆயிடுமே..!”

“இதை நீயோ, நானோ கண்ணால பார்த்து எழுதினோம்னா பத்து நாளாகும். ஆனா, இதையே கம்ப்யூட்டருக்குத் தின்னக் கொடுத்தோம்னா சில நிமிஷத்துல வேலையை முடிச்சிரும்...”

“அப்படியா..?”

“ஆமாம். ஆனா, இப்ப நான் உன்கிட்ட சொன்ன விளக்கத்தை கம்ப்யூட்டர்ல ஒரு ப்ரோகிராமா நான் எழுதணும். அப்புறம், நீ போட்டோவா குடுத்திருக்கறதை எழுத்தா மாத்தணும். இந்த ரெண்டு வேலையும் செய்யறதுக்கு எனக்கு கொஞ்சம் டைம் வேணும்... அது முடிஞ்சதும், உனக்கு இதோட அர்த்தத்தையும் சொல்லிடுவேன்!”

ஜெயசூர்யா அந்த வேலையில் அடுத்து இறங்கினான்.

சான் ஃப்ரான்சிஸ்கோ.

பத்ரி குளித்து உடை மாற்றிக்கொண்டபோது, அவனுக்கு போன் வந்தது. எடுத்தான். எதிர்முனை பேசுவதை குறுக்கிடாமல் கவன மாகக் கேட்டுக்கொண்டான். கடைசியில், “சரி சார்... அப்படியே செய்யறேன்!” என்றான்.

பதினோரு மணிக்கு விஜய்யை பத்ரி பிக் அப் செய்துகொண்ட போது, விஜய்யின் கண்களில் இன்னும் தூக்கம் மிச்சமிருந்தது.

“இப்ப நாம எங்க போறோம்..?” என்றான், களைத்த குரலில்.

“நேத்து பார்த்தோமே... டாம் கார்ட்டர், அவர் இன்னொரு நண்பர் வீட்டுக்கு நம்மளை கூட்டிட்டுப் போகப் போறார்...”

“அவரும் வந்திருக்காரா..?”

“நாம போற வழியில டாம் கார்ட்டரை பிக்அப் பண்ணிக்கப் போறோம்...” என்றான் பத்ரி.

காரில் பயணம் செய்கையில் விஜய்யின் மண்டைக்குள் சில கேள்விகள் பூச்சிகளாகப் பறந்தன.

‘தமிழ்நாட்டில் கோயில் சிற்பங்கள் கொள்ளையடிக்கப்பட்ட

போது நான் சாட்சியாக இருந்ததே தற்செயல் என்று நினைத்தி ருக்கையில், நான் போகும் பாதையில் சந்திக்கும் மனிதர்கள் யார் யாருக்கோ அதில் ஏதோ ஒரு பங்கு இருக்கும் போலிருக்கிறதே! இது என்ன அதிசயம்? அமெரிக்காவுக்கு நான் அனுப்பப்பட்டது என் தொலைக்காட்சி நிறுவனத்துக்காக சில தொலைத்தொடர் கள் வாங்குவதற்குத்தானே..? இங்கு பத்ரியின் பென்டிரைவில் கிடைத்த புகைப்படங்கள் கோயில் சிற்பங்களுடையது என்று நந்தினி சொன்னாளே... அப்படியானால் சிற்பங்கள் கொள்ளை போவதற்கும் என் தொலைக்காட்சி ஊழியர்களுக்கும் ஏதாவது தொடர்பு இருக்கிறதா? என்னைச்சுற்றி மர்மமாக ஒரு வலை பின்னப்படுகிறதோ!'

அந்தக் கேள்விகளுக்கான விடை கிடைக்கும் முன்னரே கார் ஒரு நிறுத்தத்துக்கு வந்தது.

பொது நூலகத்தின் வாசலில், ஒரு மரப்பெஞ்சில் அமர்ந் திருந்தார் டாம் கார்ட்டர். காரை நிறுத்தியதும், சரேலென்று ஏறிக்கொண்டார்.

"குட் மார்னிங்..." என்று பளீரென்று புன்னகைத்தார்.

"குட் மார்னிங்..."

"நேற்று நன்றாகத் தூங்கினாயா..? ஜெட்லேக் உன்னைத் தொந்தரவு செய்யவில்லையே..?"

தொந்தரவு செய்தது பத்ரியிடம் கிடைத்த பென் டிரைவ்தான் என்று விஜய் சொல்லவில்லை.

"நாம் இன்று மிக முக்கியமான நபர் ஒருவரைச் சந்திக்கப் போகி றோம்... அவர் மிகப்பெரிய தொலைக்காட்சித் தயாரிப்பாளர். அவரிடம் பல சுவாரஸ்யமான தொடர்கள் இருக்கின்றன..." என்றார் கார்ட்டர்.

அவர்களுடைய கார் திடீரென நின்றது. காரணம், ஒரு மூத்த குடிமகன் மோட்டார் வைத்த சக்கர நாற்காலியில் தெருவைக் குறுக்கே கடந்தார்.

விஜய் கவனத்தை திசை திருப்ப வெளியே பார்வையை எறிந்தான். சக்கர நாற்காலி நடைபாதையில் ஏறுவதற்கும், இறங்குவதற்கும் வசதியாக சரிவான பாதை அமைக்கப்பட்டி ருப்பதைக் கண்டு, விஜய் ஆச்சரியப்பட்டான். 'இந்த நகரத்தின் நடைபாதைகள் எவ்வளவு அகலமாக இருக்கின்றன! இந்த நடை பாதை அளவுக்குக்கூட நம் ஊரில் பல தெருக்கள் அகலமாக இல்லையே...' என்று விஜய் மனதில் ஓர் ஏக்கம்.

நடைபாதைவாசிகளுக்கும், தெருவைக் கடக்கும் பாதசாரிகளுக் கும் இங்கே முக்கியத்துவம் தரப்படுவதையும் விஜய் கவனித்தான்.

கார் கிட்டத்தட்ட அறுபது கி.மீ தொலைவை நாற்பது நிமிடங்களில் கடந்து, நகரத்துக்கு சற்று ஒதுக்குப்புறமாக இருந்த பகுதியை அடைந்தது. 'தனாசி பகுதிக்குள் நுழைகிறீர்கள்' என்று பச்சை போர்டுகள் அறிவித்தன.

உயர்ந்து வளர்ந்த பச்சை மரங்கள் நிழல் தந்திருக்க, அந்தப் பகுதியே ரம்மியமாக இருந்தது. ஒரு மாபெரும் மாளிகையின் வாசலில் அவர்களுடைய கார் நிறுத்தத்துக்கு வந்தது.

உள்ளே அவனுக்கு இன்னும் பல ஆச்சரியங்கள் காத்திருக்கின்றன என்று விஜய்க்குத் தெரியாது.

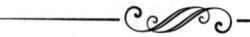

# 29

காரிலிருந்து டாம் கார்ட்டர் இறங்கினார். உயர்ந்த மதில் சுவருக்கு வெளியே கேட்களுக்கருகே காவலுக்கு இருந்த செக்யூரிட்டியிடம் ஏதோ பேசினார். செக்யூரிட்டி ஒயர்லெஸில் உள்ளே தொடர்புகொண்டான். கேட்கள் திறக்கப்பட்டன. சில சோதனைகள் செய்தபின், கார் உள்ளே அனுமதிக்கப் பட்டது. இருபுறமும் பசுமை நிறைந்த தோட்டம் சூழ்ந்திருக்க, மாபெரும் மாளிகை பின்னால் தெரிந்தது.

காரில் பயணம் செய்யும்போது, டாம் கார்ட்டர் மீண்டும் விஜய் யிடம் அவர்கள் சந்திக்கவிருந்த நபர் பற்றி உயர்வாகப் பேசினார்.

“மிஸ்டர் கிறிஸ்டோஃபர் உன்னை பலவிதங்களில் ஆச்சரியப் படுத்தப் போகிறார்...” என்றார்.

போர்டிகோவில் கார் நிறுத்தத்துக்கு வந்தது. மாளிகையின் கதவைத் திறந்துவிட்டவர்கள் சீருடை அணிந்திருந்தார்கள். மரியாதையுடன் இவர்கள் உள்ளே அழைத்துச் செல்லப்பட்டார் கள். பளிங்குச் சிற்பங்கள் அலங்கரித்த பெரிய ஹாலில் அமர்த்தப் பட்டார்கள். இரண்டு மாடி உயரத்தில் கூரை. நவீனமான அத் தனை வசதிகளும் சூழ்ந்திருந்தன. அமிழும் சோஃபாக்கள். சுவரை அடைத்து பரந்திருக்கும் மாபெரும் தொலைக்காட்சித் திரை. ஹோம் தியேட்டர். காத்திருந்த நேரத்தில், ஹாலில் ஆங்காங்கே மறைந்திருந்த ஸ்பீக்கர்களில் கசியும் மெலிதான இசை.

சற்று நேரத்தில் ஓர் இளம்பெண் வாசம் கமகமக்க வந்தாள்.

புன்னகைத்தாள். வீட்டுக்குள்ளேயே இருந்த ஒரு லிஃப்ட்டில் அவர்களை மேலே அழைத்துச்சென்று, இன்னோர் அறையில் அமர்த்தினாள்.

“கிறிஸ்டோஃபர் பெரிய பணக்காரர். தனியாக ஒரு பிரைவேட் மியூசியம் வைத்திருக்கிறார். உலகத்தின் பல மூலைகளிலிருந்து பல அரிய பொருட்களெல்லாம் சேகரித்து தன் மியூசியத்தில் அடுக்கியிருக்கிறார். தன் விருந்தாளிகளுக்கெல்லாம் அதைக் காட்டி சந்தோஷப்படுவார். பொதுவாக இவர் எப்பேர்ப்பட்ட பணக்காரர் என்பதை முதலில் பிரகடனப்படுத்திவிட்டுதான் பிசினஸ் பேசுவார்...” என்றார் டாம் கார்ட்டர். “உனக்கு அந்த அதிர்ஷ்டம் வாய்க்கிறதா, பார்ப்போம்...”

சில நிமிடங்களில் கிறிஸ்டோஃபர் அங்கே வந்தார்.

நெடுநெடுவென்ற உயரம். சுமார் எழுபது வயதுக்கு மேலிருக்கும். வெள்ளை வெளேரென்ற வழுக்கைத்தலை. புருவங்களில் இருந்த ஒன்றிரண்டு முடிகள், வேறு நிறத்துக்கு மாறியிருந்தன. பொய்ப் பற்கள் மின்ன, புன்னகைத்து கை குலுக்கினார்.

“என்னுடைய ப்ரைவேட் மியூசியத்தைப் பார்க்க நீங்கள் ஆர்வம் காட்டுவது எனக்கு சந்தோஷத்தை அளிக்கிறது...” என்றார்.

விஜய் குழம்பினான். ‘உன் பெருமைக்கு நீ காட்டுகிறாய். நான் பார்க்கவேண்டும் என்று எப்போது ஆர்வம் காட்டினேன்..?’ என்று அவன் கேட்டுவிடப் போகிறானே என்று பயந்தவன் போல் பத்ரி அவன் கையைப் பிடித்துக் கிள்ளினான்.

“ஓ, நான் மிக ஆர்வமாக இருக்கிறேன்...” என்று விஜய் பொய்யான ஆவலை முகத்தில் தேக்கிக்கொண்டான்.

சில கதவுகளைத் தாண்டி, வழியில் நவீனமான சில அலார்ம் அமைப்புகளை அவர் அமைதிப்படுத்தியபடி, அவர்களை அழைத்துப்போனார். பெரிய கதவுகள் எலக்ட்ரானிக் ஆணைக்குக் கட்டுப்பட்டுத் திறக்க, அவருடைய பிரைவேட் மியூசியத்துக்குள் பிரவேசித்தனர்.

சுற்றிலும் பார்க்கப் பார்க்க, விஜய்க்கு பிரமிப்பு உண்டா யிற்று. முதலிலேயே முடிவு செய்திருந்தபடி, விஜய் தன்னுடைய பாக்கெட்டில் கைவிட்டு, செல்போனை ரகசியமாக இயக்கினான். அதன் கேமராத் துளை அங்கு இருந்த சிற்பங்களையும், மற்ற கலைப்பொருட்களையும் வீடியோவில் பதிவுசெய்யத் துவங்கியது. அங்கங்கே மின்விளக்குகளின் வெளிச்சத்தில் கலைப்பொருட் களைப் பார்க்க முடிந்தது.

கிறிஸ்டோஃபர் பெருமையுடன் விவரித்துக்கொண்டே நடந்தார்.

"இது, கிரேக்கத்தில் ஏழாம் நூற்றாண்டில் செய்யப்பட்ட கிரானைட் சிற்பம்..!

இது, ஃப்ரான்ஸில் பதினான்காவது நூற்றாண்டில் செதுக்கிய பளிங்குச் சிற்பம்..! அந்தப் பெண்ணின் நனைந்த துணியின் மடிப்புகளை கவனி... என்ன ஒரு நளினம்!

இதை உங்கள் நாட்டிலிருந்துதான் ஆறு மாதங்களுக்கு முன்னால் வாங்கினேன். 'லால்குடி' என்று ஓர் ஊரிலிருந்து எடுத்து வந்ததாகச் சொன்னார்கள். லக்ஷ்மி நரசிம்மர் என்று பெயர் சொன்னார்கள்..."

கிறிஸ்டோஃபர் விவரிக்க விவரிக்க... அவனுக்குள் கொந்தளிப்பு எழுந்தது. பாரதத்தில் பக்தர்களுக்கு இறைவனாகவே தோன்றும் அற்புத சிற்பங்களை வெறும் பெருமைக்காக வாங்கி கண்ணாடிப் பேழைகளுக்குள் அடைத்திருக்கும் இந்த அமெரிக்கருக்கு அதன் மதிப்பு, டாலர்களில் மட்டுமே புரியும் என்பதை விஜய் வருத்தத்துடன் உணர்ந்தான்.

"இது, தஞ்சாவூர் பக்கத்தில் 'சிறுகுடி' என்று ஒரு கிராமத்திலிருந்து அள்ளி வந்த மகிஷாசுரமர்த்தினி...

இங்கு எல்லாமே ஒரிஜினல். டூப்ளிகேட்களை நான் ஆதரிப்பதில்லை..."

'ஏழாம் நூற்றாண்டு சிற்பம், எட்டாம் நூற்றாண்டு சிற்பம்' என்றெல்லாம் அவர் விளக்கிக்கொண்டே வர, விஜய் அப்பாவியாக முகத்தை வைத்துக்கொண்டு, ஒரு கேள்வியை வீசினான்.

"இதெல்லாம் உங்களுக்கு எப்படிக் கிடைக்கிறது..?"

"பெரும் போட்டிகளுக்கு நடுவில், உன்னைப்போன்ற ஆட்களிடம் பேரம் பேசி வாங்குவதுதான்..."

விஜய், பத்ரியை திடுக்கிடலோடு பார்த்தான். "என்ன சொல்றாரு அவரு..?" என்று தமிழில் கேட்டான்.

"உன்னைப் போல யாரோ ஒரு இந்தியன் கொடுத்தான்னு சொல்றாரு... சும்மா, கேள்வி கேட்டுக் குழப்பிக்காத..!"

ஆனால், கிறிஸ்டோஃபர் தெளிவாக அடுத்த வாக்கியத்தில் விஜய்யின் அச்சத்தைப் பல மடங்காக்கினார்.

"இளைஞனே, உன் கலெக்ஷன் ஆல்பத்தை எப்போது காட்டப் போகிறாய்..?"

"இவர் என்ன சொல்றாரு..?" என்று விஜய், சற்றே அதிர்ச்சியுடன், பத்ரியிடம் கேட்டான்.

"நீ எதுவும் பேசாத! நான் அப்புறம் விளக்கம் குடுக்கறேன்..." என்று பத்ரி அவனிடம் கிசுகிசுப்பாகச் சொன்னான்.

"அவர்கள் இருவரும் எனக்குப் புரியாத மொழியில் என்ன பேசிக்கொள்கிறார்கள்..?" என்று கிறிஸ்டோஃபர் சற்றே அவ நம்பிக்கையுடன் டாம் கார்ட்டரிடம் கேட்டார்.

"விஜய் உங்களுடன் இப்போதுதானே முதன்முறை பிசினஸ் செய்கிறான்! உங்களை எவ்வளவு தூரம் நம்பலாம் என்று முட்டாள்தனமாக கேட்டுக்கொண்டிருக்கிறான். அவனுடைய ஆல்பத்தை நான் பார்த்துவிட்டேன். மிக அரிய சிற்பங்களை இந்தியாவிலிருந்து எடுத்துவர, அவனிடம் அங்கே தேவையான ஆட்கள் இருக்கிறார்கள். இவனுடன் நீங்கள் தொடர்ந்து பிசினஸ் செய்ய விரும்புவீர்கள்..!" என்றார் டாம் கார்ட்டர்.

விஜய், மறுத்துப் பேசாமல் நடப்பவற்றை வேடிக்கை பார்க்க லானான். அவர்கள் பேசுவதும் அவனுடைய வீடியோவில் பதிவாவது அவர்களுக்குத் தெரியாது.

"வெல்! நீங்கள் கேட்டபடி என்னுடைய மியூசியத்தை உங்கள் நண்பருக்குக் காட்டிவிட்டேன். டாம்... இன்று மாலை நான் ஃப்ரான்ஸ் போகிறேன். அதற்குள் அவர் ஆல்பத்தைக் காட்டுவதாக இருந்தால், பார்க்க எனக்கு நேரம் இருக்கும். இல்லையென்றால், அடுத்த வாரம்தான்..!" என்று சொன்னார் கிறிஸ்டோஃபர்.

அவர் கையை உயர்த்தி, சொடுக்கு போட, சட் சட்டென்று அங் கிருந்த விளக்குகள் அணைந்தன. அவர்கள் திரும்பி வரவேண்டிய பாதை மட்டுமே தரையில் வெளிச்சமிட்டுக் காட்டப்பட்டது. விஜய் அவர்களுடன் வெளியில் வந்தான்.

"நாம் சீரியல்கள் பற்றி பிசினஸ் பேசவேயில்லையே..?" என்றான் விஜய், வெளியில் வந்ததும்.

"இப்போது அவர் மூட் மாறியிருக்கிறது. இதுபற்றி நாம் அப்புறம் பேசலாம்..." என்று டாம் கார்ட்டர் சொன்னார். அவர் முகத்தில் ஓர் எள்ளல் சிரிப்பு தங்கிவிட்டதாக அவனுக்குத் தோன்றியது.

"ஆல்பம் ஆல்பம்னு அவர் சொன்னது..?" என்று விஜய் கேட்க, பத்ரி அதற்கும் பதில் சொன்னான்... "இந்தியாலேர்ந்து வர்றவங்க எல்லோர்கிட்டயும் நம்ம ஊர் கோயில் சிற்பங்கள் பத்தி அவர் ஆசையோட கேப்பார்..."

அவர்கள் மாறி மாறி தன்னைக் குழப்புவதற்காக முயற்சி செய்கிறார்கள் என்று விஜய்க்குப் புரிந்தது. ஆனால், இது எவ்வ ளவு தூரம் போகிறது என்று பார்ப்போம் என்று அதை அனும தித்தான். ரொம்ப அப்பாவியாகவே முகத்தை வைத்துக்கொண்டு பயணத்தைத் தொடர்ந்தான்.

இந்தியா.

ஜெயசூர்யாவின் விரல்கள் கீ போர்டில் நர்த்தனமாடின.

சொன்னபடியே கம்ப்யூட்டரில் ஒரு ப்ரோகிராம் எழுதி முடித்தான். நந்தினி கொடுத்த காகிதத்தின் டிஜிட்டல் வடிவத்தை அதற்குத் தின்னக் கொடுத்தான். சற்றுநேரத்தில் சங்கேத வார்த்தைகளில் அமைக்கப்பட்டிருந்த அந்தத் தகவல்கள் அனைத்தும் எழுத்து களாக கம்ப்யூட்டர் திரையில் ஒளிர்ந்தன.

'ஹொன்னபள்ளி - நரசிம்மர் - ஜார்ஜ்', 'மீர்ப்பூர் - ராதா கிருஷ்ணா - சின்னா' என அடுக்கடுக்காக வந்த பல தகவல்களுக்கு நடுவே 'அரவமணி நல்லூர் - கல்யாணி - நடராஜர் - லியோ' என்ற வார்த்தைகளும் வெவ்வேறு தேதிகளும் ஒவ்வொரு எழுத்தாகக் கோக்கப்பட்டு, கம்ப்யூட்டரில் திரையில் பளிச்சிட்டன.

அரவமணி நல்லூரில் நடராஜர் சிலை திருடப்பட்டு, கல்யாணி இறந்த தேதி எதுவென்று நந்தினி ஒரு கணம் கண்களை மூடி யோசித்தாள். அந்தக் குறிப்பிட்ட தேதி அங்கே காணப்பட்டது. அவளுடைய மரணம்கூட முன்பே திட்டமிடப்பட்டதுதான் என்பது அவளுக்குப் புரிந்தது.

வரிசையாக வந்த எல்லாத் தகவல்களுக்கும் கீழே, 'தீபக் தர்ம சேனாவிடம் ஒப்படைக்கவும்' என்ற விவரமும் ஆங்கிலத்தில் இருந்தது. கடைசியாக கீழே, 'ஜி' என்று ஓர் எழுத்து தனித்து நின்றது.

"புரியலியே! 'ஜி'... அப்படின்னா..?" என்று ஜெயசூர்யா கேட்டான்.

"எனக்கும் புரியல... கல்யாணி 'எம்'னு பேப்பர்ல எழுதினானு விஜய் சொன்னபோது அது யாருன்னு தேடினோம். அதே மாதிரி, இப்ப 'ஜி'ன்னா அதுவும் ஒருத்தர் பேரைக் குறிக்கலாம்னு தோணுது..." என்றாள் நந்தினி.

"இப்ப இதை வெச்சு என்ன பண்ணப்போறே..?"

"எதுவா இருந்தாலும், இன்ஸ்பெக்டர் துரை அரசன்கிட்ட சொல்லச் சொல்லியிருக்கான், விஜய்..." என்றபடி போனை எடுத்தாள் நந்தினி.

இன்ஸ்பெக்டர் துரை அரசன், தீபக் தர்மசேனாவை மீண்டும் அதே மருத்துவமனையில் சந்தித்தார்.

"ஸாரி தீபக்... உங்களை 'நான்-பெய்லபிள் வாரன்ட்'ல அரெஸ்ட் பண்ணப் போறேன்... பல கோயில்கள்ல திருடுபோன சிற்பங்கள்லாம் உங்களுடைய கோல்டு ஸ்டோரேஜ் கோடவுன்ல கிடைச்சிருக்கு..."

தீபக் தர்மசேனாவின் முகம் நிறமிழந்து, வெளிறிப்போயிருந்தது.

"இதுக்கு மேலயும் உங்களுக்கு எதுவும் தெரியாதுனு அடம் பிடிக்கப் போறீங்களா..?"

“நான் சில உண்மைகளை ஒத்துக்கத் தயாரா இருக்கேன் இன்ஸ்பெக்டர்...” என்றார் தீபக் தர்மசேனா.

“கோயில் சிற்பங்களைக் கொள்ளையடிச்சு, வெளிநாட்டுல இருக்கறவங்களுக்கு விக்கறவன்தான் நான். நீங்க ரொம்ப நம்பிட்டு இருக்கற விஜய்தான் எனக்கு இந்த வேலைகள்ல எல்லாம் உதவி பண்ணான். இப்பகூட அவன், எங்க பிசினஸ் பத்திப் பேசறதுக்காக அமெரிக்காவுக்குப் போயிருக்கான். அங்க, டாம் பெக்கர்னு எங்க ஏஜென்ட்டையும், கிறிஸ்டோஃபர்னு ஒரு அமெரிக்க மில்லியனரையும் சந்திக்கப் போயிருக்கான்...” என்றார்.

இன்ஸ்பெக்டர் துரைஅரசன் உலர்ந்த சிரிப்பொன்றை உதிர்த்தார்.

“அவர் பேரு டாம் பெக்கர் இல்ல... டாம் கார்ட்டர்! யாரோ உங்ககிட்ட பேரை தப்பா சொல்லியிருக்காங்க...”

தீபக் தர்மசேனா குழம்பினார். குணாளன் ‘டாம் பெக்கர்’ என்றுதானே சொன்னார்..?

“எனக்கு உடம்பு சரியில்ல... ஞாபகம் இல்லாம சொல்றதை எல்லாம் பெரிசுபடுத்தாதீங்க!” என்றார்.

“சரி, இதையாவது பெரிசுபடுத்தலாமானு சொல்லுங்க...” என்று துரைஅரசன் ஒரு காகிதத்தை அவரிடம் நீட்டினார்.

சங்கேத வார்த்தைகளில் குணாளன் அனுப்பும் இந்தத் தகவல் எப்படி இன்ஸ்பெக்டரிடம் கிடைத்தது என்று தீபக் தர்மசேனா திகைத்துப் பார்த்தார்.

“என் வக்கீல் இல்லாம நான் எதுவும் பேச விரும்பல...” என்று உதடுகளுக்கு ஜிப் போட்டுக்கொண்டார்.

வெண்ணெய் தடவிய சாலைகளில் கார் வழுக்கிக்கொண்டு விரைந்தது. விஜய் தன் போனிலிருந்து ரகசியமாக இன்ஸ்பெக்டர் துரை அரசனுக்குக் குறுஞ்செய்திகளைத் தொடர்ந்து அனுப்பிக் கொண்டே சுற்றிலும் பார்த்தான்.

அவரவர் சாலையில் தங்களுடைய தடங்களிலேயே வாகனங்களை செலுத்தினர். தடம் மாறுவதாக இருந்தால், இண்டிகேட்டர் போட்டு தெரிவித்துவிட்டுத்தான் மாறினார்கள். சந்திப்புகளில் சிவப்பு விளக்கு எரிந்தால், முந்திக்கொண்டு ஓடிவிட வேண்டும் என்று முயற்சி செய்யாமல் கட்டுப்பாட்டோடு வாகனத்தை நிறுத்தினர். பச்சைவிளக்கு கிடைக்கும் வரை, நிறுத்தக் கோட்டைத் தாண்டாமல் பொறுமையாகக் காத்திருந்தனர். முன்னால் போகும் வண்டியை எரிச்சலூட்டுவது போல, பின்னால் இருக்கும் வாகனங்கள் ஹாரன் ஒலிக்காமல் தவிர்த்தன.

இத்தனை வாகனங்கள் பயன்படுத்தப்படும் இடமாக இருந்தும் போக்குவரத்து விதிமுறைகளை ஒழுங்காகப் பின்பற்றும் இந்த தேசத்தில்தானே டாம் கார்ட்டர், கிறிஸ்டோஃபர் போன்ற வசதியான கொள்ளைக்காரர்களும் புழங்குகின்றனர்?

இந்த ஊரிலும் பிச்சைக்காரர்கள் இருந்தார்கள். போதை மருந்து சாப்பிட்டுவிட்டு, நடைபாதையோரம் சுருண்டு கிடந்தவர்கள் இருந்தார்கள். ஒருவருக்கொருவர் பரிமாறிக்கொள்ளும் புன்சிரிப்புகள் இயந்திரத்தனமாகத்தான் இருந்தன. சில விஷயங்களில் பாரதத்தை அடித்துக்கொள்ள அகிலமெங்கும் ஆட்கள் இல்லை. ஆனால், நம் நாட்டின் அடிப்படையான கலாசாரமும், கட்டுப்பாடும் அயல்நாட்டிலிருந்து வந்து ஆண்டுவிட்டுப் போனவர்களால் கலைத்துப் போடப்பட்டுவிட்டதையும், விஜய் உணர்ந்தான்.

“நாம இன்னும் ரெண்டுபேரை இன்னிக்கு அடுத்தடுத்து பாக்கப்போறோம்..” என்று அவனுடைய எண்ண ஓட்டத்தைக் கலைப்பதுபோல் பத்ரி சொன்னான்.

“சீரியல் பத்திப் பேசவா? இல்ல, கொள்ளையடிச்ச சிற்பங்களை வேடிக்கை பார்க்கவா..?” என்று விஜய் கேட்டதும், பத்ரி சின்ன திடுக்கிடலோடு அவனைப் பார்த்தான்.

# 30

“சீரியல் பத்திப் பேச இல்ல... கொள்ளையடிச்ச சிற்பங்களை வேடிக்கை பார்க்கத்தான்னு சொல்ல முடியலியா..?” என்று விஜய் மீண்டும் கேட்டதும், பத்ரி தோள்களைக் குலுக்கினான்.

“நீ தெரிஞ்சு கேட்டியா, தெரியாம கேட்டியான்னு எனக்குப் புரியல... “ஆனா, நாம பார்க்கப்போற ரெண்டுபேரும், பிரைவேட் மியூசியம் வெச்சிருக்கறவங்கதான். அவங்களுக்கும் உலகத்துல பிரபலமா பேர் வாங்கின கலைப் பொருட்களை சேர்க்கறதுல ஆர்வம் அதிகம். முக்கியமா இந்தியாவுலேர்ந்து கெடைக்கற சிற்பங்களுக்கும், புராண காலத்து ஓவியங்களுக்கும் இந்த நாட்டுல மவுசு அதிகம்...” என்று சொல்லிவிட்டு பத்ரி பார்வையை வெளியில் எறிந்தான்.

“இப்ப நாம கிறிஸ்டோஃபர் வீட்டுல பார்த்தமே, அத்தனை சிற்பங்களும் இந்தியாவுலேர்ந்து திருட்டுத்தனமா கொள்ளையடிச்சு கொண்டு வரப்பட்டதுன்னு உனக்குத் தெரியுமா, பத்ரி..?”

கார் மீண்டும் மரங்கள் சூழ்ந்த ஒரு அகலமான தெருவில் திரும்பி வழுக்கி விரைந்தது.

“நாம இதைப்பத்தி அப்புறம் பேசலாமே..?” என்றான் பத்ரி.

நந்தினிக்கு விஜய் அனுப்பியிருந்த வீடியோவையும், புகைப் படங்களையும் துரைஅரசன் பார்த்தார். இந்தியக் கோயில்களில் கொள்ளையடிக்கப்பட்ட பல சிற்பங்களின் புகைப்படங்களுடன் ஒப்பிட்டுப் பார்த்தபோது, விஜய் அனுப்பிய புகைப்படங்களில் சில ஒத்துப்போயின. விஜய் அனுப்பியிருந்த பெயர்கள், முகவரிகள்

போன்ற தகவல்களைத் தனியே குறித்துக்கொண்டார்.

'இவ்வளவு அரிய சிற்பங்களை வைத்திருக்கும் பணக்காரர், பல முன்னேற்பாடுகளைச் செய்திருப்பவர், விஜய் வீடியோ எடுப்பதைப் பற்றி கவலைப்படாமல் இருந்திருப்பாரா..? அல்லது நீ எடுத்து உன் அரசாங்கத்துக்கு அனுப்பினாலும், அதைப் பற்றி நான் கவலைப்பட வேண்டியதில்லை என்ற திமிருடன் அனுமதித்திருப் பாரா..?' என்று அவர் மனதில் பலமாக யோசனை ஓடியது.

இன்ஸ்பெக்டர் துரைஅரசன் விசாரணைக்கு அழைக்கிறார் என்று சொல்லப்பட்டதும், தீபக் தர்மசேனாவின் வக்கீல் ராகவானந்தம் மருத்துவமனைக்கே வந்து சேர்ந்தார். இன்ஸ்பெக்டரின் எதிரில் அமர்ந்தார். அவர் கண்களில் துணிவு குறைந்திருந்ததாகத் தோன்றியது.

இன்ஸ்பெக்டர் துரைஅரசன் அந்த சங்கேதக் காகிதத்தை அவ ரிடம் நீட்டினார்.

"என்ன இது?" என்று புருவங்களைச் சுருக்கினார், ராகவானந்தம்.

"வக்கீல் சார்... இதுல சங்கேத வார்த்தைகள் ஒளிஞ்சிருக்கு! எந்தக் கோயில்ல எந்த சிற்பம் பிரபலம்... எந்த எடத்துல செக்யூரிட்டி பலவீனமா இருக்கும்... எதை, எங்க, எப்படி, யாரால, என்னிக்குக் கொள்ளையடிக்கணும்னு விவரங்கள் இருக்கு..."

ராகவானந்தம் பிரமிப்போடு பார்த்தார்.

"இதையெல்லாம் டிகோட் பண்ணி ரகசிய வார்த்தைகளை வெளிய கொண்டுவர்றதுக்கு எங்க டிபார்ட்மென்ட்ல ஆள் இருக்கு..."

"சரி, இருக்கட்டும்! இதுக்கும் தீபக் தர்மசேனாவுக்கும் என்ன தொடர்பு..?" என்று ராகவானந்தம் அலட்சியமாகக் கேட்டார்.

"எல்லாமே உங்க க்ளையன்ட்டைதான் கை காட்டுது, வக்கீல் சார்... அவரோட இமெயில் ஐ.டி.யைக் கூட எங்க ஆளுங்க ஹேக் பண்ணி மெயிலைத் தெறந்து பாத்துட்டாங்க. எல்லா ஆதாரங் களும் இருக்கு. இனிமே அவர் தப்பிக்க முடியாது..."

ராகவானந்தம் திரும்பி தீபக் தர்மசேனாவைப் பார்த்தார். அவர் பார்வையை நகர்த்திக்கொண்டதும், நிலைமையின் தீவிரம் ராகவா னந்தத்துக்குப் புரிந்தது.

"நான் என் க்ளையன்ட்கிட்ட தனியாப் பேசணும் இன்ஸ்பெக்டர்..."

"நிச்சயம் அதுக்கு அனுமதி தர்றேன்... எங்களுக்குத் தெரியும், அவருக்கு மேல ஒரு பாஸ் இருக்கார்னு! அவர் யாரு... இந்த நெட்வொர்க்குக்கு தலைவர் யாருன்னு தெளிவா சொல்லிட்டார்னா, அவரோட தண்டனையைக் குறைக்கலாம். இதையும் அவருக்கு எடுத்துச் சொல்லுங்க..."

“சொல்றேன்...” என்றார் ராகவானந்தம்.

பத்ரியும், டாம் கார்ட்டரும் மேலும் இரண்டு இடங்களுக்கு விஜய்யைக் கூட்டிப் போய்க் காட்டினார்கள். அவர்களும் சீரியல்களை பேரம் பேசி வாங்கித் தரும் இடைத்தரகர்கள் என்றே விஜய்யிடம் சொன்னார்கள். அவ்வப்போது அவர்கள் இருவர் மட்டும் தள்ளிப்போய் நின்று தனிமையில் ஏதோ பேசினார்கள். விஜய் கேள்விகளை மனதிலேயே நிறுத்திக்கொண்டான்.

மாலை நான்கு மணியளவில் விஜய்யைக் கொண்டுவந்து அவன் அபார்ட்மென்ட் வாசலில் இறக்கினார்கள்.

“நாளைக்கு மதியம் லாஸ் ஏஞ்சல்ஸ் போகிறோம்..” என்று டாம் கார்ட்டர் விடைபெற்றார்.

“ரெண்டு பாட்டில் வாங்கிட்டு வந்துடறேன்...” என்று சொல்லி விட்டு பத்ரி நடைபாதையில் வேகமாக நடந்தான்.

துரைஅரசன் விஜய்க்கு போன் செய்து பேசினார்.

“இப்ப பேசலாமா..?” என்று கேட்டார்.

“பேசலாம், சார்...”

“நீ நந்தினி மூலமா அனுப்பின எல்லா தகவல்களும், போட்டோக்களும் முக்கியமான தடயங்கள். தேங்க்ஸ், விஜய்...”

“இன்னிக்கு இன்னும் ரெண்டு பேரை நாங்க சந்திச்சோம். அவங்க கிறிஸ்டோஃபர் அளவுக்கு பணக்காரங்க இல்ல. ஒருத்தர் தன் கலெக்ஷனுக்கு மியூசியம் வெச்சிருக்காரு. இன்னொருத்தரு வாங்கி விக்கற புரோக்கர் மாதிரி தெரியுது. அவர் தன் மியூசியத்தை போட்டோ எடுக்க அனுமதிக்கல. மூணு எடத்துலயும் என்னை சிற்பங்களை விக்க வந்தவன் மாதிரியே நடத்தினாங்க...”

“விஜய்! நீ எவ்வளவு பெரிய ஆபத்துல சிக்கியிருக்கேன்னு எனக்கும் தெரியும். தமிழ்நாடு போலீஸ் கடைசிவரைக்கும் உனக்கு பக்கபலமா இருக்கும். ஆனா, தூரதேசத்துல இருக்கும் போது, உன்னை நீதான் பாத்துக்கணும். எமர்ஜென்ஸினா, நான் கொடுத்த நம்பருக்கு போன் பண்ணு... ஹெல்ப் கிடைக்கும்!” என்று உண்மையான அக்கறையுடன் துரைஅரசன் சொன்னார்.

“எங்க கே.ஜி டி.வில முன்னால வேறொரு பேர்ல பல கோயில்களைப் பத்தி கவர்பண்ணியிருக்கோம். அந்த ப்ரோகிராமைத் தொகுத்துக் கொடுத்ததும் கல்யாணிதான். அதுல எந்தெந்த கோயில்களைப் பத்தி விவரங்கள் கொடுத்தோமோ, அதுல பெரும்பாலான கோயில்கள்ல இருந்த சிற்பங்கள் பின்னால கொள்ளையடிக்கப்பட்டிருக்கு. இது இப்பதான் தெரியுது... எனக்கு அதிர்ச்சியா இருக்கு...” என்று விஜய் புதிய தகவல் ஒன்றைக் கொடுத்தான்.

இன்ஸ்பெக்டரின் மூளையில் அதுவும் உரிய இடத்தில்

பதிவானது.

விஜய்யிடமிருந்து போன் வந்ததும் நந்தினி பரபரப்பானாள். தூக்கத்தை விரட்டி, எழுந்து அமர்ந்தாள்.

“நந்தினி... எங்க எம்.டி. கிட்டேர்ந்து வந்த மெயிலை என் லேப்டாப் லேர்ந்து டெலீட் பண்ணிட்டேன். ஆனா அதை ப்ரின்ட் அவுட் போட ஒரு பென் டிரைவுல எடுத்திட்டுப் போனோமே, நினைவிருக்கா? அது எங்க வீட்லதான் இருக்கும். அதையும் ஜெயசூர்யாகிட்ட கொடுத்து டிகோட் பண்ணு... முக்கியமான விவரங்கள் ஏதாவது கிடைக்கலாம்!”

“ஏண்டா, ‘நீ நல்லாயிருக்கியா, அம்மா நல்லா இருக்காங் களா’னு ஒரு விசாரிப்புகூட இல்லாம நேர உனக்குத் தேவையான விஷயத்தை மட்டும்தான் பேசுவியா..?”

“ஸாரி கண்ணா... பத்ரி எப்ப வேணும்னாலும் திரும்பி வந்துரு வான். அதுக்குள்ள பேசிடணும்னு பரபரப்பு. எப்படி இருக்கீங்க, ரெண்டு பேரும்..?”

“உன்னையே நெனைச்சிட்டு பைத்தியம் மாதிரி தவிச்சிட்டிருக் கோம்...”

“பத்ரி வந்துட்டான்... அப்புறம் பேசறேன்...” என்று எதிர் முனையில் தொடர்பு அறுந்தது.

விஜய்யின் நிலைமை பற்றி உணர முடிந்ததும், நந்தினிக்கு தொண் டையடைத்தது.

துரை அரசன் மீண்டும் தீபக் தர்மசேனாவை மருத்துவமனையில் தனியே சந்தித்தார்.

“உங்கம்மா பாவம்... பையனைப் பார்க்க முடியலையேன்னு கொஞ்சம் ஆடிப்போயிருக்காங்க. உங்களைப் பெத்து வளர்த்த அம்மாவைவிட, ‘நன்றிக்கடன்’ங்கற பேர்ல உங்களை தப்பு செய்யத் தூண்டற முதலாளியோட ரகசியம்தான் உங்களுக்கு முக்கியமா..? இந்த ‘ஜி’ யாருனு சொல்லமாட்டீங்களா..?”

தீபக் தர்மசேனா தீர்மானமாக இடதும் வலதுமாகத் தலை யசைத்தார். “என்னை நார் நாரா உரிச்சுக் கேட்டாலும், சொல்ல மாட்டேன்...”

“உங்க அம்மா மேல நீங்க உயிரையே வெச்சிருக்கீங்க..! உங் கள ஜெயில்ல அடைச்சிட்டா, அவங்களை ஒழுங்கா பராமரிக்க, யார் இருக்காங்க..? உங்களை எங்கயோ திஹார் ஜெயில்ல தூக்கிப் போட்டா, அவங்களால வந்துகூட பார்க்க முடியாது. உங்களப் பாக்க முடியலன்னா, அவங்க ஏங்கிப்போக மாட்டாங்களா..? அந்த ஏக்கத் துல அவங்க ஒடம்பு இன்னும் மோசமாகுமே..? என்னால உயிரை விட்டுடப் போறாங்களேன்னு எனக்கு குற்ற உணர்ச்சியா இருக்கு...” என்று துரை அரசன் தன் குரலில் வருத்தத்தைச் சேர்த்துக்கொண்டார்.

தீபக் தர்மசேனாவின் கண்ணோரங்கள் நனைந்தன.

"இப்ப எதுக்காக என் அம்மாவைப் பத்தி பேசறீங்க..?"

"நான் வாக்கு கொடுக்கறேன்... நீங்க உண்மைகளை மறைக்காம ஒத்துக்கிட்டா, உங்க தண்டனை குறையும்..."

"எனக்கு 'ஜி'னா யாருனு தெரியாது..."

"அது குணாளன்தான..?" என்று இன்ஸ்பெக்டர் துரைஅரசன் கேட்டதும், தீபக் தர்மசேனா திடுக்கிட்டு நிமிர்ந்தார்.

"என்ன சொல்றீங்க..?"

"தீபக் சார்.. உங்களைப் பத்தி தோண்டித் துருவி ஆராய்ச்சி பண்ணணும்னா, போலீஸால அத்தனை பழைய ரெக்கார்ட்ஸை யும் எடுக்க முடியும்ங்கறதை மறந்துட்டீங்க. உங்களோட அம் மாவுக்கு உடம்பு சரியில்லாம இருந்தபோது, ஆஸ்பத்திரி செல வெல்லாம் ஏத்துக்கிட்டு, பணம் கட்டினவர் பேரு குணாளன்..! ஆஸ்பத்திரி ரெக்கார்ட்ஸ்லேர்ந்து அந்தப் பேரை எடுத்துட்டு வந் துட்டோம். உங்க மெயிலை செக் பண்ணதுல சங்கேத வார்த்தையில இருக்கற பல டாகுமென்ட்ஸ் எங்களுக்குக் கிடைச்சிருக்கு. அதுல, ஒவ்வொண்ணுத்துலயும் 'ஜி'ன்ற எழுத்தைப் பார்த்தபோது, அது குணாளன்ங்கற முடிவுக்கு எங்களால வர முடிஞ்சுது. யார் அந்த குணாளன்..? அவருக்கும், கே.ஜி டிவிக்கும் என்ன சம்பந்தம் அப்படின்னுதான் இப்ப நாங்க ஆராய்ச்சி பண்ணிட்டு இருக்கோம்..."

தீபக் தர்மசேனாவின் முகத்தில் ரத்தம் வற்றிய வெளுப்பு.

"வக்கீல் சொல்றதைக் கேட்டுக் குழப்பிக்காதீங்க. அவங்க பணம் சம்பாதிக்கணும்ங்கறதுக்காக உங்களுக்கு தப்பிக்க வாய்ப்பு இருக்குனு பேசுவாங்க. தேவையான அளவுக்கு சம்பாதிச்சப்பு றம் உங்களை மாட்டிவிட்டுட்டுப் போயிட்டே இருப்பாங்க. உங்க அம்மாவோட ரூம்ல நிறைய சாமிப்படங்களை மாட்டியிருந் தாங்க. அவங்களுக்கு கடவுள் நம்பிக்கை அதிகம் இருக்கு. அவங்க கும்புடற கோயில்கள்ல எல்லாம் கொள்ளையடிச்சது நீங்கதான்னு அவங்களுக்கு எடுத்துச் சொன்னா, அப்புறம் அவங்க உங்களை மகனா மதிப்பாங்களான்னு யோசிங்க. நீங்க குணாளனைப் பத்தின உண்மையை சொன்னீங்கன்னா, உங்கம்மாகிட்ட உங்களைப் பத்தின உண்மைகள எல்லாம் நாங்க சொல்லமாட்டோம்..."

தீபக் தர்மசேனாவின் முகத்தில் குழப்பம் தெரிந்தது. அவருடைய அம்மாவைப் பற்றி அவரிடம் அச்சத்தை ஏற்படுத்தியது வேலை செய்ய ஆரம்பித்துவிட்டது என்பதை துரைஅரசன் உணர்ந்தார்.

பத்ரி பற்றி ஏற்கெனவே அனுபவம் இருந்ததால், விஜய் அவன் கோப்பையில் சற்று அதிகமாகவே விஸ்கியை ஊற்றினான்.

பத்ரியின் வார்த்தைகளில் தடுமாற்றம் காணப்பட்டதும்,

தன் கேள்வியை வீசினான்.

“இந்தியனா இருந்துக்கிட்டு, கொள்ளையடிச்ச சிற்பங்களை விக்க நீயும் துணை போறியே, தப்பில்லையா பத்ரி..?”

“பணம் இருக்கறவங்க வாங்கறாங்க... இதுல நானோ, நீயோ என்ன செய்ய முடியும்..? எனக்கு மேலிடத்துலேர்ந்து என்ன உத்தரவு வருதோ, அதைத்தான் நான் செய்யறேன்...”

“என்ன பத்ரி இப்படிப் பேசறே..?”

“ரொம்ப ஆழமா, தத்துவார்த்தமா பார்த்தோம்னா, வீடு இல்லாம எத்தனையோ ஏழைங்க இருக்கும்போது, நீ சொந்த வீடு கட்டிக்கறதுகூட தப்பாயிடும். யாரோ ஒருத்தரோட இழப்புதான் இன்னொருத்தரோட லாபம்னு நீ படிச்சதில்ல..?”

“உழைச்சு சம்பாதிக்கறதுக்கும், கொள்ளையடிச்சு கொண்டு வர்ற துக்கும் வித்தியாசம் தெரியலன்னு நீ நடிக்கற பத்ரி..!”

“இதுக்கெல்லாம் எதுக்கு உணர்ச்சிவசப்படணும்..? இதை வெறும் பிசினஸாப் பாரு, விஜய்...”

“பணத்துக்காக சொந்த நாட்டுக்கு நீ துரோகம் பண்றது, உனக்கு உறுத்தலாவே இல்லையா, பத்ரி..?”

பத்ரி, விஜய்யைப் பார்த்து எள்ளலாக சிரித்தான்.

“யாரு துரோகம் பண்ணல? கோயில் சிற்பங்களைக் கொள்ளை யடிக்கறதுக்கு கல்யாணிகூட சேர்ந்துக்கிட்டு ஹெல்ப் பண்ணவன் நீ. இப்பகூட அதையெல்லாம் வாங்கறவங்ககிட்ட பிசினஸ் பேசறதுக்கு வந்திருக்கறது நீ! திடீர்னு உத்தமன் மாதிரி பேசி, என்னை குற்றவா ளியாக்கணும்னு பார்க்கற? இது என்ன விளையாட்டு..?”

விஜய் திடுக்கிட்டாற்போல் காட்டிக்கொண்டான்.

“சந்தேகப்பட்டேன்... நான் அமெரிக்காவுக்கு வர்றேன்னு தெரிஞ்ச தும், என்னை வெச்சு, நீயும், உன் பாஸ் தீபக் தர்மசேனாவும் போட்ட திட்டம் இதுனு எனக்கு இப்ப புரியுது...”

இருமல் வருமளவு பத்ரி மீண்டும் சிரித்தான்.

“அரைகுறை விவரத்தை வெச்சுக்கிட்டு என்ன பேச்சு பேசற நீ..! என் பாஸ் தீபக் தர்மசேனான்னு உனக்கு யார் சொன்னது..?”

‘‘பின்ன யாரு..?’’ என்று மீண்டும் அவன் கோப்பையை நிரப்பினான் விஜய்.

பத்ரி திடீரென்று விழிப்படைந்தவன் போல, “ஏய்... நீ ஏதேதோ கேள்வி கேக்கற! வேணாம்... இதுக்கு மேல இதைப் பத்தி நாம பேசவேணாம். ஸாரி..” என்று எழுந்தான்.

# 31

அவனுடைய உண்மையான முதலாளி யாரென்று கேட்டதும், பத்ரி திடீரென்று தன் வாய்க்கு ‘ஜிப்’ போட்டுக்கொண்டது விஜய்யை சற்று கலைத்தது. தோண்டித் தோண்டிக் கேட்கும் தன்னுடைய கேள்விகளின் தீவிரத்தை அவன் புரிந்துகொண்டிருப்பானோ என்ற அச்சம் எழுந்தது.

அவசரப்பட்டு காரியத்தைக் கெடுத்துக்கொள்ளக்கூடாது என்று முடிவு செய்தவனாக, “குட் நைட்...” என்று சொல்லிவிட்டு விஜய் தன் படுக்கையறைக்குள் நுழைந்துவிட்டான்.

விடிவதற்கு இன்னும் சில மணி நேரமே இருந்தது. வானம் தன்னுடைய ஆடையின் தொடுவான விளிம்பில் வெளிச்ச ஜரிகையை அணியத்துவங்கியிருந்தது. நடமாட்டம் இல்லாத அந்தக் கடற்கரையில் சிறு விளக்குகளைத் தாலாட்டிக்கொண்டு சற்றே உயரமான மீன்பிடி படகு ஒன்று ஒதுங்கியது. பக்கப் பலகைகளில் ‘தீபக் மரைன்’ என்று எழுதப்பட்ட அந்தப் படகின் டபடபவென்ற மோட்டார் சத்தம் தேய்ந்து ஓய்ந்தது. உள்ளிருந்த ஆட்கள் படகு விளிம்பில் இருந்து நூலேணி பிடித்து இறங்குவது நிழலுருவமாகத் தெரிந்தது.

இரண்டு படிகள் இறங்கி, தண்ணீரும், மணலும் சமமாய் கலந்திருந்த இடத்தில் அவர்கள் ஒவ்வொருவராகக் குதித்தனர்.

நான்கு ஆட்களும் வெளியே குதித்ததும், திடீரென்று எங்கிருந்தோ அவர்கள் முகத்தில் வெளிச்ச வட்டங்கள் பாய்ந்தன.

“ஹேண்ட்ஸ் அப்..!” என்ற அதட்டலான குரல் இருட்டில் ஒலித்தது.

துப்பாக்கிகளை உயர்த்தியபடி, கடலோர பாதுகாப்புப் படையைச் சேர்ந்தவர்களும், காவல்துறையைச் சேர்ந்தவர்களும் முன்னணிக்கு வந்தனர்.

படகிலிருந்து இறங்கியவர்களின் முகங்களில் பீதி. சட்டென அவர்கள் தண்ணீரில் பாய்ந்து தப்பிக்கப் பார்த்தபோது, ஒரு துப்பாக்கி வெடித்தது. தண்ணீரில் இறங்கியவர்களில் ஒருவன் முழங்காலைப் பிடித்துக்கொண்டு, “அம்மா..!” என்று வலியில் அலறினான். குப்புற அடித்து தண்ணீரில் விழுந்தான். காவல் துறையின் தீவிரமான தீர்மானம் புரிந்தவர்களாக மற்றவர் கள் தத்தம் இடத்திலேயே உறைந்தனர். அவசரமாகக் கைகளை உயர்த்தினர்.

“சார், படகுல வெறும் மீன்தான் இருக்கு..!” என்று ஒருவன் பரிதாபமான குரலில் சொன்னான்.

“படகுல என்ன இருக்குன்னு பார்க்கத்தான் நாங்க வந்திருக்கோம். மீன் இருந்தா உங்களுக்கு விடுதலை! மீனைத் தவிர வேற ஏதாவது இருந்தா, அந்த மீனோட கதிதான் உங்களுக்கு..!” என்றார் சப்-இன்ஸ் பெக்டர் சுகுமார்.

அடுத்த சில நிமிடங்களில் படகிலிருந்து மீன்பிடி வலைகள் வெளியே இழுத்துப் போடப்பட்டன. வலையில் சிக்கி உயிரிழந் திருந்த ஆயிரக்கணக்கான மீன்களும், இன்னும் உயிரை இழுத்துப் பிடித்து வைத்துக்கொண்டு, இப்படியும் அப்படியுமாகப் புரண்டு கொண்டிருந்த சில மீன்களும் நீண்ட துப்பாக்கி முனைகளால் ஒதுக் கப்பட்டன. அவற்றுக்குக் கீழே பதுக்கி வைக்கப்பட்டிருந்த நைலான் மூட்டைகள் வெளியே உருட்டப்பட்டன.

டார்ச் வெளிச்சத்தில் மூட்டையைக் கிழித்ததும், உள்ளிருந்து துப்பாக்கிகளும், ரைஃபிள்களும், ரிவால்வர்களும், பிஸ்டல்களும் மணல்வெளியில் சிதறின.

“இந்த மீனெல்லாம் எந்த கடல்லப்பா வளருது..?” என்று சுகுமார் கேட்டார்.

படகில் வந்தவர்கள் காவல்துறையால் கைது செய்யப் பட்டார்கள். ஆயுதக் கடத்தலுக்குப் பயன்பட்ட படகு, கடலோரப் பாதுகாப்புப் படையினரால் கைப்பற்றப்பட்டது.

பத்ரி முந்தின இரவுபோல் சோபாவில் சுருண்டு படுத்து விட்டான் என்று உறுதி செய்துகொண்டு, அறைக்கதவைச் சாத்தினான் விஜய். துரைஅரசனுக்கு போன் செய்தான். குரலைத் தழைத்துக்கொண்டு ரகசிய தொனியில் பேசினான்.

“சார், உங்க மெசேஜைப் பார்த்தேன்... கொள்ளை போன கோயில் சிற்பங்கள்ல சிலது இங்க இருக்குன்னு தெரிஞ்சதுல எனக்கும் மகிழ்ச்

சிதான்...”

துரைஅரசன் உறங்காமலேயே வேலை செய்துகொண்டிருப்பது அவர் குரல் உலர்ந்திருந்ததில் புலப்பட்டது.

“மொதல்லேர்ந்தே கொள்ளையடிச்ச சிற்பங்களுக்கும், நீ வேலை பார்க்கற கே.ஜி டிவி நிகழ்ச்சிகளுக்கும், தொடர்பு இருக்குன்றது இப்ப நிரூபணம் ஆயிடுச்சு. சுத்திச் சுத்தி ஆராய்ஞ்சு கே.ஜி டி.வி தொடர்பு, தீபக் தர்மசேனா, அவரோட அடியாளு சின்னா, சின்னாவோட கையாளு கான்ஸ்டபிள் மாத்ருபூதம், அப்படின்னு அந்த நெட்வொர்க்ல பல கண்ணிகளை நாங்க பிடிச்சிட்டோம். உச்சத்துல இருக்கறவர் பேர் ‘குணாளன்’னு தோணுது. அது யார்னு மட்டும் தெரிஞ்சா போதும்... உலுக்கி எடுத்துருவோம்! விஜய், உங்க டி.வில குணாளன்னு யாராவது இருக்காங்களா..?”

“இல்லையே சார்..?”

“சங்கேத லெட்டர்ல எல்லாம் ‘ஜி’னு போட்டிருக்கு... தீபக் தர்ம சேனாவுக்கு உதவி பண்ணினவர் பேரு குணாளன் அப்படின்னு கண்டுபிடிச்சிட்டோம். ‘குணாளன்’ங்கற பேர்ல உங்க டி.வில யாராவது வேலை பார்த்தா, வட்டம் சுருங்கிடும்னு நெனைச்சேனே..?” என்று துரை அரசன் சற்றே ஏமாற்றத்துடன் சொன்னார்.

“எனக்குத் தெரிஞ்சு குணாளன்னு யாரும் கிடையாது சார்... ஆனா, சந்தேகப்படும்படியா ஒண்ணு, ரெண்டு பேர் என்கிட்ட பேசியிருக்காங்க. இந்த இ-மெயில் தப்பா வந்ததே, அதை உடனே அழிச்சிருன்னு எங்க எம்.டி பதறினாரு... நான் அழிச்சிட்டேன்னு சொல்லியும் நம்பாமதான், மறுபடியும் கூப்பிட்டு, முஸ்தஃபானு ஒரு டெக்னிகல் ஊழியர் மூலமா என் லேப்டாப்பை செக் பண்ணிப் பார்த்தாருனு நெனைக்கறேன். அதனால குணாளன் உண்மைல யாரா இருக்கும்னு ஒரு சந்தேகம் வருது, சார்...”

“யாரு..?” என்று எதிர்முனையில் ஆர்வமானார், இன்ஸ்பெக்டர் துரை அரசன்.

“அது எங்க எம்.டி கிரிதரா இருக்கலாம்னு எனக்குத் தோணுது...”

இன்ஸ்பெக்டர் துரை அரசன் அதிர்ச்சியில் மூச்சை இழுத்துப் பிடிப்பது தெரிந்தது.

“அது எப்படிப்பா..? குணாளன் எப்படி கிரிதர் ஆகமுடியும்..?”

“எனக்குத் தெரியல... அதை நீங்கதான் கண்டுபிடிக்கணும். என்னை எம்.டி.தான் அமெரிக்காவுக்கு வலுக்கட்டாயமா அனுப்பினாரு. இங்க வந்தா, எதுக்கு அனுப்பினாரோ, அதைத் தவிர மத்த வேலைகளுக்குத்தான் இவங்க கூட்டிட்டுப் போறாங்க. எல்லாம் சேர்ந்துதான் எனக்கு அந்த சந்தேகம் வருது...”

“அவரைப் பொறுத்தவரைக்கும் உன் அமெரிக்க வேலை முடிஞ்

சதா, இல்லையா..?”

“நான் நாளைக்கு லாஸ் ஏஞ்சல்ஸ் போறேன்...”

“கவனமா இருந்துக்க, விஜய்..!” என்றார் துரைஅரசன்.

உடனடியாக துரைஅரசன் சில உத்தரவுகள் கொடுத்தார். கிரிதரின் பின்னணியை ஆராய சப்-இன்ஸ்பெக்டர் சுகுமாரின் தலைமையில் காவல்துறையின் ரகசியப் படை இரவு பகலாக உழைக்கத்துவங்கியது.

இந்தப் பக்கம் டாம் கார்ட்டர், அந்தப் பக்கம் பத்ரி என்று இருவரைத் தாண்டி விமான ஜன்னல் வழியே வெளியே பார்த்தான், விஜய். அங்கங்கே வெண்பொதிகளாக மேகங்கள் தொங்கிக்கொண்டிருக்க, அவற்றின் இடைவெளிகளில், லாஸ் ஏஞ்சல்ஸ் வானம் தூய நீலமாகத் தெரிந்தது. விமானம் தரை தொடப்போவதாக அறிவிப்பு ஒலித்தது.

உலகையே ஆட்டிப் படைக்கும் ஹாலிவுட் சினிமாவின் தொப்புள் கொடி இங்குதான் இருக்கிறது என்று விஜய்க்குத் தெரியும். சினிமாத்துறையிலோ, தொலைக்காட்சித்துறையிலோ இருப்பவர்களின் கனவு சொர்க்கம் இது. இங்கே காலெடுத்து வைக்கிறோம் என்ற துடிப்பு ஒரு பக்கம் இருந்தாலும், அதை முழுவதுமாக உணர்ந்து, மகிழ்ந்து, கொண்டாட முடியாதபடி நெருக்கடிகள் தன்னைச் சூழ்ந்திருந்ததையும் விஜய் உணர்ந்தான்.

வெளியில் வந்ததும், கார்களை வாடகைக்கு வழங்கும் ஒரு நிறுவனத்தில் நுழைந்து, வோல்வோ கார் ஒன்றை வாடகைக்கு எடுத்து வந்தார், டாம் கார்ட்டர்.

“நாம இங்க ரெண்டு பேரைப் பார்க்கப்போறோம்... அவங்களும் உன்கிட்ட இந்திய சிற்பங்கள் பத்தியோ, ஓவியங்கள் பத்தியோ பேசலாம். அப்செட் ஆகாத! ஏன்னா, நீ கே.ஜி டி.வில கோயில்கள் பத்தி ப்ரோகிராம் பண்ணியிருக்கறது அவங்களுக்குத் தெரியும். கண்டிப்பா அந்த ஆர்வம் அவங்களுக்கு இருக்கும்...” என்றான் பத்ரி.

“பொழுதுபோக்குக்காக சிற்பங்களைப் பத்தி கேக்கறவங்களுக்கும், திருட்டுப் பிழைப்புக்காக கேக்கறவங்களுக்கும் வித்தியாசம் இருக்கு பத்ரி..!” என்றான் விஜய், நறுக்கென்று.

“சரி, இதுக்கு மேல உன்கிட்ட சஸ்பென்ஸ் எதுக்கு..? உன்னை சீரியல் பிசினஸ் பேசறதுக்காக உன் முதலாளி இங்க அனுப்பி வெக்கல. சிற்பங்கள் பத்தி பிசினஸ் பேசறதுக்காகத்தான் அனுப்பி வெச்சிருக்காருன்னு எனக்கும் தெரியும். அதனால, இனிமே என்கிட்ட மூடி மறைச்சுப் பேசாதே..!” என்றான் பத்ரி, குரலில் கோபம் சேர்த்து.

தன் சந்தேகம் உறுதிப்படுவதைக் கண்டு விஜய் திடுக்கிட்டான். ஆனால் அதை வெளிக்காட்டிக்கொள்ளாமல் வாய்விட்டுச் சிரித்தான்.

“சரி... நமக்குள்ள டிராமா வேண்டாம், பத்ரி! இன்னிக்கு நாம மீட் பண்ணப்போற ஆட்கள் யார் யாரு..? அவங்களும் கிறிஸ்டோஃபர்

போல வசதியானவங்களா..?"

"கிறிஸ்டோஃபரை விடவும் வசதியானவங்க. ஹாலிவுட் படங் களைத் தயாரிக்கறவங்க. நீதான் நேர்ல பார்க்கப் போறியே..?" என் றான் பத்ரி.

கிரிதர் தன்னுடைய அறையில் குறுக்கும் நெடுக்குமாக நடந்தார். போனை எடுத்தார். பர்ஸிலிருந்து புதிய சிம்கார்டு ஒன்றை எடுத்து அதில் பொருத்தினார். டயல் செய்தார். எதிர்முனையில் மருத்துவம னையில் ஒரு செவிலியின் போன் ஒலித்தது. சற்று நேரத்தில் அந்த போன் தீபக் தர்மசேனாவின் கைக்குப் போய்ச் சேர்ந்தது.

"குணா பேசறேன்..." என்றார் கிரிதர்.

"சொல்லுங்க..." என்றார் தீபக் தர்மசேனா மரியாதையாக!

"விஜய்க்கு எதிரா புதுசா ஆதாரங்கள் இருக்கணும்ங்கறதுக்காக அவனை நான் வெளிநாட்டுக்கு அனுப்பி வெச்சேன். ஆனா, போலீஸ் எப்படியோ மோப்பம் பிடிச்சு, என்னுடைய பின்னணியவே ஆராய ஆரம்பிச்சிடுச்சு. எந்த நிமிஷம் வேணும்னாலும் நான் தலைமறைவா யிடலாம். உன்னை போலீஸ் திருகித் திருகிக் கேக்கும்..."

"சத்தியமா உங்க பேரை நான் சொல்லமாட்டேன்..."

"ரைட்..!" என்று போன்தொடர்பைத் துண்டித்தார் கிரிதர்.

அழைப்பு மணி ஒலித்து, கதவைத் திறந்ததும், மரகதத்தின் முகம் மலர்ந்தது.

"வா நந்தினி... விஜய் அப்பப்ப போன் பேசறானா..?"

நந்தினி புன்னகையுடன் நுழைந்தாள். "அடிக்கடி பேசிட்டிருக் கான் ஆன்ட்டி... அவனுக்கு வேலை ஆகணுமே..! நீங்க எப்படி யிருக்கீங்க ஆன்ட்டி..?"

"எனக்கு ஒண்ணும் பிரச்னையில்ல... கோயில்ல என் போனை ஒருத்தன் தட்டிவிட்ட நாள்லேர்ந்து யாரோ ஒரு பொம்பளை போலீஸ் எனக்கு பாதுகாப்பா இருக்கானு மட்டும் வெளிய போகும்போது தெரியுது..." என்றாள் மரகதம்.

"ஆன்ட்டி, விஜய்யோட ஒரு பென் டிரைவை எடுத்துட்டுப் போகணும். அதுக்காகத்தான் வந்தேன்..."

"தேடி எடுத்துக்கோ..." என்றாள் மரகதம்.

விஜய்யின் அறையில் அந்த பென் டிரைவை நந்தினி தேடிக்கொண் டிருக்கையில், மரகதம் மோருடன் வந்தாள்.

"உன்னை வெறுப்பேத்தறதுக்குனு ஃபாரின் பொண்ணுங்ககூட செல்ஃபி எடுத்து அனுப்பிட்டிருப்பானே..?"

மரகதம் வேடிக்கையாகச் சொன்னது நந்தினியிடம் எந்த

மாற்றத்தையும் ஏற்படுத்தவில்லை. மாறாக அவள் கண்களில் கவலை.

"அவன் ஒழுங்கா திரும்பி வரணுமேன்னு எனக்கு ஒரே பதற்றமா இருக்கு ஆன்ட்டி... அவன் சொல்லிட்டுப் போனது ஒரு விஷயம். ஆனா, அங்க நடந்துட்டிருக்கறது வேற விஷயம். கொள்ளையடிச்ச சிற்பங்களைப் பதுக்கி வெச்சிருக்கற அமெரிக்கன் வீடு ஒவ்வொண்ணா அவனைக் கூட்டிட்டுப் போயிட்டிருக்காங்க... எங்கே எப்போ அவனுக்கு ஆபத்து காத்திருக்குனு எனக்கு பயமா இருக்கு!"

"ஏற்கனவே நான் கலங்கியிருக்கேன்... நீ வேற பயமுறுத்தறே..?"

"உங்களை பயமுறுத்த சொல்லலை ஆன்ட்டி... போலீஸூம் அவனுக்கு ஹெல்ப் பண்ணத்தான் முயற்சி பண்ணிட்டிருக்கு..."

நந்தினி ஒரு பென் டிரைவை எடுத்துக் காட்டினாள். "கெடைச்சிடுச்சு, ஆன்ட்டி..."

அங்கேயே தன் லேப்டாப்பைத் திறந்து, பென் டிரைவை செருகி இயக்கினாள். அதிலிருந்த அந்த மின்னஞ்சல் பிரதியை ஜெயசூர்யாவுக்கு அனுப்பி வைத்தாள்.

சப்-இன்ஸ்பெக்டர் சுகுமார், துரை அரசனுக்கு எதிரில் வந்து சல்யூட் அடித்தார்.

"சார்... இந்த விவரத்தைப் பாருங்க..!"

"என்ன..?"

"பன்னெண்டு வருஷத்துக்கு முன்னால, 'குணாளன்'னு ஒருத்தர் கெஸட்ல கொடுத்து புதுப் பேருக்கு மாறியிருக்காரு. பதிவாயிருக்கற அந்தப் புதுப்பேர் என்னனு பாருங்க..."

"கிரிதர்..!" என்று உரக்கப் படித்த துரைஅரசன் நிமிர்ந்து உட்கார்ந்தார்.

இரவு, குளிர்காற்றை எங்கும் நிறைத்திருந்தது. கிரிதர் தன் வீட்டை விட்டு வெளியே வந்தார். விலையுயர்ந்த காரின் கதவைத் திறந்து பிடித்த டிரைவரிடம், "நானே ஓட்டிட்டுப் போறேன்..." என்று சாவியை வாங்கிக்கொண்டார். சாலை முனையில் காரை அநாயாசமாக வளைத்துத் திருப்பினார். படக்கென்று பக்கத்து இருக்கையில் யாரோ அமர்ந்தாற்போலிருந்தது. காரைச் செலுத்தியபடி திரும்பிப் பார்த்தார். அதிர்ந்தார்.

பக்கத்து இருக்கையில் கைக்கெட்டும் தொலைவில் கல்யாணி.

"ஏய்... நீ... நீ... நீ சாகல..?" என்று உதடுகள் உதறக் கேட்டார்.

# 32

“இன்னுமா நீ சாகவில்லை?’’ என்று கிரிதர் கேட்டதும், கல்யாணி வாய்விட்டுச் சிரித்தாள்.

“செத்துப் போனா மட்டும் உங்களை மறந்துர முடியுமா..?”

கிரிதர் இறுக்கம் தளர்ந்து புன்னகைத்தார்.

“உங்க வீட்ல சந்தேகப்படலையே..?”

“நாலு சேனலை நடத்திட்டு இருக்கற ஒரு டி.வி கம்பெனியோட முதலாளிக்கு என் மேல ஆர்வம். அதனால, அவரோட கெஸ்ட் ஹவுஸுக்கு என்னைத் தனியாக் கூப்பிட்டிருக்காரு... நாப்பது வய சானாலும் பார்க்கறதுக்கு அசத்தலா இருப்பாருன்னு சொல்லிட்டா வர முடியும்..? இப்பவும் வீட்ல வழக்கமான அதே பொய்தான் சொல் லிட்டு வந்தேன். ‘ஒரு முக்கியமான மீட்டிங் இருக்கு... புது ப்ரோகிராம் பத்தி எங்க ப்ரோகிராம் எக்ஸிகியூடிவ்வோட பேசிட்டு வர்றதுக்கு லேட்டாகும்’னு சொன்னேன். எங்கப்பாவும் அம்மாவும் பாவம்... என்னை முழுசா நம்பறவங்க...”

சொல்லிவிட்டு கல்யாணி கை நீட்டி அவர் தொடையில் உரிமையுடன் கையை இருத்திக்கொண்டாள்.

“யாருக்கும் தெரியாம இப்படித் திருட்டுத்தனமா போறதுல ஒரு த்ரில் இருக்கு இல்ல..?” என்று படபடவென்று கண் சிமிட்டினாள்.

கிரிதர் தனக்குள் ரத்தம் ஜிவ்வென்று வேகம் எடுப்பதை உணர்ந்தார்.

“உனக்கு ரொம்ப நெருக்கமா இருக்கானே, விஜய்... அவன்கிட்ட

ஷேர் பண்ணியிருக்கியா..?"

"மூச்..! விஜய்க்கு நம்ம விவகாரம் சுத்தமா தெரியாது. அவன் ரொம்ப நல்ல பையன். தெரிஞ்சா, 'இதெல்லாம் வேண்டாம்'னு எனக்கு அட்வைஸ் பண்ண ஆரம்பிச்சிருவான்... எனக்கே சில சமயம் இது ரிஸ்க்குனு தோணும். ஆனா இன்னொரு பக்கம், 'இதுல ஒரு பெரிய த்ரில் இருக்கு'னு உங்க முகம் என்னை விரட்டிட்டே இருக்கும்! நான் சின்னப் பொண்ணுதானே..?"

கல்யாணி கொஞ்சலான குரலில் கேட்டாள்.

"நீயா சின்னப் பொண்ணு..? அடேங்கப்பா, உன்கிட்ட எத்தனை விஷயத்தை நான் கத்துக்கிட்டிருக்கேன்..!" என்று கிரிதர் சொல்லிவிட்டு கண்ணடிக்க, கல்யாணி வெட்கத்துடன் அவர் தோளில் தலையைச் சாய்த்துக்கொண்டாள்.

கார் லாகவமாகத் திரும்பி, மலைச்சாலையில் நுழைந்தது. திடீரென்று கல்யாணி வெடுக்கென்று திரும்பினாள்.

"ஆனா நீங்க எனக்கு துரோகம் பண்ணிட்டீங்களே கிரிதர்... 'கர்ப்பம் கன்ஃபர்ம் ஆச்சுன்னா, கலைக்க மாட்டேன். அது என் குறிக்கோளுக்கு எதிரானது. ஊரறிய நீங்க என்னை கல்யாணம் பண்ணிக்கங்க... சொத்து வேண்டாம்... சுகம் வேண்டாம்... உங்க கம்பெனில எனக்கு எந்தப் பங்கும் வேண்டாம்... ஆனா, என் குழந்தைக்கு அப்பன் நீங்கதான்னு தைரியமா சொல்லணும்'னு சொன்னேனே... அதுக்காக கோயில்ல கொள்ளையடிச்சிட்டுப் போனவங்ககிட்டயே 'கல்யாணியைக் கண்டுபிடிச்சு தீர்த்துருங்க'னு சொல்லிட்டீங்களே..."

கிரிதர் திடுக்கிட்டார்.

"ஏய், நான் உன்னை கொலை செய்யச் சொன்ன விஷயம் உனக்கு எப்படித் தெரியும்..?"

"உயிரோட இருந்தவரைக்கும் உள்ள ஒண்ணு வெச்சு வெளிய ஒண்ணு பேசி என்னை ஏமாத்தமுடியும். ஆனா, செத்தப்புறம்? இப்ப உங்க மனசுல ஓடறது அப்படியே எனக்கு ஒளிவுமறைவு இல்லாமத் தெரியுதே..! நான் என்ன செய்யட்டும்..?"

கிரிதர் கண்களில் அச்சம் வந்தது.

"ஸாரிடா..."

"நான் கர்ப்பம்னு போன் பண்ணி சொன்னவுடனே, நீங்க ஏன் சந்தோஷப்படலை..? ஒரு எட்டு மாசம் காத்திருந்து, உங்க குழந்தையைப் பார்க்கணும்னு உங்களுக்கு ஏன் தோணல..? ஆளை வெச்சு என் கழுத்தைச் சீவி, ஆத்து தண்ணிலயே சாகடிக்க வெச்சீங்களே, அதுல உங்களுக்கு என்ன த்ரில் கிடைச்சுது..?"

"ஏய்... அப்படிப் பாக்காத... பயமா இருக்கு!"

"நீங்க செஞ்சதை அப்படியே ஏத்துக்கிட்டு, பேசாம போயிடு வேன்னு நினைக்கறீங்களா..? நான் பழிவாங்க வேண்டாமா..?"

"ஐயோ, என்ன செய்யப் போற..?"

"சிம்ப்பிள்... இந்த ஸ்டீயரிங்கைப் பிடிச்சு இப்படித் திருப்பிவிட்டா, கார் என்ன ஆகும்..?"

கல்யாணி ஸ்டீயரிங்கைப் பிடித்துத் திருக...

கிரிதர் திடுக்கிட்டுக் கண்விழித்தார்.

'தான் கண்டது கனவு' என்று புரியவே அவருக்குச் சிறிது நேரம் பிடித்தது. படுக்கையறையின் ஏ.சி.யைத் தாண்டி, உடையை நனைத்து உடல் முழுவதும் வியர்த்துவிட்டிருந்தது.

ஜெயசூர்யா ஏமாற்றவில்லை. நந்தினி புதிதாக அனுப்பிய சங்கேத வாசகங்களையும் உடைத்துவிட்டிருந்தான்.

ஒவ்வொரு வார்த்தையும் இன்ஸ்பெக்டர் துரை அரசன் முகத்தில் என்ன உணர்ச்சிகளைக் கொண்டுவரும் என்று நந்தினியால் கற்பனை செய்ய முடிந்தது.

ஜெயசூர்யாவிடம் நன்றி சொல்லி, விடைபெற்றுப் புறப்பட்ட போது, நந்தினிக்கு தொடர் கொட்டாவிகளாக வந்தது. அமெரிக்க நேரத்துடன் இயைந்து, இரவு வெகு நேரம் விழித்திருந்து வேலை செய்ததால் வந்த சங்கடம் இது!

வீடு திரும்பி, குளித்து, உடை மாற்றி வேலைக்குச் சென்று சேர்ந்த போது, ஒரு மணி நேரம் தாமதமாகியிருந்தது. அந்த டிராவல்ஸ் நிறுவ னத்தில் ஒரு முக்கிய பொறுப்பில் இருந்த நந்தினி தன் மேஜையை அடைந்து கம்ப்யூட்டரை இயக்கினாள்.

இ-மெயிலில் வந்திருந்த ஒரு விண்ணப்பம் அவளை நிமிர்ந்து அமரச்செய்தது.

கே.ஜி தொலைக்காட்சியின் நிர்வாக இயக்குநர் கிரிதர் பெயரில் உடனடியாக லண்டனுக்கு முதல் வகுப்பு பயணச்சீட்டு பதிவு செய் யுமாறு வந்திருந்த இ-மெயில் அது..!

நந்தினி வேலை செய்த தீபக் டிராவல்ஸின் முதலாளி, தீபக் தர்ம சேனா. அவருடைய தீபக் மரைன் கம்பெனியைப் போலவே கே.ஜி. தொலைக்காட்சியும் அவர்களுடைய முக்கிய வாடிக்கையாளர். அவர்களுடைய அதிகாரிகளுக்கான பெரும்பாலான பயணங்களைத் திட்டமிடுவதும், பயணச்சீட்டுகள் வழங்குவதும் தீபக் டிராவல்ஸ்தான் என்பது நந்தினிக்குத் தெரியும்.

நந்தினி போனை எடுத்தாள். டயல் செய்தாள். மறுமுனையில் கொட்டாவிகளை அடக்கியபடி பேசினான் விஜய்.

"என்னடா, உங்க பாஸு டபக்னு லண்டன் புறப்படறாரு..?"

என்று நந்தினி மெல்லிய குரலில் கேட்டாள்.

"மாட்டிக்கற மாதிரி இருந்தா, பணக்காரங்க தப்பிச்சுப் போற துக்கு புகலிடம் ஒண்ணு வேண்டாமா..? இந்தியாவுலேர்ந்து ஓடி வர கொள்ளைக்காரங்களுக்கு அடைக்கலம் குடுக்கறதுக்குன்னே சில நாடுங்க கேட்டை திறந்து வெச்சிட்டு காத்திருக்காங்களே..!" என்று சொன்ன விஜய் கூடவே, "இதை துரை அரசனுக்கும் சொல் லிடு..!' என்றான்.

"வேலை பத்தின விவரம் எதையும், யார்கிட்டயும் பகிர்ந்துக்கக் கூடாதுனுதான் என்னோட கம்பெனி பாலிஸி. அதை நான் மீறணும். ஓகே... என்ன செய்யறது..?" என்று முணுமுணுத்தாள், நந்தினி.

"சந்தேகம் வராதபடி டிக்கெட்டை புக் பண்ணி அனுப்பிடு... மிச் சத்தை துரைஅரசன் பார்த்துப்பாரு!" என்றான் விஜய்.

விஜய் தனக்கு துரை அரசனிடமிருந்து வந்த குறுஞ்செய்தியை மீண்டும் படித்தான்.

'கிடைத்த ஆதாரங்களோடு உடனே புறப்பட்டு இந்தியா திரும்பி விடு... மற்ற விஷயங்களை நம் தூதரகம் பார்த்துக்கொள்ளும்...'

விஜய்க்கு திடீரென்று பெரும் நிம்மதி வந்தது. 'என் தாய் நாட்டுக்குத் திரும்பப் போகிறேன்...' என்ற கிளர்ச்சி உடலெங்கும் பரவிப் பூத்தது.

தன் பயணச் சீட்டைப் பதிவு செய்யும் வேலையில் இறங்கினான்.

இன்ஸ்பெக்டர் துரை அரசன் மாற்றி மாற்றிக் கேட்ட கேள்விகளால், தீபக் தர்மசேனா தளர்ந்துபோயிருந்தார்.

கண்களை மூடினால், 'என்னைவிட உன் முதலாளி உனக்கு முக் கியமா?' என்று அவருடைய அம்மா இமைகளுக்குள் வந்து கண்ணீ ரோடு கேட்டு நச்சரித்தாள்.

ஒரு முடிவுக்கு வந்தவராக தன் வக்கீலுக்கு போன் செய்தார்.

"ராகவானந்தம் சார்... எங்கம்மாவுக்கு நடக்கப்போறதை நெனைச்சு, நெஞ்செல்லாம் வலிக்குது... உண்மையலயே ஹார்ட் அட்டாக் வந்து செத்துருவேனோனு பயமா இருக்கு... பேசாம அப் ரூவராயிடட்டுமா..?"

"அந்த இன்ஸ்பெக்டர் சாமர்த்தியமா உங்கம்மாவை வெச்சு உங்களை வளைச்சிருக்கார். அவசரப்படாதீங்க... நாம கோர்ட்ல போராடுவோம், தீபக்..."

"எனக்கு அம்மா முக்கியம். அப்ரூவராகறதுனு முடிவு பண்ணிட்டேன். அதுக்கான வேலைகளைச் செய்யுங்க வக் கீல் சார்..." என்று சொல்லிவிட்டு தீபக் போன் தொடர்பைத் துண்டித்தார்.

கிரிதர் தன்னுடைய பிரத்யேக அலுவலக அறையில் முகம் கழுவி,

சிறு டவலால் ஒற்றிக்கொண்டார். மேஜை இழுப்பறையைத் திறந்து, அதிலிருந்த வெவ்வேறு போன்களைக் கவர்ந்தார். தன் அலுவலகப் பையில் அவற்றை அவர் வைத்துக்கொண்டிருந்தபோது, இன்டர்காம் ஒலித்தது. அவரது பி.ஏ. செந்தாமரை பேசினார்.

"சார், போலீஸ் வந்திருக்கு..."

கிரிதர் விறைத்தார். அதற்குள்ளாகவா? இருந்தாலும், துணிவை விட்டுவிடாமல் பேசினார்.

"கல்யாணி பத்தி விசாரிக்கவோ, விஜய்யைப் பத்தி விசாரிக்கவோ வந்திருப்பாங்க... காணாமப் போன அந்த காரைப் பத்தி விசாரிக்கக்கூட வந்திருக்கலாம்... அந்த டிபார்ட்மென்ட்டுக்கு அனுப்பு..!"

"இல்ல சார்..." என்று பதறியது செந்தாமரையின் குரல். "அவங்க வந்திருக்கறது, உங்களை விசாரிக்க..!"

"வ்வாட்...?!" என்று அதிர்ந்தது போல் கிரிதர் காட்டிக் கொண்டார். "உள்ள அனுப்பு..!"

கையிலெடுத்த செல்போன்களைப் போட்டு, மீண்டும் இழுப்பறையை மூடினார். பூட்டினார்.

இன்ஸ்பெக்டர் துரை அரசன், உள்ளே நுழைந்தார்.

"வாங்க இன்ஸ்பெக்டர்..."

துரை அரசன், அங்கிருந்த நாற்காலியில் சொல்லாமலேயே அமர்ந்தார்.

"வணக்கம் குணாளன் சார்!" என்றார்.

கிரிதர் அயரவில்லை.

"அது என் பூர்வீகப் பேரு... அதை கெஸட்ல கொடுத்து மாத்திட்டேனே. இப்ப என்னோட பேரு கிரிதர்..!"

"உங்களைப் பத்தி தீபக் தர்மசேனா சில உண்மையெல்லாம் சொல்லியிருக்கார்..."

"எந்த தீபக் தர்மசேனா..?"

"எந்த தீபக் தர்மசேனாவுக்கு நீங்க வேற வேற போன்ல இருந்து கால் பண்ணி பேசினீங்களோ, அந்த தீபக் தர்மசேனா இப்ப ஒரு தனியார் ஹாஸ்பிடல்ல அட்மிட் ஆகி, போலீஸோட கட்டுப்பாட்டுல இருக்கார். அவரைப் பயன்படுத்தி இந்திய க் கோயில்கள்ல சிற்பங்களை கொள்ளையடிக்கறது மட்டும் இல்ல, கடல் வழியா ஆயுதங்களைக் கடத்தறது, தவறான தீவிரவாதிகளுக்குத் துணை போறதுனு நிறைய விஷயங்கள்ல நீங்க சட்டத்தை மீறித்தான் மூட்டை மூட்டையா சம்பாதிச்சு இருக்கீங்க. அந்தப் பணத்தையெல்லாம் இந்த பில்டிங்லயும், தொலைக்காட்சி சேனல்லயும் கொட்டியிருக்கீங்க..."

"பிசினஸ்ல என்னை ஜெயிக்க முடியாதவங்க ஏதாவது கதை

கட்டி விடுவாங்க. அதையெல்லாம் குற்றச்சாட்டா என் முன்னால வெக்காதீங்க...”

“உங்க ரெக்கார்ட்ஸை கம்ப்ளீட்டா செக் பண்ணிட்டோம் சார்! நீங்க திடீர்னு பதினைஞ்சு வருஷத்துக்கு முன்னால நெல்லூர்ல கவர்ன்மெண்ட் ஆபீஸ்ல ‘குணாளன்’ங்கற பேர்ல சேர்ந்திருக்கீங்க. அதுக்கு முன்னால நீங்க இருந்த இடம் எதுன்னு நாங்க தோண்டித் துருவினபோது, மும்பையில ஒரு அனாதை ஆசிரமத்துல நீங்க படிச்சதா எங்களுக்குத் தகவல் கிடைச்சுது. அங்கயும் விசாரிச்சுட்டோம். அங்க இருக்கற குணாளனோட போட்டோஸெல்லாம் பார்த்தோம். அது நீங்க இல்ல. நெல்லூர்ல வேலை கிடைச்சு புறப்படறதுக்கு முன்னாடி, அந்த ஆசிரமத்துக்குப் போய் குணாளன் போட்டோ எடுத்துட்டிருக்காரு. அந்த போட்டோவுல இருக்கற இளைஞன் வேற, இங்க அரசாங்க வேலையில சேர்ந்தபோது, அப்பாயின்ட்மெண்ட் ஆர்டர்ல ஒட்டியிருந்த போட்டோல இருந்தவன் வேற!”

கிரிதர், இன்ஸ்பெக்டரை நம்ப முடியாமல் பார்த்தார்.

“அன்னிக்கு உங்களுக்காக இந்த வேலையை செஞ்ச அந்த கவர்மெண்ட் ஆபீஸ் பியூனைக்கூட பிடிச்சிட்டோம். நாலு தட்டு தட்டினவுடனே, உண்மையெல்லாம் சொல்லிட்டாரு. போட்டோவை மாத்தறதுக்காக பதினைஞ்சு வருஷத்துக்கு முன்னாலயே அவருக்கு அம்பதாயிரம் ரூபா குடுத்தீங்களாமே..?”

“நீங்க சொல்றது புரியல...”

“தெளிவாப் புரியும்படி சொல்லவா, கிரிதர் சார்..? வேலைக்கான ஆர்டர்ஸ் கிடைச்சு வந்தவரோட பேர் குணாளன். அந்த ஆர்டர்ஸ் காப்பி ஒண்ணு நெல்லூர் அரசாங்க ஆபீஸ்க்கு வந்திருக்குமில்லையா.. அந்த ரெக்கார்ட்ஸ்ல குணாளனோட ஒரிஜினல் போட்டோவை எடுத்துட்டு, உங்க போட்டோவை அங்க ஒட்டறதுக்குதான் அந்தப் பியூனுக்கு லஞ்சம். வாங்கின பணத்துக்கு அந்த வேலையை அவர் கச்சிதமா பண்ணிட்டாரு. அரசாங்க வேலைல நீங்க இப்படி குறுக்கு வழில சேர்ந்துட்டீங்க.. அப்புறம், அங்கேர்ந்து தூர்தர்ஷனுக்கு அப்ளை பண்ணி அங்க சேர்ந்தீங்க. அதுக்கப்புறம் கிடுகிடுன்னு ஒரு ஏணி பிடிச்சு, நீங்க மேல வந்துட்டீங்க...”

கிரிதர் எந்தவித உணர்ச்சியும் காட்டாமல் இருக்க முயற்சி செய்தார். இன்ஸ்பெக்டர் தொடர்ந்தார்.

“குணாளன் எப்ப கிரிதர் ஆனாருன்ற விவரம்லாம் எங்ககிட்ட இருக்கு... ஆனா, நீங்க எப்ப குணாளன் ஆனீங்க? உங்க உண்மையான பூர்வீகம் என்ன, நெல்லூர் வரைக்கும் வந்த அந்த குணாளன் என்ன ஆனாருன்ற விவரங்கள் மட்டும் எங்களுக்குக் கிடைக்கல. அதை நீங்க இப்ப சொல்றீங்களா? இல்ல, போலீஸ் கஸ்டடிக்கு வந்தப்புறம் சொல்றீங்களா..?”

## 33

குணாளன் பற்றி இன்ஸ்பெக்டர் துரைஅரசன் கேட்டதும், கிரிதர் பதில் சொல்லாமல் தன் கண்களைச் சற்றே மூடினார். அவருடைய மனதில் பதினைந்து வருடங்களுக்கு முன் நெல்லூரில் நிகழ்ந்த சில காட்சித் துணுக்குகள் நிழலாக வந்துபோயின.

புதுடெல்லியிலிருந்து புறப்பட்டிருந்த கிராண்ட் ட்ரங்க் எக்ஸ் பிரஸ் களைப்பும், ஈர அழுக்குமாக நெல்லூர் ரயில் நிலையத்தில் நுழைந்தது. பிளாட்பாரத்தில் தொங்கிய வட்டக்கடிகாரம் இரவு மணி இரண்டு நாற்பது என்று முட்களை கை விரித்திருந்தது.

குணாளன் வற்புறுத்திக் கலைத்த தூக்கத்திலிருந்து முழுமை யாக விடுபடாதவனாக, சற்றே களைப்புடன் தள்ளாடி வாசலுக்கு வந்தான். வெளியே காத்திருந்தவன் குணாளனின் பெட்டிக்காகக் கையை நீட்டினான். "உங்களுக்கு ஆபீஸ்ல வண்டி அனுப்பியிருக் காங்க சார்..."

"நான் மும்பையில ஒரு அனாதை ஆசிரமத்துல வளர்ந்தவன். அதை நடத்தினவங்க தமிழ்க்காரங்க. அவங்க தயவுலதான் ஸ்கூல் படிப்பு முடிச்சேன். ஸ்காலர்ஷிப்ல காலேஜ் முடிச்சேன். நாக்பூர்ல ஒரு ஸ்கூல்ல வேலை கிடைச்சுது. அங்க ஒரு வருஷம் குப்பை கொட்டினேன். அப்புறம்தான் கவர்மென்ட்ல கிளார்க் வேலைக்கு அப்ளை பண்ணினேன். தமிழ்நாட்டுல கெடைச்சா நல்லா இருக் கும்னு ஆசப்பட்டேன். நெல்லூர்ல போஸ்டிங் போட்டிருக்காங்க..."

"என்ன இடம்ப்பா இது...?"

“சுடுகாடு சார். பொணம் எரியற நாத்தம்...”

கனமான சுத்தியலை ஓங்கி, குணாளனின் பின்மண்டையில் அவன் விசையுடன் அடித்தான். அந்த வேகத்தில் குணாளன் குப்புறடித்து, சூடான என்ஜினில் முகம் பதிய விழுந்தான். பதறி எழுந்ததும், மீண்டும் சுத்தியல் அவன் மீது முழு வேகத்துடன் இறங்கியது.

காரிலிருந்து குணாளனை அவன் வெளியே இழுத்தான். ஏற்கனவே அங்கு எரிந்து தணலாகக் குமுறிக்கொண்டிருந்த குவியலில் கிடத்தினான். ஓரத்தில் வைத்திருந்த வறட்டிகளை எடுத்து, பரபரவென்று உடலின் மீது அடுக்கினான்.

கிடத்தப்பட்டிருந்த குணாளனின் உடல் மீது பெட்ரோலை தாராளமாக ஊற்றினான். குணாளன் கொண்டு வந்திருந்த பயணப்பெட்டியின் பூட்டை உடைத்துத் திறந்தான். டார்ச் வெளிச்சத்தில் அதிலிருந்த கோப்பு, டைரி, கதைப் புத்தகம் இவற்றை மட்டும் எடுத்து காரின் பின்இருக்கையில் போட்டான். குணாளனின் துணிகளுடன் பெட்டியை மூடினான். உயிரற்ற குணாளனின் மீது அப்பெட்டியை வைத்தான். பெட்டியின் மீதும் பெட்ரோலை அள்ளி ஊற்றினான். தீக்குச்சியைக் கிழித்துப் போட்டான். குப்பென்று எல்லாம் மொத்தமாகப் பற்றிக்கொண்டது. புகை அடர்ந்து மேலெழும்பியது.

பதினைந்து வருடங்களுக்கு முன் நெல்லூரில் தன் கையால் உயிரைவிட்ட குணாளனின் முகம் கிரிதரின் மூடிய இமைகளுக்குள் ஒரு கணம் தோன்றி மறைந்தது. கண்களைத் திறந்தார்.

“அந்த குணாளன் என்ன ஆனாருனு உங்களால கண்டுபிடிக்க முடியாது, இன்ஸ்பெக்டர்... நான் சொல்லப்போறதும் இல்ல...” என்றார் தீர்மானமாக.

“பிசினஸ்ல முன்னேறுறது தப்பில்ல, கிரிதர் சார்... ஆனா, நேர்மையான வழியில முன்னேற ட்ரை பண்ணினா, முக்கி முக்கி வரணும். நீங்க ராக்கெட் வேகத்துல வரணும்னு பார்த்திருக்கீங்க! லண்டனுக்கு தப்பிச்சுப் போயிட்டா, இந்திய அரசாங்கம் உங்களைக் கைது செய்யாதுன்னு ஏதோ முன்னுதாரணத்தைப் பார்த்து, நீங்களா தப்புக்கணக்கு போட்டுட்டீங்க... ஆல்ரெடி உங்க பாஸ்போர்ட்டை முடக்கச் சொல்லி, மத்திய அரசாங்கம் வரைக்கும் தமிழ்நாடு போலீஸ் தகவல் அனுப்பியாச்சு... உங்களால வெளிநாட்டுக்குப் போக முடியாது...” என்று இன்ஸ்பெக்டர் துரை அரசன் சொன்னதும், கிரிதர் அதிர்ந்து பார்த்தார்.

“உங்களை அரெஸ்ட் பண்ண உரிய வாரன்ட்டோட வந்திருக்கோம். உங்களுக்கு ஒரே ஒரு வசதி இருக்கு... மத்த டி.வி சேனல்களைவிட முந்திக்கிட்டு உங்க அரெஸ்ட் பத்தி முதல்ல

எக்ஸ்க்ளூசிவ் நியூஸ் கே.ஜி. டி.வில குடுக்கலாம். அதுல 'கே.ஜி. டிவிதான் நம்பர் ஒன்' அப்படின்னு மறுபடியும் நிரூபிக்க வாய்ப்பு இருக்கு..."

"அசிங்கப்படுத்தப் பார்க்கறீங்க..?"

"நோ... நோ... உங்க பலவீனம் என்னனு சொல்லும்போது, உங்க பலம் என்னன்னும் சொல்லணும் இல்லையா..?"

கிரிதர் பதில் பேசாமல், இறுக்கமான முகத்துடன் மேஜை இழுப்பறையைத் திறந்தார். அங்கிருந்த ஒரு பிஸ்டலை எடுத்தார்.

"ஐ'ம் ஸாரி..!" என்று அதன் சேஃப்டி கேட்ச்சை விடுவித்தார்.

துரை அரசனின் கண்கள் விரிந்தன.

"போலீஸை சுட்டுட்டு, தப்பிக்க முடியும்னு நினைக்கறீங்களா..?"

"இது போலீஸைச் சுடறதுக்கு இல்ல... எப்ப தப்பிக்க முடியாதோ, அப்ப என்னையே சுட்டுக்கறதுக்கு..!" என்று கிரிதர் தன் நெற்றியில் அந்த பிஸ்டலை வைத்தார்.

துரைஅரசன் எம்பி, அவருடைய கையைத் தட்டிவிட்டார்.

துப்பாக்கி வெடித்தது. அங்கிருந்த லேம்ப் ஷேட் சிதறியது. இன்ஸ்பெக்டருடன் சின்னதாகக் கட்டிப் புரண்டபின், கிரிதர் அடங்கிப்போனார்.

வெளியிலிருந்து அறைக்குள் ஓடிவந்த பி.ஏ. செந்தாமரை, நிலைமையைப் பார்த்துப் பதறி நின்றார்.

விஜய் வந்த விமானம் நள்ளிரவு தாண்டி சென்னையைத் தொட்டது. அவனை வரவேற்க இன்ஸ்பெக்டர் துரைஅரசனுடன் நந்தினியும், மரகதமும் விமான நிலையத்துக்கு வந்திருந்தனர்.

"த்தூ..!" என்று மனைவி துப்பியதும் கான்ஸ்டபிள் மாத்ருபூதம், தலையைக் குனிந்துகொண்டார்.

"நான் காசு கேட்டேன்யா... அதுக்காக எவனையோ சாகடிச்சு, காசு கொண்டுவர சொல்லல... தப்பு நடக்காம தடுக்கறதுக்காகத்தான இந்த உடுப்பு போடற..? நீயே தப்பு செஞ்சா..?" என்று கோபமாக ஆரம்பித்தவள் தலையில் அடித்துக்கொண்டு அழ ஆரம்பித்தாள்.

மாத்ருபூதம் கண்களைத் துடைத்துக்கொண்டு, "போலாம் சார்..." என்றார், சப் இன்ஸ்பெக்டர் சுகுமாரிடம்.

சின்னதுரை, ரிக்கி, தீபக் தர்மசேனா, இன்னும் அந்த நெட்வொர்க்கில் பல்வேறு புள்ளிகளில் இயங்கிக்கொண்டிருந்த பலரும் கோர்ட்டில் தங்கள் வாக்குமூலங்களை அளிப்பதற்குத் தயாரானார்கள்.

விஜய் வீட்டில் கொண்டாட்டம் போல் அவர்கள் கூடியிருந்தனர்.

மரகதம் அவனுக்கெதிரில் சப்பணமிட்டு அமர்ந்து அவன் சொல்வதையே கவனத்துடன் கேட்டுக்கொண்டிருந்தாள்.

“சில சமயம் ரொம்ப புத்திசாலித்தனமா நடந்துக்கறதா நினைச்சு, அடிமுட்டாள்தனம் பண்றவங்க இருக்காங்க... அதைத்தான் பண்ணிட்டாரு என் முதலாளி. என்னை மாட்டி விடணும்னு நினைச்சு, என்னை வலிய அமெரிக்காவுக்கு அவரே அனுப்பினாரு... யார் யாரெல்லாம் கொள்ளையடிச்ச சிற்பங்களை வாங்கி விக்கறாங்களோ, அதையெல்லாம் வெச்சு மியூசியம் வெச்சிருக்காங்களோ, அவங்க கூடல்லாம் எனக்குத் தொடர்பு வர்ற மாதிரி பார்த்துக்கிட்டாரு... ஆனா, அத்தனையும் அவருக்கு எதிரான ஆதாரமா திரும்பும்னு அவர் நினைச்சிருக்க மாட்டாரு..!” என்றான் விஜய்.

“இது சர்வதேச குற்றம்னு நிரூபிக்கறதுக்காகவே, அமெரிக்காவுலேர்ந்து நீ, இந்தியாவுலேர்ந்து நான், ஜெயசூர்யா, துரை அரசன்னு எல்லாரும் இழுத்துப் போட்டுட்டு வேலை செய்ய வேண்டியிருந்தது...” என்று நந்தினி சொன்னாள்.

“இன்னொரு பெரிய ஷாக்... நாம பெரிசா நம்பிட்டிருந்த டிரைவர் பிரகாஷ், எம்.டி.யோட கையாளா நடந்துக்கிட்டதுதான். கொள்ளையடிக்கறதுக்கு ஹோண்டா காரைத் திருட்டு கொடுக்கறதுல ஆரம்பிச்சு, எவ்வளவு விஷயம் எம்.டி.க்கு சாதகமா பண்ணியிருக்காரு தெரியுமா? அவரையும் அரெஸ்ட் பண்ணியாச்சுனு இன்ஸ்பெக்டர் சொன்னாரு...”

“எம்.டி. மேல உனக்கு சந்தேகம் வரக்கூடாதுனு அவரா வலியக் கூட்டிட்டுப் போய் முரளிதரன் பத்தி சொல்லி உன்னைக் குழப்பினாரா..?”

“ஆமா... இன்னும் ஒரே ஒரு கேள்விக்கு மட்டும் பதில் கிடைக்கல...” என்றான் விஜய்.

“கல்யாணி குறிப்பிட்ட அந்த ‘எம்’ யாருன்ற கேள்வியைத்தானே சொல்றே..?”

“ஆமாம்... முரளிதரன் பூடகமா அன்னிக்கே சொன்னாரு! ‘எம்னா மாங்கா மடையனா இருக்கலாம், எம்.டியா கூட இருக்கலாம்’னு... நான்தான் அலட்சியப்படுத்திட்டேன்!”

“ஏன்னா, நீ ஒரு மாங்கா மடையன்...” என்று மரகதம் சிரித்தாள்.

கல்யாணியின் வீடு.

வாசலில் வாகனம் வந்து நிற்கும் ஒலி கேட்டு, அவளுடைய பெற்றோர் ஜன்னல் வழியே பார்த்தார்கள்.

காரிலிருந்து இன்ஸ்பெக்டர் துரை அரசன் இறங்கினார். அவர் சீருடையில் இல்லை. சீருடை அணியாத இரண்டு கான்ஸ்டபிள் கள் இருபுறமும் புடை சூழ்ந்து வர, கிரிதர் உள்ளே நுழைந்தார்.

“வணக்கம்..!” என்று கைகூப்பினார்.

மாலையிட்ட கல்யாணியின் புகைப்படத்தின் அருகில் போய் நின்றார். அவர் கண்கள் கலங்கின.

“ஸாரி கல்யாணி..!” என்றார்.

அவளுடைய பெற்றோர் பக்கம் திரும்பினார்.

“கல்யாணி வயித்துல அவ சாகும்போது நாப்பது நாள் கரு இருந்தது, அதைக் குடுத்தது யாருனு தெரியாம தவிச்சிட்டு இருப் பீங்க. தப்பு செய்ஞ்சவன் சொல்றவரைக்கும் உண்மை யாருக்குமே தெரியாதுன்னு எனக்குப் புரிஞ்சுது. திடீர்னு நைட் என் கனவுல கல்யாணி வந்தா... ‘எனக்கு துரோகம் பண்ணின உங்களைப் பழி வாங்குவேன்’னு சொன்னா. அதுக்கப்புறமும் உங்ககிட்ட வந்து மன்னிப்பு கேக்கலைனா எனக்கு மன்னிப்பே கிடைக்காதுனு தோணுச்சு. போலீஸ்கிட்ட பர்மிஷன் வாங்கி நேரா வந்தேன்...” என்றார் கிரிதர்.

கல்யாணியின் அம்மா அவரை நெருங்கி, கன்னத்தில் படீர் என்று அடித்தாள். “பாவி..! அவளைக் கொலை பண்ணதும் நீதானா..?”

கிரிதர் தலையைக் குனிந்துகொண்டார்.

“ஊரறிய என் குழந்தைக்கு அப்பன் நீங்கதான்னு தைரியமா சொல்லணும்னு அவ சொன்னா. எனக்கு அந்த தைரியம் இல்ல... அதான் கோழையா அந்த முடிவு எடுத்தேன்... மன்னிச்சுருங்க...”

கிரிதர் ‘போகலாம்’ என துரை அரசனிடம் சைகை செய்தார். போலீஸ் வாகனத்தில் ஏறிய பின்னரும், அந்த வீட்டிலிருந்து வெடித்துக் கிளம்பிய அழுகைக்குரல் அவரைத் துரத்தியது.

போலீஸ் கமிஷனர், துரை அரசனைக் கூப்பிட்டு அனுப்பினார்.

“பாராட்டுகள் துரை அரசன்! ரொம்பப் பெரிய நெட்வொர்க்கை சூப்பரா உடைச்சு இருக்கீங்க... உங்களுக்கு டிபார்ட்மென்ட்ல ஒரு இன்க்ரிமென்ட் உண்டு. சீக்கிரமே ப்ரமோஷன் உண்டு. அதுக்கு முன்னால, இந்த ஞாயித்துக்கிழமை ஒரு பார்ட்டி ஏற்பாடு பண்ணியிருக்கேன்... குடும்பத்தோட வந்து கலந்துக்குங்க...” என்று மகிழ்ச்சியுடன் கைகுலுக்கினார்.

“சார், ஞாயித்துக்கிழமை மட்டும் வேண்டாம்...” என்று துரை அரசன் தயங்கி இழுத்தார்.

“ஏன் துரை அரசன்..?”

“அன்னிக்கு நான் ஒரு முக்கியமான கல்யாணத்துக்குப் போக வேண்டியிருக்கு...” என்றார் துரைஅரசன்.

தமிழ்நாடு போலீஸ் கொடுத்த விவரங்களைக் கொண்டு, இந்தியக் கோயிலின் சிற்பங்கள் முறைகேடாக வாங்கப்பட்ட பல் வேறு நாடுகளின் தூதரகங்களுக்கு மத்திய அரசு தகவல் அனுப் பியது. பெரும்பாலான வெளிநாட்டு அரசாங்கங்கள் அந்தச் சிற்பங்களை மீட்டுத் தருவதாக உறுதியளித்திருப்பதாக மத்திய வெளியுறவுத் துறை அமைச்சர் மக்களவையில் அறிக்கை வெளி யிட்டார்.

பஞ்சலோக நடராஜர் சிலையைப் பறிகொடுத்த அரவமணி நல்லூர் அமிர்த லிங்கேஸ்வரர் ஆலயம். மூலவர் சன்னதி.

விஜய், நந்தினி இருவரும் பட்டு உடுத்தி, மார்பில் புரளும் புதிய மணமாலைகளுடன் கைகளைக் கூப்பி நின்றிருக்க, மரகதம், மலர்ந்த முகத்துடன் சந்தோஷத்தில் கலங்கிய கண்களுடன் நந்தினியை ஒட்டி நின்றிருந்தாள்.

கோயிலில் எளிமையான திருமணம். விழுப்புரத்தில் மாலை வரவேற்பு என்று ஏற்பாடு.

விழுப்புரம் திருமண மண்டபம்.

வரவேற்பு ஏற்பாடுகள் அமர்க்களமாயிருந்தன.

அரவமணி நல்லூரில் விசாரணையில் ஈடுபட்ட இன்ஸ் பெக்டர் சந்திரமோகன், குருக்களின் மனைவி, அவருடைய சிறு மகள் ஆகியோரும் அந்தத் திருமண வரவேற்பில் கலந்துகொண் டார்கள்.

துரைஅரசன், புதுத்தம்பதிகளுக்குத் திருமணப் பரிசாக அளித்தது, அரவமணி நல்லூர் நடராஜரின் பெரிய அளவு ப்ளோ அப். அலங்காரமாக ஃப்ரேம் செய்யப்பட்ட அந்தப் புகைப்படம் பல நினைவுகளைக் கிளறும் என்று தெரிந்தும், விஜய்யும், நந்தினி யும் புன்னகையுடன் ஏற்றார்கள்.

“எனக்கு இப்பதான் நிம்மதி” என்றாள் மரகதம்.

“என்னம்மா..?” என்று கேட்டான், விஜய் கழுத்தி லிருந்து மாலையைக் கழற்றிக்கொண்டே.

“தினம் ஜொள்ளுவிட்டு ஈரமாக்கிட்டிருந்தியே... அந்தத் தலையணை உறையெல்லாம் இனிமே க்ளீனா இருக்கும்!”

“அதான் இல்ல...” என்றான், விஜய். “கே.ஜி. டி.வி லைசன்ஸே கேன்சலாயிரும் போல இருக்கு. டி.வியை மூடிட்டா, எனக்கு வேலை போயிடும்... நந்தினி வேலைக்குப் போயிடுவா... நான் வீட்ல பகல்லயும் தூங்கிட்டிருப்பேன்..”

"செருப்பு பிஞ்சிரும்..." என்றாள், மரகதம். "ரோடு ரோடா வண்டி தள்ளிட்டுப்போய் வேர்க்கடலையாவது வித்துட்டு வாடானு தொரத்திருவேன்.."

"பாரு நந்தினி... எங்கம்மா என்னை அடிப்பேன்ங்கறாங்க!"

"இதுவரைக்கும் மத்தளத்துக்கு ஒரு பக்கம்தான் இடி... இனி ரெண்டு பக்கமும்... ஞாபகம் வெச்சுக்க" என்றாள் நந்தினி, மரகதத்தின் தோளில் தன் முகவாயை ஊன்றிக்கொண்டு.

"கல்யாணம் ஆனா மட்டும் என் ராசி எப்படி மாறும்..? உலகத்துல இருக்கற அத்தனை பொம்பளைங்களும் எனக்கெதிரா கட்சி ஆரம்பிச்சவங்கதானே..?" என்று விஜய் கைகளை விரித்தான்.